ಅಂತರಾಷ್ಟ್ರೀಯ ಮಹಿಳಾ ದಿನ ಶತಮಾನೋತ್ಸವ ಮಾಲಿಕೆ–1

ಮನದ ಸೂತಕ ಹಿಂಗಿದೊಡೆ

(ಮಹಿಳಾಪರ ಹುಡುಕಾಟ)

ಡಾ. ಮೀನಾಕ್ಷಿ ಬಾಳಿ

ಚಿಂತನ ಪುಸ್ತಕ

MANADA SOOTHAKA HINGIDODE - A collection of writings on women's issues in the past and present

by Dr. Meenakshi Bali

Published by Chinthana Pusthaka

Edition : I
First Impression : August 2010
Second Impression : 10-08-2023
ISBN : 978-81-909517-4-6
Pages : 108(104+4)
Price : Rs.120/-

Paper : Demi 1/8, 70 GSM NS
Cover Page : Artboard 300GSM
Cover Page Design : Ramu M
Cover Page Art : Uday Gankar

Author : Dr. Meenakshi Bali
Sangathi,
Veerendra Patil Nagara
Sedam Road,
ADG Layout
Gulbarga - 585105

Publisher : Chinthana Pusthaka
#405, 1st Main, 10th Cross
Dollars Colony, J.P.Nagara 4th Phase
Bengaluru - 560078
Phone: 99022-49150
web : chinthanapusthaka.wordpress.com
chinthanapusthaka.blogspot.com
email : chintana.pustaka@gmail. com

Printers and Distributor : Repro Books Limited

ಇದು ಅಂತರ್ರಾಷ್ಟ್ರೀಯ ಮಹಿಳಾ ದಿನಾಚರಣೆಯ ಶತಮಾನೋತ್ಸವ ವರ್ಷ. ಇಂದಿಗೆ ಸರಿಯಾಗಿ ನೂರು ವರ್ಷಗಳ ಹಿಂದೆ, 26 ಆಗಸ್ಟ್ 1910 ರಂದು ಕೊಪನ್‌ಹೆಗನ್‌ನಲ್ಲಿ ನಡೆದ ಎರಡನೇ ಅಂತರ್ರಾಷ್ಟ್ರೀಯ ಸಮಾಜವಾದಿ ಮಹಿಳಾ ಸಮ್ಮೇಳನ ಅಂತರ್ರಾಷ್ಟ್ರೀಯ ಮಹಿಳಾ ದಿನವನ್ನು ಆಚರಿಸುವ ನಿರ್ಣಯವನ್ನು ಸರ್ವಾನುಮತದಿಂದ, ಮಾತ್ರವಲ್ಲ, ಅತೀವ ಹುಮ್ಮಸ್ಸಿನಿಂದ ಅಂಗೀಕರಿಸಿತು. ಅದಕ್ಕೂ 53 ವರ್ಷಗಳ ಹಿಂದೆ ನ್ಯೂಯಾರ್ಕ್ ನಗರದ ಗಾರ್ಮೆಂಟ್ ಉದ್ದಿಮೆಯ ಮಹಿಳಾ ಕಾರ್ಮಿಕರು ಹತ್ತು ಗಂಟೆ ಕೆಲಸ, ಕೆಲಸದ ಪರಿಸ್ಥಿತಿಗಳಲ್ಲಿ ಸುಧಾರಣೆಯ ಬೇಡಿಕೆಗಳ ಜೊತೆಗೆ ಮಹಿಳೆಯರಿಗೆ ಸಮಾನ ಹಕ್ಕುಗಳ ಬೇಡಿಕೆಯನ್ನೂ ಎತ್ತಿ ಹೋರಾಟಕ್ಕೆ ಧುಮುಕಿದ್ದ ಐತಿಹಾಸಿಕ ಮಾರ್ಚ್ 8, ಮುಂದಿನ ವರ್ಷದಿಂದ ಅಂದರೆ 1911 ರಿಂದ ಅಂತರ್ರಾಷ್ಟ್ರೀಯ ಮಹಿಳಾ ದಿನವಾಗಿ ಆಚರಿಸಲ್ಪಡುತ್ತಿದೆ. ಈ ವರ್ಷ ವಿಶ್ವಾದ್ಯಂತ ಪ್ರಗತಿಪರ ಶಕ್ತಿಗಳು ಮಾನವ ಕುಲ ಒಂದು ಸಮಾನತೆಯ ಸಮಾಜದತ್ತ ಇನ್ನೊಂದು ಪ್ರಮುಖ ಹೆಜ್ಜೆಯಿಟ್ಟ ಈ ಐತಿಹಾಸಿಕ ದಿನದ ಶತಮಾನೋತ್ಸವ ಆಚರಿಸುತ್ತಿರುವಾಗ 'ಚಿಂತನ ಪುಸ್ತಕ'ವೂ ಡಾ. ಮೀನಾಕ್ಷಿ ಬಾಳಿಯವರ ಲೇಖನಗಳ ಎರಡು ಸಂಗ್ರಹಗಳೊಂದಿಗೆ ಇದರಲ್ಲಿ ಭಾಗಿಯಾಗುತ್ತಿದೆ. ಮುಂದಿನ ಮಾರ್ಚ್ 2011ರ ವರೆಗೆ ಈ ದಿನದ ಚೈತನ್ಯವನ್ನು, ಆಶಯಗಳನ್ನು ನೆನಪಿಸಿಕೊಳ್ಳುವ ಇನ್ನೂ ಕೆಲವು ಪ್ರಕಟಣೆಗಳನ್ನು ತರುವ ಆಶಯ ನಮ್ಮದು.

ನಿಮ್ಮ ಕೈಗಳಲ್ಲಿರುವ ಈ ಮೊದಲನೇ ಸಂಗ್ರಹ, ಲೇಖಕಿಯವರು ನೆನಪಿಸಿಕೊಳ್ಳುವಂತೆ 'ಜನಪ್ರಿಯ ಮಾತುಗಾರಿಕೆಯ ಮೋಡಿಯಲ್ಲಿಯೇ' ಕಳೆದು ಹೋಗದೆ, 'ಹೋರಾಟದ ಹಾದಿಗೂ, ಬರಹದ ಲೋಕಕ್ಕೂ' ಪ್ರವೇಶಿಸಿದ ನಂತರ ಕಳೆದ ಒಂದು ದಶಕದಲ್ಲಿ ಆಕಾಶವಾಣಿಯ ಭಾಷಣಕ್ಕಾಗಿ, ವಿಚಾರ ಸಂಕಿರಣಕ್ಕಾಗಿ, ಪತ್ರಿಕೆಗಳಿಗಾಗಿ ಸಿದ್ಧಪಡಿಸಿದ, ಮಹಿಳಾ ಶೋಷಣೆ ಮತ್ತು ವಿಮೋಚನೆಯ ಸುತ್ತಲೂ ರಚನೆಗೊಂಡಿರುವ ಲೇಖನಗಳದ್ದು. ಇದಕ್ಕೆ ಅನುಮತಿ ನೀಡಿದ ಡಾ.ಮೀನಾಕ್ಷಿ ಬಾಳಿಯವರಿಗೆ, ಇವನ್ನು ಮೊದಲು ಪ್ರಕಟಿಸಿದ ಮಹಿಳಾ ಅಧ್ಯಯನ, ಹಂಪಿ ವಿಶ್ವ ವಿದ್ಯಾಲಯ ಹಾಗೂ ಇತರರಿಗೆ, ಮುನ್ನುಡಿಯನ್ನು ಬರೆದುಕೊಟ್ಟಿರುವ

ಪ್ರೊ. ರಹಮತ್ ತರೀಕೆರೆಯವರಿಗೆ, ಮುಖಪುಟದ ಕಲೆಯನ್ನು ರಚಿಸಿಕೊಟ್ಟ ಕಲಾವಿದ ಉದಯ ಗಾಂವ್ಕರ್ ಮತ್ತು ಮುಖಪುಟದ ವಿನ್ಯಾಸ ರೂಪಿಸಿರುವ 'ಕ್ರಿಯಾ'ದ ಗೆಳೆಯ ರಾಮು ಹಾಗೂ ಮುದ್ರಣದ ಜವಾಬ್ದಾರಿ ನಿರ್ವಹಿಸಿರುವ ಚಂದ್ರು ಮತ್ತು ಅವರ ತಂಡಕ್ಕೆ ನಾವು ಆಭಾರಿಗಳು.

ಡಾ.ಮೀನಾಕ್ಷಿ ಬಾಳಿ

ಕರ್ನಾಟಕದ ಸಾಂಸ್ಕೃತಿಕ ಲೋಕದಲ್ಲಿ ಹೆಸರಾಗಿರುವ ಇವರ ಜನನ ಗುಲ್ಬರ್ಗಾದಲ್ಲಿ ಜೂನ್ 22, 1962 ರಂದು. ಗುಲ್ಬರ್ಗಾ ವಿಶ್ವವಿದ್ಯಾಲಯದಿಂದ ಸ್ನಾತಕೊತ್ತರ ಪದವಿ. ಗುಲ್ಬರ್ಗಾದ ಹೈದರಾಬಾದ್ ಕರ್ನಾಟಕ ಶಿಕ್ಷಣ ಸಂಸ್ಥೆಯ ಎಂ.ಎಸ್.ಐ. ಪದವಿ ಮಹಾವಿದ್ಯಾಲಯದಲ್ಲಿ ಕನ್ನಡ ಉಪನ್ಯಾಸಕರು. 1996 ರಲ್ಲಿ "ಅನುಭಾವಿ ಕವಿ ಕಡಕೋಳ ಮಡಿವಾಳಪ್ಪನವರು ಮತ್ತು ಅವರ ಶಿಷ್ಯರು" ವಿಷಯದ ಕುರಿತು ಸಂಶೋಧನಾ ಪ್ರಬಂಧಕ್ಕೆ ಪಿ.ಎಚ್.ಡಿ. ಪದವಿ. ಒಂದು ದಶಕಕ್ಕೂ ಹೆಚ್ಚು ಕಾಲದಿಂದ ಪ್ರಗತಿಪರ ಮಹಿಳಾ ಆಂದೋಲನದೊಂದಿಗೆ ಗುರುತಿಸಿಕೊಂಡಿರುವ ಇವರು ಅಖಿಲ ಭಾರತ ಜನವಾದಿ ಮಹಿಳಾ ಸಂಘಟನೆಯ ರಾಜ್ಯ ಕಾರ್ಯದರ್ಶಿ ಮಂಡಳಿ ಸದಸ್ಯರಾಗಿಯೂ ಹಾಗೂ ಪ್ರಜ್ಞಾ ಕಾನೂನು ಸಲಹಾ ಸಮಿತಿ, ಗುಲ್ಬರ್ಗಾದ ಅಧ್ಯಕ್ಷರೂ ಆಗಿ ಸಕ್ರಿಯವಾಗಿ ಭಾಗವಹಿಸುತ್ತಿದ್ದಾರೆ.

ಪ್ರಕಟಿತ ಕೃತಿಗಳು :–

1. ಮಡಿವಾಳಪ್ಪನವರ ಶಿಷ್ಯರ ತತ್ವ ಪದಗಳು (ಸಂಪಾದಿತ ಕೃತಿ)– 1997
2. ಖೈನೂರು ಕೃಷ್ಣಪ್ಪನವರ ತತ್ವ ಪದಗಳು (ಸಂಪಾದಿತ ಕೃತಿ) – 1998
3. ತನ್ನ ತಾನು ತಿಳಿದ ಮೇಲೆ – 2004
4. ಚಿವುಟದಿರಿ ಚಿಗುರ – 2005

ಮುನ್ನುಡಿ

ಬೀದಿ ಅನುಭವಗಳು ಬರೆಹವಾದಾಗ

ಕರ್ನಾಟಕದಲ್ಲಿ ನಾನು ಸದಾ ಗೌರವಿಸುವ ಮತ್ತು ಮೆಚ್ಚುವ ಅನೇಕ ದಿಟ್ಟ ಮಹಿಳೆಯರಿದ್ದಾರೆ. ಅವರಲ್ಲಿ ಗುಲಬರ್ಗೆಯ ಕೆ. ನೀಲಾ ಹಾಗೂ ಮೀನಾಕ್ಷಿ ಬಾಳಿ ಅವರೂ ಸೇರಿದ್ದಾರೆ. ಯಾವಾಗಲೂ ಜೊತೆಯಲ್ಲಿಯೇ ಕಾಣಿಸುವ ಇವರಿಬ್ಬರೂ ಹೋರಾಟಗಾರರು, ಒಳ್ಳೆಯ ಮಾತುಗಾರರು ಹಾಗೂ ಲೇಖಕಿಯರು. ಈ ಮೂರೂ ಗುಣಗಳು ಒಟ್ಟಿಗೆ ಸೇರುವುದು ಅಪರೂಪ. ಇವರ ಪ್ರಾಮಾಣಿಕತೆ, ಖಚಿತವಾಗಿ ಚಿಂತಿಸುವ ಗುಣ, ನೇರನುಡಿ, ನೈತಿಕ ವ್ಯಕ್ತಿತ್ವ ಇವೆಲ್ಲವೂ ನನಗೆ ಹಿಡಿಸಿದೆ.

ಇವರಲ್ಲಿ ಒಬ್ಬರಾದ ಡಾ. ಮೀನಾಕ್ಷಿ ಬಾಳಿ ಅವರು ಕನ್ನಡ ಅಧ್ಯಾಪಕರು. ಅವರು ತರಗತಿಗಳಲ್ಲಿ ವಿದ್ಯಾರ್ಥಿಗಳ ಮನಸ್ಸನ್ನು ರೂಪಿಸುವ ಕೆಲಸ ಮಾಡುತ್ತಿರುವುದು ಸರಿಯೇ ಸರಿ. ಆದರೆ ಇದಕ್ಕಿಂತಲೂ ಮಹತ್ವದ ಎರಡು ಕೆಲಸಗಳನ್ನು ಅವರು ಮಾಡುತ್ತ ಬಂದಿದ್ದಾರೆ. ಅವೆಂದರೆ, ತಮ್ಮ ಪರಿಸರದಲ್ಲಿ ಎಲ್ಲಿಯಾದರೂ ಅಸಹಾಯಕರ ನೋವೊಂದು ಕೇಳಿಸಿದರೆ, ಅಲ್ಲಿಗೆ ಧಾವಿಸಿ ಹೋಗಿ ಅದಕ್ಕೆ ಮಾನವೀಯ ಕಳಕಳಿಯಿಂದ ಮಿಡಿಯುವುದು; ದುರ್ಬಲರನ್ನು ದಮನಿಸುವ ಎಲ್ಲ ಬಗೆಯ ಶಕ್ತಿಗಳ ಎದುರು ಗಟ್ಟಿಯಾದ ದನಿಯನ್ನು ಮೊಳಗಿಸುವುದು. ಸಮಾಜದ ಮನಸ್ಸಿನ ಒಳಗೆ ಇರುವ ಹಲವು ಬಗೆಯ ಸೂತಕಗಳನ್ನು ಕಳೆಯುವುದಕ್ಕೆ ಈ ಬಗೆಯ ಮಿಡಿತ ಮತ್ತು ಮೊಳಗು ಆವಶ್ಯಕವಾಗಿವೆ.

ಮೂಲತಃ ಆಕ್ಟಿವಿಸ್ಟ್ ಆಗಿರುವ ಬಾಳಿ ಅವರು, ದಶಕಗಳ ಕಾಲ ಮಾಡಿದ ಚಳುವಳಿ, ಅಧ್ಯಯನ ಹಾಗೂ ಉಪನ್ಯಾಸಗಳ ಫಲವೆಂಬಂತೆ ಇಲ್ಲಿನ ಬರೆಹಗಳು ಮೂಡಿವೆ. ಶರಣ ಸಂಸ್ಕೃತಿಯೂ ಮಾರ್ಕ್ಸ್‌ವಾದವೂ ಹದವಾಗಿ ಬೆರೆತ ಪ್ರಜ್ಞೆಯುಳ್ಳ ಬಾಳಿಯವರು, ವಚನ ಚಳುವಳಿಯ ಅತ್ಯುತ್ತಮ ಆದರ್ಶಗಳನ್ನು ಇಟ್ಟುಕೊಂಡು, ಜಗತ್ತನ್ನು ನೋಡಲು ಯತ್ನಿಸಿದ್ದಾರೆ. ಇಲ್ಲಿನ ಬರೆಹಕ್ಕೆ ಅಧ್ಯಯನಕ್ಕಿಂತ ಬೀದಿ ಅನುಭವಗಳೇ ಹೆಚ್ಚಿನ ಕಸುವನ್ನು ಕೊಟ್ಟಿವೆ ಎಂದು ಹೇಳಬಹುದು. ಸಾಹಿತ್ಯದ ವಿಶ್ಲೇಷಣೆಗೆ ಚಳುವಳಿಯ ಅನುಭವಗಳಿಂದಲೂ ಚಳುವಳಿಗೆ ಸಾಹಿತ್ಯದ ಅಧ್ಯಯನದಿಂದಲೂ ಶಕ್ತಿ ಹಾಯಿಸಿಕೊಳ್ಳುವ ಕೆಲವೇ ಸಾಮಾಜಿಕ ಕಾರ್ಯಕರ್ತರಲ್ಲಿ ಬಾಳಿಯವರೂ ಒಬ್ಬರು. ಹೀಗಾಗಿಯೇ ಇಲ್ಲಿನ ಚಿಂತನೆಗಳು ಮೂರ್ತವಾಗಿವೆ. ಸ್ಪಷ್ಟವಾಗಿವೆ. ನೇರವಾಗಿವೆ. ಸರಳವಾಗಿವೆ. ಪುರುಷವಾದ, ಕೋಮುವಾದ, ಜಾತಿವಾದ ಹೀಗೆ ನಮ್ಮ ಬಾಳನ್ನು ಕುಬ್ಜಮಾಡಿರುವ ಎಲ್ಲ ವಿಕಾರಗಳಿಗೆ ಅವರು ಇಲ್ಲಿ ತೋರಿರುವ ಸಿಟ್ಟು ಮತ್ತು ಪ್ರತಿರೋಧಗಳು ಓದುಗರಿಗೆ ತಟ್ಟುತ್ತವೆ. ಈ ಸಿಟ್ಟು ಮತ್ತು ಪ್ರತಿರೋಧಗಳ ಹಿಂದೆ ಹೊಸ ಸಮಾಜ ಕಟ್ಟುವ ಕನಸಿದೆ ಎನ್ನುವುದು ಈ ಬರೆಹಗಳನ್ನು ಓದುವ ಯಾರಿಗೂ ಹೊಳೆಯುತ್ತದೆ.

ಇಲ್ಲಿನ ಬರೆಹಗಳು ಸಾಮಾನ್ಯವಾಗಿ ಮಾಹಿತಿಯನ್ನು ಜೋಡಿಸಿ ಕೊಡುತ್ತ, ಚಾರಿತ್ರಿಕ ಸಮೀಕ್ಷೆ ಮಾಡುತ್ತ ವಿಧಾನವನ್ನು ಅನುಸರಿಸಿವೆ. ಇದರಿಂದ ವರ್ತಮಾನದ ಘಟನೆಗೆ ಕಾರಣವಾಗಿರುವ ಗತಕಾಲದ ಭಿತ್ತಿಯ ನೋಟಗಳೇನೊ ಸಿಕ್ಕುತ್ತಿವೆ. ಆದರೆ ಚಾರಿತ್ರಿಕ ನೋಟಗಳ ಹೆಚ್ಚಳದಿಂದಾಗಿ, ಲೇಖಕಿಗೆ ತನ್ನ ಚಿಂತನೆ ಕಲ್ಪನೆಗಳನ್ನು ಕೂಡಿಸಿ ಹೊಸ ಕಥನಗಳನ್ನು ಕಟ್ಟುವ ಸಾಧ್ಯತೆಗಳು ಕಡಿಮೆಯಾಗಿವೆ. ಬಾಳಿಯವರ ಬಾಯಿಯಲ್ಲಿ ಅನೇಕ ಹೋರಾಟದ ಮಾನವೀಯ ಕತೆಗಳನ್ನು ಕೇಳಿರುವ ಹಿನ್ನೆಲೆಯಲ್ಲಿ ಈ ಮಾತನ್ನು ನಾನು ಬರೆಯುತ್ತಿದ್ದೇನೆ. ಬಾಳಿ ಅವರು ತಮ್ಮ ಅನುಭವಕ್ಕೆ ಬಂದ ನಿರ್ದಿಷ್ಟ ಘಟನೆಯನ್ನು ಇಟ್ಟುಕೊಂಡು ಅದಕ್ಕೆ ಸಂಬಂಧಿಸಿದ ಎಲ್ಲ ಸೂಕ್ಷ್ಮವಾದ ಬಿಡಿ ವಿವರಗಳನ್ನು ಕೂಡಿಸುತ್ತ ಹೊಸ ಕಥನವನ್ನೇ ಕಟ್ಟಿತೋರುವ ವಿಧಾನವನ್ನು ಹಿಡಿಯುವುದು ಸಾಧ್ಯವಾಗಬೇಕು ಎಂದು ಸಹ ನಾನು ಆಶಿಸುತ್ತೇನೆ. ಇದು ಸಾಧ್ಯವಾದರೆ, ಬೇರೊಂದು ವಿನ್ಯಾಸದ ಬರೆಹಗಳೇ ಹುಟ್ಟುವ ಸಾಧ್ಯತೆಯಿದೆ. ಇಲ್ಲಿರುವ ಲೇಖನವೊಂದರಲ್ಲಿ ಬರುವ ಇರುವೆಯ ರೂಪಕದ ವಿಶ್ಲೇಷಣೆಯಲ್ಲಿ ಅಂತಹ ವಿನ್ಯಾಸದ ಸಣ್ಣ ಝಲಕು ಬಂದಿದೆ. ಮಹಿಳೆಯು ತಾಯಿಯಾಗುವಾಗ ಪಡುವ ಜೈವಿಕ ಅನುಭವದ ಕಥನದಲ್ಲಿ ಆ ಝಲಕು ಮೈದೋರಿದೆ. ಸಾಮಾನ್ಯವಾಗಿ ವೈಚಾರಿಕ ಪ್ರಜ್ಞೆಯಿಂದ ತಾರ್ಕಿಕವಾಗಿ ಬರೆಯುವ ಬಾಳಿಯವರು, ಕೆಲವು ವಿಷಯಗಳಲ್ಲಿ ಅಂತರ್ಮುಖಿಯಾಗಿದ್ದು, ಭಾವನಾತ್ಮಕವಾಗಿಯೂ ಕಾವ್ಯಾತ್ಮಕವಾಗಿಯೂ ಬರೆಯಬಲ್ಲರು ಎಂಬುದಕ್ಕೆ ಮೇಲೆ ಉಲ್ಲೇಖಿಸಿದ ಎರಡು ನಿರ್ದಶನಗಳು ಸಾಕ್ಷಿಯಾಗಿವೆ.

ಗುಲಬರ್ಗ ಭಾಷೆಯಲ್ಲಿ ಗುಂಡುಹೊಡೆದಂತೆ ಉಪನ್ಯಾಸ ಮಾಡುವ ಬಾಳಿಯವರನ್ನು ಕೇಳಿರುವ ಯಾರಿಗಾದರೂ, ಅವರ ಮಾತಿನ ಪರಿಣಾಮ ಬರೆಹದಲ್ಲಿ ಅಷ್ಟಾಗಿ ಇಲ್ಲವೆಂದು ಅನಿಸಿದರೆ ಸೋಜಿಗವಿಲ್ಲ. ಆದರೂ ಬಾಳಿಯವರು ತಮ್ಮ ಚಿಂತನಶೀಲ ಬರೆಹಗಳ ಮೂಲಕ ಹೆಚ್ಚು ಜನರಿಗೆ ತಲುಪುವುದು ಅಗತ್ಯವಾಗಿದೆ. ಹೊಸ ತಲೆಮಾರಿನ ತರುಣ-ತರುಣಿಯರು ಈ ಪುಸ್ತಕವನ್ನು ಓದಿ ಅವರ ಸಿಟ್ಟು, ಜೀವನಪ್ರೀತಿ, ಕ್ರಿಯಾಶೀಲತೆಗಳನ್ನು ತಮಗೂ ಆವಾಹಿಸಿಕೊಳ್ಳಬೇಕು ಎಂದು ನಾನು ಆಶಿಸುತ್ತೇನೆ.

ಪ್ರೊ. ರಹಮತ್ ತರೀಕೆರೆ

ಲೇಖಕರ ಮಾತು

ಧೋರಣೆಯ ಧಾವಂತದ ಲೋಕದಿಂದ

ಅಕ್ಷರದಲಭ್ಯಾಸವ ಮಾಡಿ ಬರೆವ ತೊಡೆವ ಪರಿಯಿನ್ನೆಂತೋ?
ಸ್ವರೂಪವೆಂಬುದಾವುದು, ನಿರೂಪವೆಂಬುದಾವುದು ಅರಿಯರಾಗಿ
ಆದಿ ನಿರಾಳ, ಮಧ್ಯ ನಿರಾಳ, ಊರ್ಧ್ವ ನಿರಾಳ ಗುಹೇಶ್ವರಾ

ಅಲ್ಲಮನ ಈ ವಚನವು ಅಕ್ಷರದ ಶಕ್ತಿ ಮತ್ತು ಮಿತಿ ಎರಡನ್ನು ಏಕಕಾಲಕ್ಕೆ ಹೊಳೆಯಿಸುತ್ತದೆ. ಮಾತುಗಳು ಅಕ್ಷರಗಳ ಸಮೂಹ. ಅಕ್ಷರಗಳು ಮಾತಾಗುವುದು ಒಂದು ಬಗೆಯಾದರೆ, ಅವು ಲಿಪಿಯಾಗಿ ಬರಹಕ್ಕಿಳಿಯುವುದು ಇನ್ನೊಂದು ಬಗೆ. ಮಾತುಗಳು ಬಯಲಲ್ಲಿ ಬಯಲಾಗಿ ಗಾಳಿಗೋಪುರವಾಗಿ ಹಾರಿ ಹೋಗುವ ತವಕಕ್ಕೆ ಒಳಗಾದರೆ; ಬರಹಕ್ಕೆ ಇಳಿದ ಇವೇ ಮಾತುಗಳು ದಾಖಲೀಕರಣಗೊಂಡು ಮೂರ್ತರೂಪದಲ್ಲಿ ನೆಲೆಗೊಳ್ಳುವ ಧಾವಂತ ತೋರುತ್ತವೆ. ಮಾತು ಮತ್ತು ಬರಹ ಎರಡೂ ಅಭಿವ್ಯಕ್ತಿ ಸಾಧ್ಯತೆಯ ಭಿನ್ನ ಆಯಾಮಗಳೇ ಹೌದು. ಅಲ್ಲಮನಂಥ ದಾರ್ಶನಿಕರಿಗೆ ಈ ಅಭಿವ್ಯಕ್ತಿ ಮಾಧ್ಯಮಗಳೂ ತನ್ನ ತಾನರಿವ ಪ್ರಮೇಯಗಳಾಗಿ ಕಾಣಿಸಿಕೊಂಡಿರಲು ಸಾಕು. ಎಂತಲೇ ಅಕ್ಷರ ಬೆಳಕಿನಿಂದ ವಂಚಿಸಲ್ಪಟ್ಟ ಜನಸಮುದಾಯಗಳನ್ನು ಎಚ್ಚರಿಸುವ, ತನ್ಮೂಲಕ ವ್ಯವಸ್ಥೆಯಲ್ಲಿರುವ ಸ್ಥಗಿತತೆಯನ್ನು ಒಡೆಯುವ ಸಾಧನವಾಗಿಯೂ ಅಕ್ಷರಗಳು ಬೇಕಾಗಿವೆ.

ಅಭಿವ್ಯಕ್ತಿಯ ಮೂರ್ತರೂಪವಾಗಿರುವ ಅಕ್ಷರ ಮತ್ತು ಅಕ್ಷರದೊಳಗೆ ಕಟ್ಟಿಕೊಳ್ಳುವ ಅನುಭಾವಗಳು ಜನತೆಯ ದಾರಿದೀಪ. ಅಕ್ಷರ ಹಣತೆಯ ಈ ದೀಪ ತನ್ನ ಮುಖವನ್ನು ಇತರರಿಗೆ ತೋರಿಸುವಂತೆ, ಇತರರ ಮುಖಗಳನ್ನು ತನಗೆ ಕಾಣಿಸುತ್ತದೆ. ಇಂಥ ಮಹಾಮಣಿಹಕ್ಕಾಗಿಯೇ ಬುದ್ಧ ಬಸವ ಅಲ್ಲಮರಾದಿಯಾಗಿ ಹಲವಾರು ದಾರ್ಶನಿಕರು ಬರೆದರು. ಅನುಭವಕ್ಕೆ ದಕ್ಕಿದ್ದನ್ನು ಆಡಿ ತೋರಿಸಿದರು. ಆಡಿದ್ದು ಸಾಲದಾಗಲು ಆಡಿದ್ದನ್ನು, ಆಡಬೇಕಾಗಿರುವುದನ್ನು ಲಿಪಿಗೆ ಇಳಿಸಿ ಬರೆದರು. ಹಾಗೇ ನೋಡಿದರೆ ಮಾತಿನಷ್ಟು ಬರಹ ಸುಲಭವಲ್ಲ. ಲೋಕಾಭಿರಾಮವಾಗಿ ಹೊಡೆಯುವ ಮಾತುಗಾರಿಕೆಯ ಹರಹು ವಿಸ್ತರಿಸಿಕೊಳ್ಳುತ್ತದೆ. ಒಮ್ಮೊಮ್ಮೆ ಮಾತು ಸಹಜ ಮತ್ತು ಅನಿವಾರ್ಯವಾಗಿಯೂ ಮೂರ್ತಗೊಳ್ಳುತ್ತದೆ. ಆದರೆ ಬರಹ ಹಾಗಲ್ಲ. ತುಸುವಾದರೂ ಹಟವಿಲ್ಲದೆ, ಹೈರಾಣವಿಲ್ಲದೆ ಬರಹ ಅವತರಿಸುವುದಿಲ್ಲ. ಸುಮ್ಮನೆ ಮಾತಾಡಿದ್ದೆಲ್ಲವೂ ಕಾವ್ಯವಾಗುವ ಪರಿ ಇದೆಯಲ್ಲ ಅದು ಬೇರೆ. ಆದರೆ ಬರಹಗಳನ್ನು ಕಟ್ಟಿಕೊಡಬೇಕೆಂಬ ನಿರ್ದಿಷ್ಟ ಧೋರಣೆಯ ಧಾವಂತ ಇರುತ್ತದಲ್ಲ ಅದು ಇನ್ನೊಂದು ಲೋಕ. ಇಂಥ ಲೋಕದೊಳಗಿನ ಒಂದು ಪುಟ್ಟ ಹೆಜ್ಜೆ ಪ್ರಸ್ತುತ ಕೃತಿ.

ಜನಪ್ರಿಯ ಮಾತುಗಾರಿಕೆಯ ಮೋಡಿಯಲ್ಲಿ ನಾನು ಹೆಚ್ಚು ಕಡಿಮೆ ಕಳೆದು ಹೋಗಿದ್ದೆ ಗೆಳತಿ ನೀಲಾ ಮತ್ತು ಆಕೆಯ ಬಾಳಸಂಗಾತಿ ಕೋದಂಡರಾಮ ಇವರಿಬ್ಬರೂ ನನ್ನನ್ನು ಹೋರಾಟದ ಹಾದಿಗೂ, ಬರಹದ ಲೋಕಕ್ಕೂ ಎಳೆದು ತಂದರು. ಬರಹಕ್ಕೆ

ಬೇಕಾದ ಅಪಾರ ತಾಳ್ಮೆ, ವ್ಯುತ್ಪತ್ತಿ ಮತ್ತು ಧ್ಯಾನಸ್ಥ ಸ್ಥಿತಿಗಳೊಂದಿಗೆ ಬೆಸೆದರು. ಅವರಿಬ್ಬರ ನಿರಂತರ ಒತ್ತಾಯ, ಒತ್ತಾಸೆಗಳ ಕಾರಣವಾಗಿ ನಾನು ಈ ನಾಲ್ಕೈದು ವರ್ಷಗಳ ಅವಧಿಯಲ್ಲಿ ಬರಹಕ್ಕೆ ಅಂಟಿಕೊಂಡೆ.

2000 ನೇ ಸಾಲಿನಿಂದ ಈ ಐದಾರು ವರ್ಷಗಳ ಅವಧಿಯಲ್ಲಿ ಆಕಾಶವಾಣಿಯ ಭಾಷಣಕ್ಕಾಗಿ, ವಿಚಾರ ಸಂಕಿರಣಕ್ಕಾಗಿ, ಪತ್ರಿಕೆಗಳಿಗಾಗಿ ಸಿದ್ಧಪಡಿಸಿದ ಹನ್ನೆರಡು ಲೇಖನಗಳು ಇಲ್ಲಿ ಅಡಕವಾಗಿವೆ. ಇಲ್ಲಿಯ ಬಹುತೇಕ ಲೇಖನಗಳು ಆಯಾ ಸಂದರ್ಭಕ್ಕಾಗಿ ತಯಾರಿಸಲ್ಪಟ್ಟಿರುವುದರಿಂದ ಕ್ರಮಬದ್ಧವಾದ ಶಿಸ್ತು ಇಲ್ಲಿ ಕಾಣಲಾರದು. ಮಹಿಳಾ ಶೋಷಣೆ ಮತ್ತು ವಿಮೋಚನೆ ಸುತ್ತಲೂ ರಚನೆಗೊಂಡಿರುವ ಲೇಖನಗಳಲ್ಲಿ ಹಲವಾರು ಅಂಶಗಳು ಪುನರಾವರ್ತನೆಯಾದದ್ದೂ ಇದೆ. ಒಂದೇ ವಿಷಯದ ಕುರಿತು ಬೇರೆ ಬೇರೆ ಗ್ರಂಥಗಳಿಗಾಗಿ ಲೇಖನಗಳನ್ನು ಸಿದ್ಧಪಡಿಸುವಾಗಲೂ ಕೆಲವು ವಚನಗಳು, ಕಾವ್ಯದ ಸಾಲುಗಳು ಪುನರಾವರ್ತನೆಯಾಗಿವೆ. ಆದರೆ ಆಯಾ ಲೇಖನದ ವ್ಯಾಪ್ತಿಗೆ ಇವು ಅನಿವಾರ್ಯವೆನಿಸಿದ್ದರಿಂದ ಇವುಗಳನ್ನು ಉಳಿಸಿಕೊಳ್ಳಲಾಗಿದೆ. ಬಿಡಿ ಬಿಡಿಯಾಗಿ ಅಲ್ಲಲ್ಲಿ ಉಳಿದುಕೊಂಡಿದ್ದ ಈ ಲೇಖನಗಳನ್ನು ಪುಸ್ತಕ ರೂಪದಲ್ಲಿ ತರುವಂತೆ ಒತ್ತಾಯಿಸಿ ಪ್ರಕಟಿಸುತ್ತಿರುವ 'ಚಿಂತನ ಪುಸ್ತಕ' ಬಳಗಕ್ಕೆ ಧನ್ಯವಾದಗಳು.

ವಿಶೇಷವಾಗಿ 'ಚಿಂತನ ಪುಸ್ತಕ'ದ ಎನ್.ಕೆ.ವಸಂತರಾಜ ಮತ್ತು ಗೆಳತಿ ವಿಶಾಲಮತಿಯವರು ಪದೇ ಪದೇ ನೆನಪಿಸಿ ಲೇಖನಗಳನ್ನು ಪಡೆಯದಿದ್ದರೆ ಸದರಿ ಕೃತಿ ಬರುವುದು ಸಾಧ್ಯವಾಗುತ್ತಿರಲಿಲ್ಲ. ಅವರಿಗೆ ವಿಶೇಷ ನೆನಕೆಗಳು ಸಲ್ಲಲೇ ಬೇಕು. ಇಲ್ಲಿನ ಹಲವು ಲೇಖನಗಳನ್ನು ಪ್ರಕಟಿಸಿದ ಮಹಿಳಾ ಅಧ್ಯಯನ, ಹಂಪಿ ವಿಶ್ವ ವಿದ್ಯಾಲಯ ಮುಖಾಮುಖಿ ಮಾಲಿಕೆಯ ಬಂಧುಗಳಿಗೂ ಶರಣಾರ್ಥಿಗಳು.

ಯಾವತ್ತೂ ನನ್ನ ಭಾಷಣ ಮತ್ತು ಬರಹಗಳ ವಿಮರ್ಶಕರೂ, ಪ್ರೇರಕರೂ ಆಗಿರುವ ಗೆಳತಿ ನೀಲಾ, ಕೊದಂಡರಾಮ, ಪ್ರಭು ಖಾನಾಪುರೆ, ಕಾಶೀನಾಥ ಅಂಬಲಗಿ, ಆರ್. ಕೆ. ಹುಡಗಿ, ನಾಗೇಂದ್ರಪ್ಪ ಅವರಾದಿ, ಶಾಂತಾ ಮಠ, ಶಾಂತಾ ಅಷ್ಟಗೆ, ಅಮೃತಾ ಕಟ್ಟೆ, ಭುವನೇಶ್ವರಿ ಚಿಮಕೊಡ ಮತ್ತು ಹೋರಾಟದ ದಾರಿಯಲ್ಲಿನ ಅಸಂಖ್ಯ ಸಂಗಾತಿಗಳಿಗೂ ಶರಣು ಶರಣಾರ್ಥಿ. ಅಂದವಾಗಿ ಮುದ್ರಿಸಿದ ಕ್ರಿಯಾ ಬಳಗ, ಡಿ.ಟಿ.ಪಿ. ಮಾಡಿದ ಸುಜಾತ, ಸುಶ್ರೀಮ ಗೆಳತಿಯರಿಗೂ, ಅಂದವಾದ ಮುಖ ಪುಟ ವಿನ್ಯಾಸ ಮಾಡಿದ ಕ್ರಿಯಾದ ರಾಮು ಅವರಿಗೂ ಕೃತಜ್ಞತೆಗಳು. ನನ್ನೊಂದಿಗೆ ಯಾವತ್ತೂ ವಿಚಾರಗಳನ್ನು ಹಂಚಿಕೊಳ್ಳುತ್ತಿರುವ ಸಹೋದರ ರವಿ ಶಾಬಾದಿ ಮತ್ತು ವಿದ್ಯಾರ್ಥಿ ಬಳಗವನ್ನು ಸ್ಮರಿಸದೇ ಇರಲು ಸಾಧ್ಯವಿಲ್ಲ. ಸದಾ ನನ್ನ ಬೆಳವಣಿಗೆಗೆ ಬೆನ್ನೆಲುಬಾಗಿ ನಿಂತ ನೀಲೂ ಮಾಮಿ ಮತ್ತು ಮಂಗ ಶೆಟ್ಟಿ ಪರಿವಾರಕ್ಕೂ ಧನ್ಯವಾದಗಳು. ಮಹಿಳಾಪರ ಚಿಂತನೆ ಮತ್ತು ಚಳುವಳಿಗಳಲ್ಲಿ ತೊಡಗಿಸಿಕೊಳ್ಳುವವರಿಗೆ ಸದರಿ ಕೃತಿಯಿಂದ ಒಂದಷ್ಟು ಸಹಾಯವಾಗುವುದಾದರೆ ಅದೇ ಇದರ ಸಾರ್ಥಕ್ಯವಾದಿತು.

ಡಾ. ಮೀನಾಕ್ಷಿ ಬಾಳಿ

ಪರಿವಿಡಿ

ನಡುವೆ ಸುಳಿವ ಆತ್ಮ

ಮೊಲೆ ಮುಡಿ ಬಂದಡೆ ಹೆಣ್ಣೆಂಬರು
ಗಡ್ಡ ಮೀಸೆ ಬಂದಡೆ ಗಂಡೆಂಬರು
ನಡುವೆ ಸುಳಿವ ಆತ್ಮನು
ಹೆಣ್ಣೂ ಅಲ್ಲ ಗಂಡೂ ಅಲ್ಲ ಕಾಣಾ ! ರಾಮನಾಥ

ಜೇಡರ ದಾಸಿಮಯ್ಯನ ಈ ವಚನವು ವಿಶ್ವದಾದ್ಯಂತ ಜಾರಿಯಲ್ಲಿರುವ ಲಿಂಗಭೇದನೀತಿಗೆ ಚಾಟಿಯೇಟಿನಂತಿದೆ. ಗಂಡು ಮತ್ತು ಹೆಣ್ಣೆಂಬ ಲಿಂಗ ಪ್ರಭೇದಗಳು ಸೃಷ್ಟಿಯ ವೈವಿಧ್ಯಗಳು. ಜೀವ ಜಗತ್ತಿನ ಸಂಚಲನೆಗೆ ಕಾರಣವಾಗುವ ಉಭಯಲಿಂಗಗಳ ಸಂಯೋಗವು ಸೃಷ್ಟಿಯ ಅಪರಿಹಾರ್ಯ ಭಂಗಿಯೂ ಹೌದು. ಹುಟ್ಟುವ ಪ್ರತಿಯೊಂದು ಜೀವವು ಮೂಲದಲ್ಲಿ ಜೀವಿ ಮಾತ್ರವಾಗಿರುತ್ತದೆ. ಹಸಿವು, ನಿದ್ದೆ, ನೀರಡಿಕೆ, ಮೈಥುನಾದಿ ಬಯಕೆಗಳು, ಕೋಪ, ತಾಪ, ಪ್ರೀತಿ, ದ್ವೇಷಾದಿ ಭಾವನೆಗಳು, ರೋಗ, ಮುಪ್ಪು, ಸಾವು ಮುಂತಾಗಿ ನೈಸರ್ಗಿಕ ಘಟ್ಟಗಳು ಎಲ್ಲ ಜೀವಿಗಳಲ್ಲಿಯೂ ಏಕಪ್ರಕಾರವಾಗಿರುತ್ತವೆ. ಈ ಮೇಲಿನ ಅಂಶಗಳಲ್ಲಿ ಗಂಡು, ಹೆಣ್ಣುಗಳೆಂಬ ಲಿಂಗ ವಿವಿಕ್ಷೆ ಇಲ್ಲವಾದರೂ ಶಾರೀರಿಕ ರಚನೆ ಮತ್ತು ಶಾರೀರಿಕ ಕಾರ್ಯವಿಧಾನಗಳಲ್ಲಿ ಖಂಡಿತ ಇವೆರಡೂ ಭಿನ್ನವಾಗಿವೆ. ಗಂಡು ಪ್ರಾಣಿಗೆ ಕಾಲಕ್ಕೆ ತಕ್ಕಂತೆ ಗಡ್ಡ, ಮೀಸೆ, ರೇತಸ್ಸು ಕಾಣಿಸಿಕೊಂಡರೆ, ಹೆಣ್ಣು ಪ್ರಾಣಿಗೆ ಮೊಲೆ, ಮುಟ್ಟುಗಳು ಕಾಣಿಸಿಕೊಳ್ಳುತ್ತವೆ. ಮನುಷ್ಯರಾದಿಯಾಗಿ ಇತರ ಪಶು, ಪಕ್ಷಿ, ಪ್ರಾಣಿ ವರ್ಗಗಳಲ್ಲಿಯೂ ಗಂಡು, ಹೆಣ್ಣುಗಳಿಗೆ ಭಿನ್ನವಾದ ಶಾರೀರಿಕ ಸಂರಚನೆಗಳಿವೆ. ಆಯಾ ಲಿಂಗಕ್ಕೆ ವಿಶಿಷ್ಟವಾದ ಅವಯವ, ಆಕಾರಗಳಿವೆ. ಇವು ಜೈವಿಕ ವೈವಿಧ್ಯಗಳು. ಈ ವೈವಿಧ್ಯ ಕಾರಣವಾಗಿಯೇ ನಿಸರ್ಗವು ಇಷ್ಟು ಸುಂದರವೂ, ಆಕರ್ಷಕವೂ, ರಸಾತ್ಮಕವೂ ಆಗಿ ಪರಿಣಿಸಿದೆ. ಈ ವೈವಿಧ್ಯತೆಯು ಮಾನವ ಜೀವಿಯೊಂದನ್ನು ಹೊರತುಪಡಿಸಿ ಉಳಿದ ಪ್ರಾಣಿಗಳಲ್ಲಿ ಲಿಂಗಭೇದ ನೀತಿಗೆ ದಾರಿ ಮಾಡಿಕೊಟ್ಟದ್ದು ಇಲ್ಲ. ಯಾವುದೇ ಕ್ರಿಮಿ, ಕೀಟಾದಿ, ಪಶು ಪ್ರಾಣಿಗಳು ತಮ್ಮ ಗರ್ಭದಲ್ಲಿ ಮೂಡಿದ್ದು ಹೆಣ್ಣೋ ಅಥವಾ ಗಂಡೋ ಎಂದು ತಲೆಕೆಡಿಸಿಕೊಳ್ಳುವುದು ಇಲ್ಲ. ಅಂತೆಯೇ ಗರ್ಭದಲ್ಲಿ ಹೆಣ್ಣಿದೆ ಎಂಬುದನ್ನು ಪತ್ತೆ ಹಚ್ಚಿ ಹೆಣ್ಣೆಂಬ ಕಾರಣಕ್ಕೆ ಅದನ್ನು ಹೊಸಕಿ ಹಾಕಿರಲಾರದು. ಆದರೆ ಪ್ರಾಣಿ ವರ್ಗಗಳಲ್ಲೇ ಅತ್ಯಂತ ಬುದ್ಧಿವಂತ ಎನಿಸಿಕೊಂಡಿರುವ ಮನುಷ್ಯರು ಮಾತ್ರ ನಾಗರೀಕತೆ ಬೆಳೆದು ಬಂದಿರುವ ಕಾಲದಿಂದಲೂ ಹೆಣ್ಣು ಜೀವಿಯನ್ನು ತಿರಸ್ಕರಿಸಿದ್ದು, ತುಚ್ಛೀಕರಿಸಿದ್ದು, ಹೊಸಕಿ ಹಾಕಿದ್ದು ಕಂಡು ಬರುತ್ತಿದೆ.

ಹೆಣ್ಣನ್ನು ಪರಂಪರಾಗತವಾಗಿ ತುಚ್ಛೀಕರಿಸಿಕೊಂಡು ಬರುತ್ತಿರುವ ಕಾರಣವಾಗಿಯೇ ಲಿಂಗ ಸಮಾನತೆಯ ಪ್ರಶ್ನೆಗಳನ್ನು ಅನೂಚಾನವಾಗಿ ಕೇಳಿಕೊಂಡು ಬರಲಾಗುತ್ತಿದೆ.

ದಾಸಿಮಯ್ಯನಾದರೂ ಶಾರೀರಿಕ ವೈವಿಧ್ಯತೆಗಳೇ ಲಿಂಗಭೇದ ನೀತಿಗೆ ಕಾರಣವಾಗುವ ಮನೋಸ್ಥಿತಿಯನ್ನು ಕೆಣಕುತ್ತಾನೆ. ಗಡ್ಡ ಮೀಸೆಗಳು ಗಂಡಸಿಗೆ ಶೌರ್ಯ, ಪೌರುಷ್ಯಗಳ ಸಂಕೇತವಾದರೆ, ಮೊಲೆ, ಮುಟ್ಟುಗಳು ಹೆಣ್ಣಿಗೆ ಮೈಲಿಗೆಯ, ಸೂತಕದ ಕೀಳರಿಮೆಯ ಸಂಕೇತ ಏಕಾಗಬೇಕು. ಒಂದು ವೈವಿಧ್ಯ ಶ್ರೇಷ್ಠವಾದರೆ, ಇನ್ನೊಂದು ಕನಿಷ್ಠ ಏಕಾಗಬೇಕು? ಇಂಥ ಸ್ಥಿತಿಯು ನಿರ್ಮಾಣವಾದದ್ದು ಎಲ್ಲಿಂದ? ಅದನ್ನು ಶತಃಸಿದ್ಧ ಎಂಬಂತೆ ಅನುಸರಿಸಿಕೊಂಡು ಬರುತ್ತಿರುವ ವಾದಗಳು ಯಾವುವು? ಎಂಬುದನ್ನು ಬಗೆದು ನೋಡಬೇಕಾದ ಜರೂರಿಯನ್ನು ದಾಸಿಮಯ್ಯ ಮನಗಾಣಿಸುತ್ತಾನೆ. ಆದ್ದರಿಂದಲೇ ಆತ ತುಂಬಾ ಸ್ಪಷ್ಟವಾಗಿ ಹೆಣ್ಣು ಗಂಡುಗಳೆಂಬ ಲಿಂಗ ವೈವಿಧ್ಯಗಳಾಚೆ ವಿಸ್ತರಿಸಿಕೊಂಡಿರುವ ಆತ್ಮ ಅಥವಾ ಪ್ರಾಣಶಕ್ತಿ, ಚೈತನ್ಯ ಏನಾದರೂ ಅನ್ನಿ. ಅದು ಮಾತ್ರ ಲಿಂಗ ನಿರಪೇಕ್ಷಿತವಾಗಿದೆ ಎನ್ನುತ್ತಾನೆ. ಅಷ್ಟೇ ಅಲ್ಲ ಸೃಷ್ಟಿ ಸಾಧ್ಯತೆಯ ಅನಂತ ರೂಹುಗಳನ್ನು ಕಟ್ಟಿಕೊಡುವ ಈ ಲಿಂಗ ವೈವಿಧ್ಯತೆಯನ್ನು ಸಮಾನವಾಗಿ ಕಾಣುವಲ್ಲಿಯೇ ನಿಸರ್ಗದ ವಿಜಯವಿದೆ ಎನ್ನುತ್ತಾನೆ.

ತೀರ ಆದಿಮ ಸ್ಥಿತಿಯಲ್ಲಿ ನಿಸರ್ಗ ಸಹಜವೆಂಬಂತೆ ಬೆಳೆದು ಬಂದು ಮಾನವ ಪ್ರಾಣಿಗಳಾದರೂ ಇತರ ಪ್ರಾಣಿಗಳಂತೆ ಸ್ವಚ್ಛಂದವಾಗಿ ಬದುಕಿರಲೂ ಸಾಕು. ಬುದ್ಧಿ ಭಾವನೆಗಳು ಸಾಮಾಜೀಕರಣಕ್ಕೆ ಒಳಪಡದ ಹಂತದಲ್ಲಿ ಹಸಿವೆ, ನಿದ್ದೆ ಮೈಥುನಾದಿಗಳನ್ನು ಇತರ ಪಶು, ಪಾಣಿಗಳಂತೆ ನಿಭಾಯಿಸಿಕೊಂಡದ್ದು ಈಗ ಶಿಲಾಯುಗ, ಆದಿಶಿಲಾಯುಗ ಎಂದು ಕರೆಸಿಕೊಳ್ಳುತ್ತಿದೆ. ಎಷ್ಟೋ ದಿವಸಗಳವರೆಗೆ ಹೆಣ್ಣಿನ ಗರ್ಭ ಕಟ್ಟಿಕೊಳ್ಳುವ ಕ್ರಿಯೆಯಲ್ಲಿ ತನ್ನ ಪಾಲೂ ಇದೆ ಎಂಬುದನ್ನು ಅರಿಯದಿರುವ ಸ್ಥಿತಿಯಲ್ಲಿ ಮನುಷ್ಯರು ಬಾಳಿದ್ದು ಇದೆ. ಸ್ತ್ರೀಯರಿಗಾದರೂ ಗರ್ಭ ಕಟ್ಟಿಕೊಳ್ಳುವುದು. ನಿಗದಿತ ಅವಧಿಗೆ ಮಗು ಹೊರ ಬರುವುದು, ಮಗುವಿಗಾಗಿ ಸ್ತನದಲ್ಲಿ ಹಾಲು ಕಟ್ಟಿಕೊಳ್ಳುವುದು ಇವೆಲ್ಲವೂ ಅದ್ಭುತ ಆಶ್ಚರ್ಯಗಳಾಗಿಯೇ ಕಂಡಿರಲು ಸಾಕು. ತಾಯ್ತನವೆಂಬುದು ಸ್ತ್ರೀಗೆ ನಿಸರ್ಗ ಕೊಟ್ಟ ಶಾರೀರಿಕ ಸ್ಥಿತಿಯಾಗಿರುವ ಕಾರಣಕ್ಕಾಗಿ ಅದು ಅವಳಿಗೆ ಗಂಡಸಿಗಿಂತ ಹೆಚ್ಚು ಆಪ್ತವಾಯಿತು.

ಆದ್ದರಿಂದಲೇ ಮಾನವ ವಿಜ್ಞಾನಿಗಳು 'ತಾಯಿ' ನಿಸರ್ಗ ಸತ್ಯವಾದರೆ, ತಂದೆ ಸಾಂದರ್ಭಿಕ ಸತ್ಯ ಎಂದರು. ಮಗುವು ತಾಯಿಯ ಗರ್ಭದಿಂದ ಹೊರಬರುವ ಕ್ರಿಯೆ ಇದೆಯಲ್ಲ. ಇದು ನೇರವಾಗಿ ಗ್ರಹಿಕೆಗೆ ಬರುವ ಕ್ರಿಯೆಯಾಗಿದ್ದರಿಂದಲೇ ಮಾತೃ ಪ್ರಧಾನ ಸಂಸ್ಕೃತಿಯೊಂದು ಚಾಲ್ತಿಯಲ್ಲಿತ್ತು. ಹುಟ್ಟುವ ಮಕ್ಕಳೆಲ್ಲ ತಾಯಿಗೆ ಸೇರಿದ್ದು, ಏಕೆಂದರೆ ಅವಳೇ ಹೆರುತ್ತಿದ್ದಳು. ಹಾಲೂಡಿಸುತ್ತಿದ್ದಳು. ತಿದ್ದಿ ತೀಡಿ ಬೆಳೆಸುತ್ತಿದ್ದಳು. ಮಗು ಬೆಳೆದಂತೆ ಅದರ ಹೊಟ್ಟೆ ತುಂಬಿಸಲೆಂದು ಬೇಟೆಯು ಆಡುತ್ತಿದ್ದಳು. ಬೇಟೆಯ ಯುಗದಲ್ಲಿ ಹಿರಿಯ ಬೇಟೆಯಾಡುವವಳು ಮಹಿಳೆಯೇ ಆಗಿದ್ದಳು. ಬೇಟೆಯಲ್ಲಿ ಪಾಲನ್ನು ಹಂಚಿಕೊಡುವ ಅಧಿಕಾರವನ್ನು ಅವಳೇ ನಿಭಾಯಿಸುತ್ತಿದ್ದಳು. ಏಕೆಂದರೆ ಸಂತಾನದ ಹೊಟ್ಟೆ ತುಂಬಿಸುವ ಧಾವಂತ ಅವಳ ರಕ್ತಕ್ಕಂಟಿಕೊಂಡೇ ಬಂದಿರುತ್ತದೆ. ಉಳಿದ ಪ್ರಾಣಿಗಳಲ್ಲಿಯೂ ಮರಿಗಳು, ಕುನ್ನಿಗಳೂ ತಾಯಿ ಪ್ರಾಣಿಯ ಸುತ್ತಲೇ ನೆರೆದು ಕೊಂಡಿರುವುದನ್ನು ಗಮನಿಸಬಹುದು. ತಾಯಿ

ತನ್ನ ಮರಿಗೆ ಗುಟುಕು ಕೊಡುವುದನ್ನು ಯಾರೂ ಕಲಿಸಬೇಕಾಗಿಲ್ಲ. ನಿಸರ್ಗವೇ ತಾಯ್ತನವನ್ನು ಕಾಪಿಟ್ಟುಕೊಂಡು ಬರುತ್ತಿದೆ. ಇಂಥ ತಾಯಿಯಾಗುವ ಸ್ತ್ರೀಯರನ್ನು ಅವಳ ಸಂತಾನ ಸಾಧ್ಯತೆ ಕಾರಣವಾಗಿಯೇ ಗೌರವಿಸಿಕೊಂಡು ಬಂದ ಕಾಲವೂ ಇತ್ತು.

ಅಲೆಮಾರಿಯಾಗಿದ್ದ ಮಾನವ ಸಮುದಾಯಗಳು ಒಂದು ಕಡೆ ನೆಲೆ ನಿಲ್ಲಲು ಪ್ರಾರಂಭಿಸಿದ್ದೆ ಹಲವು ಸಾಮಾಜಿಕ ಸಂರಚನೆಗಳಿಗೆ ದಾರಿ ಮಾಡಿಕೊಟ್ಟಿತು. ಒಂದು ಕಡೆ ನೆಲೆ ನಿಂತ ಮಾನವ ಸಮುದಾಯಗಳು ಪಶು ಸಂಗೋಪನೆ, ಕೃಷಿಕೃತ್ಯ, ಗೃಹಕೃತ್ಯ ಇತ್ಯಾದಿಗಳನ್ನು ಅಭಿವೃದ್ಧಿಪಡಿಸಿಕೊಂಡವು. ಇಷ್ಟಕ್ಕೂ ಮೊದಲು ಕೃಷಿಯನ್ನು, ಮಡಿಕೆ ಕುಡಿಕೆಗಳು ತಯಾರಿ ಮಾಡುವುದನ್ನು ಕಂಡು ಹಿಡಿದದ್ದು ಮಹಿಳೆಯರೇ ಎಂಬ ಸಂಗತಿಯು ತುಂಬಾ ಕುತೂಹಲಕಾರಿಯಾಗಿದೆ. ನಿಸರ್ಗದತ್ತವಾಗಿ ವಿಸ್ತೃತವಾಗಿ ಹರಡಿಕೊಂಡಿದ್ದ ಭೂಮಿಯಲ್ಲಿ ಉಳುಮೆ ಮಾಡುವುದನ್ನು ಕಂಡು ಹಿಡಿದ ಜನಸಮುದಾಯಗಳು ಭೂಮಿಯ ಮೇಲೆ ತಮ್ಮ ಹಕ್ಕನ್ನು ಜತಾಯಿಸತೊಡಗಿದವು. ಇಲ್ಲಿಂದಲೇ ಖಾಸಗಿ ಆಸ್ತಿ ಹಕ್ಕಿಗೆ ದಾರಿಯಾಯಿತು. ಉಳುಮೆ ಯೋಗ್ಯವಾದ ಭೂಮಿಯ ಮೇಲೆ ಒಡೆತನ ಸಾಧಿಸುವುದರೊಂದಿಗೆ ದುಡಿಯುವ ಕೈಗಳ ಮೇಲೂ ತನ್ನ ಅಧಿಕಾರವನ್ನು ಚಲಾಯಿಸತೊಡಗಿದವು. ಉತ್ಪಾದನೆಯ ಮೂಲ ಘಟಕಗಳಾದ ಭೂಮಿ ಮತ್ತು ದುಡಿಯುವ ಕೈಗಳುಳ್ಳ ಮಾನವ ಸಂಪತ್ತು ಇವೆರಡೂ ಬಲಿಷ್ಠವಾಗಿದ್ದ ಜನಸಮುದಾಯಗಳ ಕೈವಶವಾದವು. ಬುದ್ಧಿ ಬೆಳೆದಂತೆ ಪ್ರಭುತ್ವವು ಅಸ್ತಿತ್ವಕ್ಕೆ ಬಂದಿತು. ಹೀಗೆ ಅಸ್ತಿತ್ವಕ್ಕೆ ಬಂದ ಪ್ರಭುತ್ವಗಳು ಉತ್ಪಾದನಾ ಸಲಕರಣೆಗಳನ್ನು ತನ್ನ ಹತೋಟಿಯಲ್ಲಿಟ್ಟುಕೊಳ್ಳಲೆಂದೇ ಪವರ್ ಫಿಲಾಸಫಿ(ಕರ್ಮ ಸಿದ್ಧಾಂತ) ಯನ್ನು ಅಭಿವೃದ್ಧಿಪಡಿಸಿದವು.

ದುಡಿಯುವ ಕೈಗಳನ್ನು ಹೆಚ್ಚಿಸಬಲ್ಲ ಸಾಮರ್ಥ್ಯವುಳ್ಳ ಮಹಿಳೆಯನ್ನು ಆಸ್ತಿಯೆಂದೆ ಪರಿಗಣಿಸಲ್ಪಟ್ಟು ಅವಳನ್ನು ಎಲ್ಲ ಬಗೆಯ ಬಂಧನಕ್ಕೆ ಒಳಗಾಗಿಸಿದರು. ಸ್ತ್ರೀಯರನ್ನು ಸಂಪತ್ತಿನ ಭಾಗವಾಗಿಯೇ ಪರಿಗಣಿಸಿದ್ದರಿಂದ ಅವಸರ ಬಂದಾಗ ಸ್ತ್ರೀಯರನ್ನು ಮಾರುವ, ಲಪಟಾಯಿಸುವ, ವಿನಿಮಯ ಮಾಡಿಕೊಳ್ಳುವ ಸಾಧನವಾಗಿಸಿದರು. ಭಾರತೀಯ ಪ್ರಾಚೀನ ಕಾವ್ಯಗಳುದ್ದಕ್ಕೂ ಸ್ತ್ರೀಯರನ್ನು ಸಂಪತ್ತಿನಂತೆ ನಡೆಸಿಕೊಂಡು ಬಂದಿರುವ ಉದಾಹರಣೆಗಳು ದೊರೆಯುತ್ತವೆ. ಗಾಲವ ಋಷಿಯು ಆಕಳುಗಳ ಬದಲಾಗಿ ವಿಶ್ವಾಮಿತ್ರನಿಗೆ ಯಯಾತಿಯ ಮಗಳಾದ ಮಾಧವಿಯನ್ನು ಮಾರಿಕೊಂಡದ್ದು, ಪಾಂಡವರು ಒಬ್ಬಳೇ ಸ್ತ್ರೀಯನ್ನು ಹಂಚಿಕೊಂಡು ಭೋಗಿಸಿದ್ದು, ಜಾಬಾಲಿ ಮತ್ತು ಅವಳ ಮಗನಾದ ಸತ್ಯಕಾಮನನ್ನು ಜಾತಿ ಕಾರಣವಾಗಿ ತಿರಸ್ಕರಿಸಿದ್ದು ಮುಂತಾಗಿ ನೂರಾರು ಉದಾರಹಣೆಗಳು ಮಹಿಳಾ ಲೋಕದ ಅಧೋಮುಖಿ ಚರಿತ್ರೆಯನ್ನು ಬಿಂಬಿಸುತ್ತವೆ. ರಾಜ ಮಹಾರಾಜರುಗಳ ನಡುವೆ ಸಂಭವಿಸಿದ ತುರುಕಾಳಗ, ಪೆಣ್‌ಕಾಳಗಗಳು, ಸತಿಪದ್ಧತಿ, ಬಹುಪತ್ನಿತ್ವ ಇವೆಲ್ಲವೂ ಸ್ತ್ರೀಯರನ್ನು ಆಸ್ತಿಯ ಚೌಕಟ್ಟಿಗೆ ಬಂಧಿಸಿದ್ದನ್ನು ಎತ್ತಿ ತೋರಿಸುತ್ತವೆ.

ಪ್ರಕೃತಿದತ್ತವಾಗಿ ಹೆಣ್ಣು ಗಂಡುಗಳ ಮಧ್ಯೆ ಯಾವುದೇ ಭೇದಕ್ಕೂ ಕಾರಣವಿಲ್ಲ. ಸ್ವಚ್ಛಂದ ನಿಸರ್ಗಕ್ಕೆ ಲಿಂಗಭೇದವಿಲ್ಲ.. ಆದರೆ ದತ್ತವಾದ ಈ ಪರಿಸರದ ನಡುವೆ ಮಾನವ ಸಮುದಾಯಗಳು ಕಟ್ಟಿಕೊಂಡಿರುವ ಸಾಮಾಜಿಕ ವ್ಯವಸ್ಥೆಯಲ್ಲಿ ಲಿಂಗತಾರತಮ್ಯಕ್ಕೆ ಎಲ್ಲ ಬಗೆಯ ಆಸ್ತಿವಾರ ಹಾಕಲಾಗಿದೆ. ಹುಟ್ಟುವಾಗ ಒಂದು ಜೀವ ಕೇವಲ ಮಗುವಾಗಿರುತ್ತದೆ. ಶಿಶುಗಳ ನಡುವೆ ಯಾವುದೇ ಭಾವನಾತ್ಮಕ ವೈಪರಿತ್ಯಗಳಿಗೆ ಅವಕಾಶವಿರಲಾರದು. ಮಗು ಬೆಳೆದಂತೆ ನಮ್ಮ ಸಮಾಜವು ಹೆಣ್ಣು ಜೀವವನ್ನು ಹೆಂಗೂಸಾಗಿಯು, ಗಂಡು ಜೀವಿಯನ್ನು ಗಂಡಸು ಆಗಿಯೂ ಬೆಳೆಸುತ್ತದೆ. ಶೈಶವ್ಯದಿಂದಲೇ ಸ್ತ್ರೀಯರಿಗೆ ನೀನು ಹೆಣ್ಣು, ಹೆಣ್ಣೆಂದರೆ ಅಬಲೆ, ನಾಜೂಕು, ಮರ್ಯಾದೆಯ ಗೊಂಬೆ, ಇಂಥಿಂಥ ಕೆಲಸಗಳಿಗೆ ಮಾತ್ರ ಯೋಗ್ಯಳು ಎಂದು ಅವಳ ತಲೆಯಲ್ಲಿ ತುಂಬಲಾಗುತ್ತದೆ. ಇದಕ್ಕೆ ವ್ಯತಿರಿಕ್ತವಾಗಿ ಗಂಡುಗಳಿಗೆ ನೀನು ಪುರುಷಸಿಂಹ, ನೀನು ಗಟ್ಟಿಗ ಮಹಾಶೂರ, ಧೀರ, ಆಳಬೇಕಾದವನು, ಸಂಪತ್ತಿನ ಒಡೆಯ ಎಂದೆಲ್ಲ ನಂಬಿಸಲಾಗುತ್ತದೆ. ಅಷ್ಟಕ್ಕೂ ನಮ್ಮ ಸನಾತನ ತತ್ವಗಳಂತೂ ಹೆಣ್ಣು ಮಾಯೆ, ಚಂಚಲೆ, ರಾಕ್ಷಸಿ, ಮುಕ್ತಿಗೆ ಅಯೋಗ್ಯಳು. ಅವಳು ಮೈಲಿಗೆ, ಅವಳು ಪರಾಧೀನೆ ಎಂದು ಉದ್ದಕ್ಕೂ ಬಿಂಬಿಸಿವೆ. ಇಂದು ಭಾರತೀಯ ತತ್ವಶಾಸ್ತ್ರವೆಂದು ಏಕಮುಖಿಯಾಗಿ ಬಿಂಬಿಸಿಕೊಂಡು ಬರುತ್ತಿರುವ ವೇದ, ಉಪನಿಷತ್ತು, ಸ್ಮೃತಿ, ಟೀಕೆ, ವ್ಯಾಖ್ಯಾನ ಕೃತಿಗಳಲ್ಲಿ ಕೆಲವೊಮ್ಮೆ ನೇರವಾಗಿ ಕೆಲವೊಮ್ಮೆ ಪರೋಕ್ಷವಾಗಿ ಸ್ತ್ರೀಯರನ್ನು ತುಚ್ಛವಾಗಿ ಪರಿಗಣಿಸದ್ದು ಇದೆ. ಉದಾಹರಣೆಗಾಗಿ ನೋಡುವುದಾದರೆ

ಸ್ತ್ರೀಣಾಂ ದ್ವಿಗುಣಯಾಹಾರೋ
ಬುದ್ಧಿಶ್ಚಾಪಿ ಚತುರ್ಗುಣಃ ।
ಸಾಹಸಃ ಷಡ್ಗುಣಶ್ಚೈವ
ಕಾಮೋಷ್ಟಷ್ಟ ಗುಣವುಚ್ಚತೇ ॥

ಎಂದಿರುವ ಈ ಸುಭಾಷಿತವು ಗಂಡಿಗಿಂತ ಹೆಣ್ಣಿಗೆ ಎರಡು ಪಟ್ಟು ಆಹಾರ, ನಾಲ್ಕು ಪಟ್ಟು ಬುದ್ಧಿ, ಆರುಪಟ್ಟು ಸಾಹಸ ಮತ್ತು ಎಂಟು ಪಟ್ಟು ಕಾಮವು ಬೇಕಾಗುತ್ತದೆ ಎಂದು ಉವಾಚಿಸುತ್ತದೆ. ಹೆಣ್ಣು ಚಂಚಲೆ, ಅಬಲೆ, ಮತ್ತೆ ಏನೇನೋ ಆರೋಪಗಳಂತೂ ಪ್ರಶ್ನಾತೀತವೆಂಬಂತೆ ಬಿಂಬಿಸಲ್ಪಟ್ಟಿವೆ. ಶಂಕರಾಚಾರ್ಯರು ಹೆಣ್ಣನ್ನು ನಡೆದಾಡುವ ಸ್ಮಶಾನವೆಂದು ಕರೆಯುವಷ್ಟರ ಮಟ್ಟಿಗೆ ವಿಕೋಪಕ್ಕೆ ಹೋಗುತ್ತಾರೆ. ಮನುಸ್ಮೃತಿ, ಯಾಜ್ಞವಲ್ಕ ಸ್ಮೃತಿ, ಗ್ರಹಸೂತ್ರಗಳಲ್ಲಿಯೂ ಸ್ತ್ರೀ ವಿರೋಧೀ ಎನಿಸುವ ಉಕ್ತಿಗಳು ದೊರೆಯುತ್ತವೆ.

ಅಪಾರ ಸೃಷ್ಟಿ ಸಾಧ್ಯತೆಯುಳ್ಳ ಸ್ತ್ರೀಲೋಕವನ್ನು ತನ್ನ ಆಧೀನವಾಗಿಸಿಕೊಳ್ಳಬೇಕೆಂಬ ಕುತಂತ್ರದ ಕಾರಣವಾಗಿಯೇ ಸ್ತ್ರೀಯರು ಮತ್ತು ಸ್ತ್ರೀತ್ವವನ್ನು ಕೀಳೀಕರಿಸಲಾಯಿತು. ಎಂತಲೇ ಇವತ್ತಿಗೂ ಬಹುಸಂಖ್ಯಾತ ಮಹಿಳೆಯರು ತಮ್ಮನ್ನು ತಾವು ಪಾಪಿಷ್ಠೆ, ಬಹಿಷ್ಠೆ, ಅಧೀನೆ, ಅಬಲೆ, ಎಂದುಕೊಳ್ಳುತ್ತಾರೆ. ಹೆಣ್ಣಾಗಿ ಹುಟ್ಟಿದ್ದಕ್ಕಾಗಿಯೇ ಏನೆಲ್ಲವನ್ನು ಸಹಿಸಿಕೊಳ್ಳಬೇಕಾಗಿದೆ. ಹೆಣ್ಣಾಗಿ ಹುಟ್ಟಿದದು ತಮ್ಮದೇ ಕರ್ಮ. ತಾವೇ ತಪ್ಪಿತಸ್ಥರು. ತಾಳಿಕೊಳ್ಳಬೇಕಾದದ್ದು, ನೋವು ನುಂಗಿಕೊಳ್ಳಲೇಬೇಕಾದದ್ದು, ನಿಸರ್ಗದ ನಿಯಮ.

ಇದನ್ನು ಅತಿಕ್ರಮಿಸಲಾಗದು ಎಂದೇ ನಂಬಿಕೊಂಡು ಬರುತ್ತಿದ್ದಾರೆ. ಪುರುಷಕೇಂದ್ರಿತ ಮೌಲ್ಯಗಳನ್ನೇ ಒಪ್ಪಿಕೊಂಡು ಬಂದಿರುವ ಕಾರಣಕ್ಕಾಗಿಯೇ ಸ್ತ್ರೀಯರಾಗಿ ಹುಟ್ಟಿದರೂ ಸ್ತ್ರೀಪರ ಚಿಂತನೆ ಮೊಳೆಯುತ್ತಿಲ್ಲ. ಏಕೆಂದರೆ ಎಲ್ಲ ಬಗೆಯ ದಾಸ್ಯಕ್ಕಿಂತಲೂ ಸಾಂಸ್ಕೃತಿಕ, ಸಾಮಾಜಿಕ ದಾಸ್ಯಗಳು ಅತ್ಯಂತ ಅಪಾಯಕಾರಿ ಮತ್ತು ಅನುಲಂಘನೀಯವಾಗಿರುತ್ತವೆ. ಅಷ್ಟಕ್ಕೂ ಭಾರತದಲ್ಲಿಯಂತೂ ಸಾಂಸ್ಕೃತಿಕ ರಾಜಕಾರಣವು ಯಾವತ್ತೂ ಸ್ತ್ರೀಯರನ್ನು ಎರಡನೇ ದರ್ಜೆಯ ಪ್ರಜೆಯಾಗಿಯೇ ನಡೆಸಿಕೊಂಡು ಬಂದಿದೆ.

ತಾತ್ವಿಕ ಧಾರೆಗಳು ಲಿಂಗ ನಿರಪೇಕ್ಷ ನೆಲೆಯಲ್ಲಿ ಸಿದ್ಧಾಂತಗಳನ್ನು ಮಂಡಿಸುತ್ತಿರುವಾಗಲೂ ಪ್ರಾಯೋಗಿಕ ಜೀವನ ವಿಧಾನಗಳಲ್ಲಿ ಲಿಂಗ ತಾರತಮ್ಯಗಳು ತಾನೇ ತಾನಾಗಿ ವಿಜೃಂಭಿಸುತ್ತಿವೆ. ಭಾವನಾತ್ಮಕ ಲೋಲುಪ್ತತೆ ಮತ್ತು ಬೌದ್ಧಿಕ ದಾಸ್ಯಗಳು ಈ ತೆರನ ಲಿಂಗ ತಾರತಮ್ಯವನ್ನು ಮುಕ್ಕಾಗದಂತೆ ಪೋಷಿಸಿಕೊಂಡು ಬರುತ್ತಿವೆ. ತನಗರಿವಿಲ್ಲದಂತೆ ಮಹಿಳೆಯರು ಮಹಿಳಾ ವಿರೋಧಿ ವಿಚಾರಧಾರೆಯನ್ನೇ ಆರೋಪಿಸಿಕೊಂಡು ಅದು ತಮಗಾಗಿಯೇ ಸೃಷ್ಟಿಯಾಗಿರುವ ಸ್ವರ್ಗವೆಂಬಂತೆ ಜತನ ಮಾಡಿಕೊಂಡು ಬರುತ್ತಾರೆ.

ತಥಾಕಥಿತ ಉದಾಹರಣೆಗಳನ್ನು ಮತ್ತೆ ಮತ್ತೆ ಮುಂದಿಡುವ ಪುರುಷ ಪ್ರಧಾನ ಸಮಾಜವು ನೋಡಿ ಹೆಣ್ಣಿಗೆ ಹೆಣ್ಣೇ ಶತ್ರುವಲ್ಲವೇ? ಎಂದು ಛೇಡಿಸುತ್ತದೆ. ಮದುವೆಯಲ್ಲಿ ಹೆಚ್ಚು ವರದಕ್ಷಿಣೆ ಡಿಮಾಂಡ ಮಾಡುವವಳು ವರನ ತಾಯಿ, ತಂಗಿ ಅಕ್ಕಂದಿರು. ಸೊಸೆಗೆ ಕಿರುಕುಳ ಕೊಡುವವಳು ಅತ್ತೆ, ನಾದಿನಿಯರೇ ಹೊರತು ಮಾವ ಮೈದುನರಲ್ಲ. ತುಂಬಿದ ಮನೆಯಲ್ಲಿ ಒಡಕು ಹುಟ್ಟಿಸಿ ಮನೆ ಪಾಲು ಮಾಡುವವರು ಸ್ತ್ರೀಯರೇ. ಬಂಗಾರ, ಸೀರೆ, ಐಷಾರಾಮಿ ವಸ್ತುಗಳಿಗಾಗಿ ಬೇಡಿಕೆ ಇಡುವವರು ಸ್ತ್ರೀಯರೇ, ಗಂಡಂದಿರನ್ನು ಲಂಚಗುಳಿಯನ್ನಾಗಿ ಮಾಡುವವರು ಅವರೇ. ಹೆಣ್ಣು ಮಕ್ಕಳು ಗಂಡನ ಮನೆಯ ಬಳಗದವರನ್ನು ದೂರ ಮಾಡುತ್ತಾರೆ. ತವರುಮನೆಯವರನ್ನು ಪೋಷಿಸುತ್ತಾರೆ. ಸ್ತ್ರೀಯರು ಜಗಳಗಂಟಿಯರು. ಯಾವತ್ತೂ ಅಕ್ಕಪಕ್ಕದವರೊಂದಿಗೆ ಚಿಕ್ಕಪುಟ್ಟ ವಿಷಯಗಳಿಗೆ ಜಗಳ ಮಾಡುತ್ತಾರೆ. ಒಂದೇ, ಎರಡೇ ಪುಟಗಟ್ಟಲೆ ಇಂಥ ಆಪಾದನೆಗಳನ್ನು ಪಟ್ಟಿ ಮಾಡಬಹುದು. ಸ್ತ್ರೀಪರ ಚಿಂತನೆಯ ಮಾತುಕತೆ ಬಂದಾಗಲ್ಲೆಲ್ಲ ಈ ಮೇಲಿನ ವಾದಗಳು ಪುನಃ ಪುನಃ ಮುಂಚೂಣಿಗೆ ಬಂದು ನಿಲ್ಲುತ್ತವೆ. ಹಾಗಾದರೆ ಈ ಮೇಲಿನ ವಾದಗಳು ಸುಳ್ಳೇನು ಅಲ್ಲವಲ್ಲ. ಹೌದು. ತಾರ್ಕಿಕವಾಗಿ ಮೇಲ್ಪದರಿಗೆ ಗ್ರಹಿಸುವುದಾದರೆ ಇವೆಲ್ಲ ದಿನನಿತ್ಯ ಕಂಡು ಬರುವ ಸನ್ನಿವೇಶಗಳೇ ಹೌದು. ಆದರೆ ಕಣ್ಣಿಗೆ ಕಾಣಿಸುತ್ತಿರುವ ಈ ಸನ್ನಿವೇಶಗಳನ್ನು ಸೃಷ್ಟಿಮಾಡಿದ್ದು ಯಾರು? ಮಹಿಳೆಯರನ್ನು ಈ ರೀತಿ ವರ್ತಿಸುವಂತೆ ಹಚ್ಚಿದ ಕಾರಣಗಳು ಎಲ್ಲಿವೆ? ಹೆಣ್ಣಾಗಿ ಹುಟ್ಟಿಯೂ ಪುತ್ರ ಲಾಲಸೆಯನ್ನು ಬೆಳೆಸಿಕೊಂಡಿರುವುದೇಕೆ? ಎಂಬಿತ್ಯಾದಿ ಅಂಶಗಳನ್ನು ಹೆಕ್ಕಿ ತೆಗೆಯದಿದ್ದರೆ ಲಿಂಗಭೇದ ನೀತಿಯ ಕುತಂತ್ರಗಳು ಹೊಳೆಯಲಾರವು. ಮಹಿಳೆಯರು ಸ್ವತಂತ್ರವಾಗಿ ಆಲೋಚಿಸುವ ಪ್ರವೃತ್ತಿಯನ್ನು ಬೆಳೆಸಿಕೊಂಡಿಲ್ಲವಾಗಿಯೇ ಈ ಮೇಲಿನಂಥ ವರ್ತನೆಗಳು ಅವರಿಂದ ಹೊರ ಹೊಮ್ಮುತ್ತವೆ.

ಮೊದಲನೆಯದಾಗಿ ಈ ಸಮಾಜವು ಸ್ತ್ರೀಯರನ್ನು ಪರೋಪಜೀವಿಗಳಾಗಿ ನಿರ್ಮಿಸಿವೆ. ಸ್ತ್ರೀಯರು ಜಗತ್ತನ್ನು ತಮ್ಮ ಸ್ವಂತ ಕಣ್ಣಿನಿಂದ ಗ್ರಹಿಸುವುದೇ ಇಲ್ಲ. ಹೀಗಾಗಿ ಅವರು ತಮ್ಮ ಅಕ್ಕಪಕ್ಕದಲ್ಲಿರುವ ಮಹಿಳೆಯರನ್ನು ತಮ್ಮ ಸ್ಪರ್ಧಿಗಳೆಂದೋ, ಇನ್ನೂ ಮುಂದೆ ಹೋಗಿ ವೈರಿಗಳೆಂದು ಭಾವಿಸುವ ಒತ್ತಾಯಕ್ಕೆ ಒಳಗಾಗುತ್ತಾರೆ. ಎರಡನೆಯದಾಗಿ ಸಾಮಾಜಿಕವಾಗಿ ಅವಳು ಅತಂತ್ರ ಸ್ಥಿತಿಯಲ್ಲಿ ಬದುಕಬೇಕಾದ್ದರಿಂದ ಅವಶ್ಯಕತೆಗಿಂತ ಜಾಸ್ತಿ ಆಕ್ರಮಣಶೀಲಳಾಗುವ ಅನಿವಾರ್ಯಕ್ಕೆ ಕಟ್ಟು ಬೀಳುತ್ತಾರೆ. ಹೆಣ್ಣು ಹುಟ್ಟಿದ ಮನೆ ಬಿಟ್ಟು ಪರರ ಎಷ್ಟೋ ಸಲ ತೀರ ಅಪರಿಚಿತರ ಮನೆ ಸೇರುವುದಿದೆಯಲ್ಲ ಅದು ಕೊನೆಯೇ ಇಲ್ಲದ ತಲ್ಲಣವನ್ನು ಸೃಷ್ಟಿಸುತ್ತದೆ. ಗಂಡನ ಮನೆಯಲ್ಲಿ ತನ್ನ ಅಸ್ತಿತ್ವವನ್ನು ಗಟ್ಟಿಗೊಳಿಸಿಕೊಳ್ಳುವ ಧಾವಂತದಲ್ಲಿ ತನಗಿಂತಲೂ ದುರ್ಬಲಳಾದ ಸೊಸೆ, ನಾದುನಿ, ನೆಗೆಣಿ ಹೀಗೆ ಯಾರ್‍ಯಾರೋ ಮೇಲೆ ಹರಿಹಾಯುವ ಕಿರಿಕಿರಿಯನ್ನು ಅನುಭವಿಸುತ್ತಾರೆ. ಮೂರನೆಯದಾಗಿ ಗಂಡಿಗಿಂತ ಎರಡು ಪಟ್ಟು, ಮೂರು ಪಟ್ಟು, ಕೆಲಸದ ಹೊರೆ ಹೊರಬೇಕಾದ ಜವಾಬ್ದಾರಿ ಅವಳ ಮೇಲಿರುತ್ತದೆ. ಮನೆಕೆಲಸವು ಬೆಳಗಿನ ಆರು ಗಂಟೆಯಿಂದ ಸುರುವಾದರೆ ರಾತ್ರಿ ಹತ್ತರ ತನಕವೂ ಮುಟ್ಟದೆ ಇರಲಾರದು. ಮನೆಕೆಲಸದಲ್ಲಿ ಯಾರಾದರೂ ಅನುಕಂಪ ತೋರಿ ಹಂಚಿಕೊಳ್ಳಲೂಬಹುದು. ಆದರೆ ಸಂತಾನ ನೀಡುವ ಮತ್ತು ಪೋಷಿಸುವ ಕೆಲಸ ಇದೆಯಲ್ಲ ಇದು ಅವಳೇ ನಿಭಾಯಿಸಬೇಕು. ಇದರೊಟ್ಟಿಗೆ ಮನೆಯ ಹೊರಗೂ ದುಡಿದು ಸಂಪಾದಿಸುವುದಿದೆಯಲ್ಲ ಅದು ಅವರ ಒಟ್ಟು ಶಕ್ತಿಯನ್ನು ಇನ್ನಿಲ್ಲದಂತೆ ಹೀರುತ್ತದೆ. ಹೀಗಾಗಿ ಸ್ತ್ರೀಯರು ರಕ್ತ, ಬೆವರು ಮತ್ತು ಕಣ್ಣೀರು ಇವು ಮೂರನ್ನ ಹರಿಸಿ ಬದುಕುತ್ತಾರೆ.

ಇವುಗಳ ನಡುವೆಯೂ ಮಹಿಳೆಯರು ಆರ್ಥಿಕವಾಗಿ ಸಬಲರಾಗುವ ದಾರಿಗಳು ಮುಕ್ತವಾಗಿಲ್ಲ. ಮಹಿಳೆಯರು ಹೊರಗೆ ಬಂದು ಸಂಪಾದಿಸುವ ಮೂಲಕ ಅಥವಾ ಅಕ್ಷರ ಪಡೆದು ದೊಡ್ಡ ಪದವಿ ಗಿಟ್ಟಿಸಿಕೊಳ್ಳುವ ಮೂಲಕ ಸ್ತ್ರೀ ಸ್ವಾತಂತ್ರ್ಯದತ್ತ ಚಲಿಸುತ್ತಿದ್ದಾರೆ ಎಂಬ ಮಾತು ಪೂರ್ಣ ಸತ್ಯವಲ್ಲ. ಕಳೆದ ದಶಕಗಳ ಅನುಭವಗಳು ನಮ್ಮ ಆಲೋಚನೆಯ ದಿಕ್ಕನ್ನು ಬದಲಾಯಿಸಿಕೊಳ್ಳುವಂತೆ ಪ್ರಚೋದಿಸುತ್ತಿವೆ. ಅಕ್ಷರ ಪಡೆದಾಕ್ಷಣ ಸ್ತ್ರೀಯರು ತಮ್ಮ ಬಗೆಗೆ ಎಚ್ಚರಾಗಿದ್ದಾರೆ ಎಂದು ಹೇಳುವಂತಿಲ್ಲ. ಏಕೆಂದರೆ ನಮಗೆ ಕೊಡ ಮಾಡಿದ ಶಿಕ್ಷಣವಾದರೂ ಪುರುಷ ಪ್ರಧಾನ ವ್ಯವಸ್ಥೆಯನ್ನು ಪೋಷಿಸಿಕೊಂಡು ಬರುವಂಥದ್ದೆ ಆಗಿದೆ. ಎಂತಲೇ ಇವತ್ತಿಗೂ ಹತ್ತಾರು ಸಾವಿರ ಸಂಬಳ ತರುವ ಸ್ತ್ರೀಯರು ಸ್ವತಂತ್ರವಾಗಿ ಆಲೋಚಿಸುವ ಅಥವಾ ಸ್ವಯಂ ನಿರ್ಧಾರ ತೆಗೆದುಕೊಳ್ಳುವ ಸ್ಥಿತಿಯಲ್ಲಿ ಇಲ್ಲ. ಕೌಟುಂಬಿಕ ನಿರ್ಣಯಗಳು ತಮ್ಮ ವಿರುದ್ಧವಿದ್ದಾಗಲೂ ಅವರು ಪ್ರಶ್ನಾತೀತವಾಗಿ ಒಪ್ಪಿಕೊಂಡು ಬರುತ್ತಿರುವುದು ಸರ್ವೆಸಾಮಾನ್ಯ. ಐ.ಟಿ.ಬಿ.ಟಿ ಕಲಿತು ಸಾವಿರಗಟ್ಟಲೆ ಸಂಬಳ ತರುತ್ತಿರುವ ಹುಡುಗಿಯರು ಇವತ್ತಿಗೂ ಕನ್ಯಾ ಪರೀಕ್ಷೆಗೆಂದು ತಲೆ ತಗ್ಗಿಸಿ ಕೂಡುವುದು. ವರನ ಕಡೆಯವರು ಕೇಳಿದಷ್ಟು ವರದಕ್ಷಿಣೆ ಕೊಟ್ಟು ಮದುವೆ ಮಾಡಿಕೊಳ್ಳುವುದನ್ನು ತಮ್ಮ ಭವ್ಯ ಸಂಸ್ಕೃತಿಯ ಮಹಾನ್ ಪರಂಪರೆ ಎಂದು ತಿಳಿದುಕೊಂಡಿದ್ದಾರೆ. ವರನಷ್ಟೇ ವಿದ್ಯೆ, ಬುದ್ಧಿ, ಆಸಕ್ತಿ, ಸಾಮರ್ಥ್ಯ

ಪಡೆದುಕೊಂಡಿರುವ ತಾನೇಕೆ ಹಣಕ್ಕೆ ಬಿಕರಿಯಾಗಬೇಕು. ಇದು ಸ್ತ್ರೀಕುಲವನ್ನು ಅಪಮಾನಿಸಿದಂತಲ್ಲವೇ? ಎಂಬ ಪ್ರಶ್ನೆಯನ್ನು ಕೇಳಿಕೊಳ್ಳದಷ್ಟು ಸಂಪ್ರದಾಯ ಶರಣರಾಗಿದ್ದಾರೆ. ಇಂಥ ಸ್ತ್ರೀ ವಿರೋಧಿ ಸಾಮಾಜಿಕ ವಿಧಿವಿಧಾನಗಳ ವಿರುದ್ಧ ದಂಗೆ ಎದ್ದವರು ಇಲ್ಲವೆಂತಲ್ಲ ಇದ್ದಾರೆ. ಸಂಖ್ಯಾದೃಷ್ಟಿಯಿಂದ ಹೀಗೆ ಸ್ತ್ರೀ ಅಸ್ಮಿತೆಯನ್ನು ಮರೆದು ಬದುಕುತ್ತಿರುವವರ ಸಂಖ್ಯೆ ತೀರ ವಿರಳ. ಹೀಗಾಗಿ ಈವರೆಗಿನ ಸಂಪ್ರಾದಾಯಿಕ ಶಿಕ್ಷಣವು ಸ್ತ್ರೀಯರನ್ನು ಅಕ್ಷರಸ್ತರನ್ನಾಗಿ ಮಾಡಿದೆ ಹೊರತು ಪ್ರಜ್ಞಾವಂತರಾಗಿ ಮಾಡಿಲ್ಲ. ಅಷ್ಟಕ್ಕೂ ನಮ್ಮ ಪರಂಪರಾಗತ ಶಿಕ್ಷಣದ ಬೇರುಗಳು ಪುರುಷ ಕೇಂದ್ರೀಯ ನೆಲೆಯಲ್ಲಿಯೇ ಗಟ್ಟಿಗೊಂಡಿವೆ. ಲಿಂಗ ಸಂವೇದನಾ ಶಿಕ್ಷಣ ಕ್ರಮವನ್ನು ಅಳವಡಿಸಿಕೊಳ್ಳಬೇಕಾಗಿದೆ. ಇತ್ತೀಚಿನ ದಿನಗಳಲ್ಲಿ ಮಹಿಳಾ ಅಧ್ಯಯನ ಕೇಂದ್ರಗಳು, ಸಂಸ್ಥೆಗಳೆಂಬ ವಿದ್ಯಾ ಇಲಾಖೆಗಳು ತಲೆ ಎತ್ತಿದ್ದು ಅವು ಕೆಲವು ಕೋರ್ಸು, ಪದವಿ ಕೊಡುವ ಮಟ್ಟದಲ್ಲಿಯೇ ಗಿರಿಕಿ ಹೊಡೆಯುತ್ತಿವೆ. ಸ್ಪಷ್ಟವಾದ ದೃಷ್ಟಿಕೋನ ಮತ್ತು ಲಿಂಗ ಸಮಾನತೆಯ ಗಂಭೀರ ಇಚ್ಛಾಶಕ್ತಿಯ ಕೊರತೆಯಿಂದಾಗಿ ಇವು ಆಟಕ್ಕುಂಟು ಲೆಕ್ಕಕ್ಕಿಲ್ಲ ಎಂಬಂತಾಗಿವೆ. ಮಹಿಳಾ ಸಮಾನತೆಗಾಗಿ ನಡೆಸುವ ಚಿಂತನ ಮತ್ತು ಚಳುವಳಿಗೆ ಬೇಕಾದ ನೀತಿ ನಿರೂಪಣೆ (ಪಾಲಸಿ)ಯನ್ನು ನಿರ್ಮಿಸುವ ದಿಸೆಯಲ್ಲಿ ಈ ಅಧ್ಯಯನ ಶಿಸ್ತುಗಳನ್ನು ಇನ್ನೂ ಅಭಿವೃದ್ಧಿಪಡಿಸಬೇಕಾಗಿದೆ.

ಈ ಎಲ್ಲಾ ಅವಾಂತರ ಕಾರಣವಾಗಿಯೇ ಮಹಿಳೆಯರು ಅಸ್ಮಿತೆಯನ್ನು ಎತ್ತಿ ಹಿಡಿಯದ ಸ್ಥಿತಿಯಲ್ಲಿ ನಿಂತಿದ್ದಾರೆ. ಸ್ತ್ರೀಯರಾಗಿ ಹುಟ್ಟಿದವರೆಲ್ಲರೂ ಸ್ತ್ರೀಯರ ಪರವಾಗಿ ಇರುತ್ತಾರೆ ಎಂದು ಭಾವಿಸಬೇಕಾಗಿಲ್ಲ. ಅಂತೆಯೇ ಪುರುಷರಾದವರೆಲ್ಲರೂ ಸ್ತ್ರೀ ವಿರೋಧಿಗಳು ಎಂದೂ ಗ್ರಹಿಸಬೇಕಾಗಿಲ್ಲ. ಲಿಂಗ ಸಮಾನತೆ ಎಂಬುದು ಲಿಂಗ ನಿರಪೇಕ್ಷೆ ನೆಲೆಯ ನಿಸರ್ಗದತ್ತ ಸಿದ್ಧಾಂತವೇ ಹೊರತು ಅದು ಯಾರ ಪರ ಅಥವಾ ವಿರೋಧವಲ್ಲ ಎಂಬುದನ್ನು ನಾವು ಮನವರಿಕೆ ಮಾಡಿಕೊಳ್ಳಬೇಕಿದೆ. ಅಂದರೆ ನಮ್ಮ ಸಾಮಾಜಿಕ ರಚನೆಗಳಲ್ಲಿ ಸಮಗ್ರ ಬದಲಾವಣೆ ತರಬೇಕಿದೆ.

ಏಕೆಂದರೆ ಹೆಣ್ಣು ಶಿಶು ಹುಟ್ಟುವುದು ನೈಸರ್ಗಿಕವಾದರೂ ಹೆಂಗೂಸು, ಹೆಂಗಸು ಇವು ಸಾಮಾಜಿಕ ರಚನೆಗಳಾಗಿವೆ. ನಮ್ಮ ಸಾಮಾಜಿಕ ಸಂರಚನೆಗಳು ಹೆಂಗಸನ್ನು ರೂಪಿಸುತ್ತವೆ ಮತ್ತು ಅವಳು ಹೆಂಗಸಾಗಿಯೇ ಇರುವಂತೆ ನಿಯಂತ್ರಿಸುತ್ತವೆ. ಅವು ಹೇಳುತ್ತವೆ. ಹೆಂಗಸರು ಹೆಚ್ಚು ನಗಬಾರದು. ದೊಡ್ಡ ಧ್ವನಿಯಲ್ಲಿ ಮಾತಾಡಬಾರದು. ಹೆಂಗಸರಿಗೆ ಕಾರಭಾರ ಕೊಡಬಾರದು. ಹೆಣ್ಣು ಹುಟ್ಟಿದರೆ ಹುಣ್ಣು ಹುಟ್ಟಿದಂಗೆ. ಹೆಣ್ಣು ತಗ್ಗಿ ಬಗ್ಗಿ, ನಾಜೂಕು, ಶಾಂತ ಇರಬೇಕು. ಇದಕ್ಕೆ ವ್ಯತಿರಿಕ್ತವಾಗಿದ್ದರೆ ಅವಳು ಬಜಾರಿ, ಗಂಡು ಬೀರಿ, ಬೇ ಖಾನದಾನಿ, ಮರ್ಯಾದೆ ಇಲ್ಲದವಳು ಹೀಗೆ ಏನೇನೋ ಕೊನೆಯೇ ಇಲ್ಲದ ಆರೋಪಗಳು. ಸಮಾಜದ ಇಂಥ ನಂಬಿಕೆಗಳು ಎಷ್ಟು ಬಲವಾಗಿ ಮತ್ತು ಆಳವಾಗಿ ಬೇರೂರಿವೆ ಎಂದರೆ ಇವುಗಳನ್ನು ಅಲುಗಾಡಿಸುವುದು ಅಷ್ಟು ಸುಲಭ ಸಾಧ್ಯವಲ್ಲ. ಇಂಥ ನಂಬಿಕೆಯ ಬೇರುಗಳಿಗೆ ಬಿಸಿ ನೀರು ಬಿಡುವ ಮೂಲಕವೇ ಲಿಂಗ ಸಮಾನತೆಯತ್ತ ಚಲಿಸಲು ಸಾಧ್ಯ ಎಂಬುದನ್ನು ಸ್ಪಷ್ಟವಾಗಿ ಗ್ರಹಿಸಲು ಸಾಧ್ಯವಾಗಬೇಕು. 12 ನೇ ಶತಮಾನದ ಚಳುವಳಿಗಾರರಿಗೆ ಮಾತ್ರ ಇವತ್ತಿನ ನಾವೂ

ಬೆರಳು ಕಚ್ಚಿಕೊಳ್ಳುವಂತೆ ತುಂಬಾ ಸ್ಪಷ್ಟವಾದ ಮತ್ತು ಪ್ರಖರವಾದ ಗ್ರಹಿಕೆಗಳಿದ್ದವು. ಎಂತಲೇ ಅಕ್ಕಮಹಾದೇವಿಯಂಥವರು ತನಗೊಪ್ಪದ ಗಂಡನನ್ನು ಧಿಕ್ಕರಿಸುವ ಮೂಲಕ ಸ್ತ್ರೀ ವಾದದ ಅಂಕುರವಾಗಿ ನಿಲ್ಲುತ್ತಾಳೆ. ತನ್ನೊಂದು ವಚನದಲ್ಲಿ ಅವಳು.

ಹೆಣ್ಣು ಹೆಣ್ಣಾದಡೆ ಗಂಡಿನ ಸೂತಕ
ಗಂಡು ಗಂಡಾದಡೆ ಹೆಣ್ಣಿನ ಸೂತಕ
ಮನದ ಸೂತಕ ಹಿಂಗಿದಡೆ
ತನುವಿನ ಸೂತಕಕ್ಕೆ ತೆರಹುಂಟೆ?
ಅಯ್ಯಾ ಮೊದಲಿಲ್ಲದ ಸೂತಕಕ್ಕೆ ಮರುಳಾಯಿತು ಜಗವೆಲ್ಲಾ
ಎನ್ನದೇವ ಚನ್ನಮಲ್ಲಿಕಾರ್ಜುನಂಗೆ
ಜಗವೆಲ್ಲ ಹೆಣ್ಣು ನೋಡಾ ಅಯ್ಯ ಎಂದು ಡಂಗುರ ಸಾರುತ್ತಾಳೆ.

ಹೌದು ಗಂಡು ಮತ್ತು ಹೆಣ್ಣು ಎಂಬ ಲಿಂಗಭೇದಗಳು ಮನದ ಸೂತಕ ಕಾರಣವಾಗಿಯೇ ಚಾಲ್ತಿಯಲ್ಲಿವೆ. ಮನದ ಸೂತಕವ ಕಳೆದು ಹೆಣ್ಣು ಒಂದು ಜೀವಿ. ತನ್ನಂತೆ ಸಾಮರ್ಥ್ಯ ಮತ್ತು ಬದುಕಬೇಕೆಂಬ ಬಯಕೆ ಇರುವ ಸಂಗಾತಿ ಎಂದು ತಿಳಿದುಕೊಂಡರೆ ಸಾಕು. ಹೆಣ್ಣಿನ ಲೋಕದ ಬಗೆಗಿರುವ ತುಚ್ಚೀಕರಣ ಮತ್ತು ಸ್ವಯಂ ಸ್ತ್ರೀಯರಿಗೆ ತಮ್ಮ ಬಗೆಗಿರುವ ಕೀಳರಿಮೆ ಇವೆರಡೂ ವಿನಾಶವಾಗದಾಗಲೆ ಸಮಾನತೆಯ ಕನಸುಗಳು ಸಾಕಾರವಾಗಬಲ್ಲವು. ಲಿಂಗ ಸಮಾನತೆಯ ಸ್ಥಿತಿಯು ಬೇರೂರಿದಾಗಲೇ ದೇಶದ ಸಮಗ್ರ ಅಭಿವೃದ್ಧಿಯ ಪಥವೂ ಸುಗಮವಾಗಬಲ್ಲದು. ಏಕೆಂದರೆ ಭಾರತದಂಥ ಸಂಪ್ರದಾಯವಾದಿ ರಾಷ್ಟ್ರಗಳಲ್ಲಿ ಸ್ತ್ರೀಯರ ಉತ್ಪಾದನಾ ಸಾಮರ್ಥ್ಯವನ್ನು ಇವತ್ತಿಗೂ ಸಂಪೂರ್ಣವಾಗಿ ತೊಡಗಿಸಿಕೊಂಡಿಲ್ಲ. ತೊಡಗಿಸಿಕೊಂಡಿರುವಷ್ಟು ಶ್ರಮಕ್ಕೆ ಆರ್ಥಿಕ ಭದ್ರತೆಯನ್ನು ನೀಡಿಲ್ಲ. ಈವರೆಗೂ ಅವಳ ಅನೌಪಚಾರಿಕ ದುಡಿಮೆಯ ಶ್ರಮಶಕ್ತಿಯನ್ನು ನಾವು ಆರ್ಥಿಕ ಮೂಲವೆಂದು ಪರಿಗಣಿಸಿಯೇ ಇಲ್ಲ. ಸ್ತ್ರೀಯರ ಅಪಾರ ಧಾರಣಶಕ್ತಿಯನ್ನು ಗೌರವಿಸುವ ಮತ್ತು ಪಾಲ್ಗೊಳ್ಳುವಿಕೆಯನ್ನು ಪ್ರೋತ್ಸಾಹಿಸದ ಹೊರತು ನಮ್ಮ ಆರ್ಥಿಕಾಭಿವೃದ್ಧಿಯ ಕನಸುಗಳು ಸಾಕಾರವಾಗಲಾರವು.

ಮಹಿಳೆ ನಡೆದು ಬಂದ ದಾರಿ

ಈ ಸೃಷ್ಟಿ ಅನಂತ ರಹಸ್ಯಗಳ ಒಂದು ನಿಗೂಢ ಸತ್ಯ. ಜೀವ-ಜಗತ್ತು-ಈಶ್ವರ ಮುಂತಾದ ಅಮೂರ್ತ ಸಿದ್ಧಾಂತಗಳನ್ನು ತನ್ನ ತೆಕ್ಕೆಗೆ ಒದಗಿಸಿಕೊಂಡು ಬೆಳೆದು ಬಂದ ಇದರ ಪಯಣ ಸಣ್ಣದೇನಲ್ಲ. ಏನೇನೂ ಇಲ್ಲದ ಶೂನ್ಯದಿಂದ ಏನೆಲ್ಲ ಸೃಷ್ಟಿಯಾಗಿ, ಏಕೇಂದ್ರಿಯ ಜೀವಿಯಿಂದ ಪಂಚೇಂದ್ರೀಯ ಜೀವಿಗಳವರೆಗಿನ ವಿಕಾಸಕ್ರಮ ಅದ್ಭುತ ಆಶ್ಚರ್ಯ, ಅಕಾರಣ ರಚನಾ ವಿನ್ಯಾಸ, ಅನಿವಾರ್ಯ ಸತ್ಯ. ಜೀವ ಪ್ರಪಂಚ ತನ್ನ ನಿರಂತರತೆಗಾಗಿ ಸೃಷ್ಟಿಸಿಕೊಂಡ ಋಣಾತ್ಮಕ-ಧನಾತ್ಮಕ ಶಕ್ತಿ ಸಂಚಲನಗಳು ಗಂಡು-ಹೆಣ್ಣುಗಳೆಂದು ಆಕಾರ ತಳೆದು ಮಾಡಿದ ಕ್ರಿಯೆ - ಪ್ರಕ್ರಿಯೆಗಳ ಅವಾಂತರವೇ ಒಟ್ಟು ಜೀವೇತಿಹಾಸವಾಗಿದೆ.

ಶಿಲಾಯುಗದ ಆದಿಮಾನವ ತನ್ನ ಅನಾಗರಿಕ ಸ್ಥಿತಿಯಲ್ಲಿ ಅನುಭವಿಸಿದ್ದು ತೀರ ಪ್ರಕತಿ ಸಹಜವಾದ, ಏನೇನೂ ಲೇಪನಗಳಿಲ್ಲದ ಅಪ್ಪಟ ಜೀವಸೆಲೆ ಮಾತ್ರ. ಆದಿಮಾನವನಿಗೂ ಇತರ ಪಶುಪಕ್ಷಿ ಸಂಕುಲಕ್ಕೂ ಮೂಲಭೂತ ಜೀವನ ಕ್ರಮದಲ್ಲಿ ಯಾವುದೇ ವ್ಯತ್ಯಾಸವಿರಲೇ ಇಲ್ಲ ಎಂಬುದು ಸೂರ್ಯನಷ್ಟೇ ಪ್ರಖರ ವಾಸ್ತವ. ಕಾಲ ಕಳೆದಂತೆ ಮಾನವ ತನ್ನ ಬುದ್ಧಿಶಕ್ತಿಯಿಂದಾಗಿ ಇತರ ಪಶು ಪ್ರಾಣಿಗಳಿಂದ ಭಿನ್ನನಾಗತೊಡಗಿದನು. ಪ್ರಜ್ಞೆ ಪ್ರಖರವಾದಂತೆಲ್ಲ ಮಾನವ ತನ್ನನ್ನು ಹೇಗೇಗೋ ರೂಪಿಸಿಕೊಳ್ಳತೊಡಗಿದ. ತನ್ನ ಪರಿಸರವನ್ನು ಸೃಷ್ಟಿಯ ಸಹಜತೆಗೆ ಸವಾಲಾಗುವಂತೆ ಅನೌಪಚಾರಿಕವಾಗುವಂತೆ ನಿರ್ಮಿಸಿಕೊಂಡ. ಬದುಕಿಗೆ ಹೊಸ ಹೊಸ ಆಯಾಮಗಳನ್ನು ಕಟ್ಟಿಕೊಂಡು ಅವುಗಳಿಗೆ ತತ್ವ-ಸಿದ್ಧಾಂತ, ಆದರ್ಶ, ಭಾವನೆ, ಸ್ಫೂರ್ತಿ, ವಿವೇಕ, ಹೀಗೆ ಏನೇನೊ ಹೆಸರುಗಳನ್ನು ಆರೋಪಿಸಿಕೊಂಡು ನಾಗಾಲೋಟದಲ್ಲಿ ಓಡತೊಡಗಿದ.

ಅದೊಂದು ಕಾಲವಿತ್ತು ಗಂಡು-ಹೆಣ್ಣುಗಳೆಂಬ ಯಾವ ಭೇದವಿಲ್ಲದ ಸ್ವಚ್ಛಂದ ಪರಿಸರವಿತ್ತು. ನಿಸರ್ಗ ತನ್ನ ಕಾರ್ಯಸಾಧನೆಗಾಗಿ ರೂಪಿಸಿದ ಭಿನ್ನ ದೈಹಿಕ ಲಕ್ಷಣಗಳು ಮತ್ತು ಕಾರ್ಯ ನಿರ್ವಹಣಾ ಸಾಮರ್ಥ್ಯಗಳು ಮೊದಮೊದಲು ಪರಸ್ಪರರ ಅನುಕೂಲ ಅನುಭೂತಿಗಾಗಿ ಎಂಬ ಸಹಜತೆ ತಾನೇ ತಾನಾಗಿತ್ತು. ಮಾನವ ಶಿಶುಗಳು ತೀರ ಮುಗ್ಧ ಮಾನಸಿಕ ಹಂತವನ್ನು ಅನುಭವಿಸುತ್ತಲೆ ಬೆಳೆದವು. ಆತ - ಆಕೆಯರು ಶೈಶವ, ಬಾಲ್ಯಾವಸ್ಥೆಯನ್ನು ಮೀರಿ ಬೆಳೆದು ದೊಡ್ಡರಾದಂತೆ ಪರಸ್ಪರ ವಿಭಿನ್ನವಾದ ಶಾರೀರಿಕ ವ್ಯತ್ಯಾಸಗಳು ಇಬ್ಬರಲ್ಲೂ ಅಪ್ರತಿಮ ಆಶ್ಚರ್ಯ ಮೂಡಿಸಿರಲು ಸಾಕು. ವಯಸ್ಸಿಗೆ ತಕ್ಕಂತೆ ಚಿತ್ತಾಕಾಶದಲ್ಲಿ ಮೊಳಕೆಯೊಡೆದ ಕಾಮ - ಪ್ರೇಮಗಳು ಅವರಿಗಾಗಿ ವಿಸ್ಮಯ ಲೋಕವನ್ನೇ ತೆರೆದು ತೋರಿಸಿದ್ದವು. ಪರಸ್ಪರರು ಆಕರ್ಷಿತರಾದರು. ಮುದ್ದಿಸಿದರು, ರಮಿಸಿ ದೇಹಗಳ ಅಪೂರ್ವ ಆಲಿಂಗನದ ಬೆಸುಗೆಯಲ್ಲಿ ಯಾವುದೋ ಸ್ವರ್ಗ ಸುಖಕಂಡರು. ಕೈ ಕೈ ಹಿಡಿದು ಮನಬಂದತ್ತ ಕಾಲೆಳೆದುಕೊಂಡು ಹೋದಷ್ಟು

ಓಡಿದರು. ಕೂಡಿ ಆಡಿದರು.ಹಾಡಿದರು. ಗುದ್ದಾಡಿದರು. ಶರೀರದ ಸುಖದ ಸೂರ್ಯಾನಂದದ ವರ್ಣನಾತೀತ ರಸ ಘಳಿಗೆಯಲ್ಲಿ ತೃಪ್ತವಾಗಿ ಮೈಮರೆತರು. ಅವರು ಕಂಡದ್ದಕ್ಕೆ ಉಂಡದ್ದಕ್ಕೆ ಸಾಕ್ಷಿಯೆಂಬಂತೆ ಅವಳ ಆಕಾಶದಂಥ ನಿರಭ್ರವಾದ ಹೊಟ್ಟೆಯಲ್ಲಿ ಅವನೊಂದು ಅಂಶ ಸೇರಿ ಜೀವ ಅಂಕುರಿಸಿತು. ಸಿಹಿಯಾತನೆಯಾಗಿ ಒಳಗೊಳಗೆ ಮುಲುಕತೊಡಗಿತ್ತು. ಸೂಕ್ಷ್ಮಾತಿಸೂಕ್ಷ್ಮ ತಂತುವಾಗಿ ಹೊಕ್ಕುಳಿಗೆ ಸಿಲುಕಿಕೊಂಡು ಕಚಗುಳಿಯಿಟ್ಟಿತ್ತು. ಒಡಲ ಗುಹೆಯೊಳಗೆ, ಯಾವುದೋ ರಸಗಂಗೆ ಪಾದರಸದಂತೆ ಸುಳುಸುಳು ಹರದಾಡಿ ಗರಗರ ತಿರುಗಿ ಮುಲುಗುಟ್ಟುತ್ತ ಹೊಟ್ಟೆಯನ್ನು ಒದೆದಿತ್ತು. ಅದೆಂಥ ಮೋಹಕ ಅನುಭವ. ಸೃಷ್ಟಿಕರ್ತ ಬ್ರಹ್ಮನೇ ತಾನಾದೆನೆಂಬ ಉತ್ಕಟ ಅಹಂಭಾವ. ಜೀವನದಿಯೊಂದರ ಆದಿ – ಅನಾದಿಗಳೇ ತನ್ನಲ್ಲಿ ಗರ್ಭೀಕರಿಸಿಕೊಂಡಿರುವ ಸಾರ್ಥಕ್ಯ ಭಾವ. ಕಾತರದ, ಆತುರದ ನಿಟ್ಟುಸುರಿನ ತಳಮಳಗಳು ಅವಧಿ ಮುಗಿಸಿಕೊಂಡು ಪುಟ್ಟ ಜೀವವೊಂದು ಬೆಣ್ಣೆಯ ಮುದ್ದೆಯಂತೆ ಹೊರ ಬಂದು ಕೈ ತಾಕಿದ ಇಡಿ ಪ್ರಕ್ರಿಯೆಯನ್ನು ಏನೆಂದು ಚಿತ್ರಿಸಲು ಸಾಧ್ಯ.

ಮರಣ ಸಂಕಟದ ಭಯಂಕರ ಶೂಲಗಳು. ಅಗಸ ಅರಿವೆ ಹಿಂಡಿದಂತೆ, ಅಕ್ಕಸಾಲಿಗ ಕಂಬಚ್ಚಿನಲ್ಲಿ ತೆಗೆದ ಸಲಾಕೆಯಂತೆ ಅನಂತ ಯಾತನೆಯೊಂದಿಗೆ ಹೊರಬಂದ ಶಿಶುವಿನ ಮುಖ ಕಂಡಾಗ ಕನ್ನಡಿಯಲ್ಲಿ ತನ್ನ ಮುಖ ನೋಡಿಕೊಂಡಂತೆ. ತನ್ನ ಅಥವಾ ಆತನದೆ ಕಣ್ಣು, ಮೂಗು, ಬಾಯಿ, ಹೀಗೆ ತಮ್ಮಿಬ್ಬರದೆ ಪ್ರತಿರೂಪವಾದ ಅದು ಅಡ್ರಾಸಿ ಬಂದು ಅಪ್ಪಿಕೊಂಡಾಗ ಏನೇನೊ ತನನನಗಳು. ಹೇಳಲಾಗದ, ಹಿಡಿಸಲಾಗದ ತುಂಬಿ ಬಂದ ಹಿಗ್ಗುಗಳು. ತನ್ನ ಧಿಮಾಕಿನ ಟೊಪ್ಪಿಗೆಗೆ ಬಣ್ಣ ಬಣ್ಣದ ಚಿತ್ತಾರ ಗರಿಗಳು. ಸಂತಾನದ ಹುಚ್ಚುಸುಖ ಆತ – ಆಕೆಯರನ್ನು ಮತ್ತಷ್ಟು ಆಳವಾಗಿ ಬಂಧಿಸಿರಲೂ ಸಾಕು. ತಮ್ಮಿಬ್ಬರ ಕಮಾಯಿ – ಕಸರತ್ತಿನ ಕೂಸು – ಕುನ್ನಿಗಳ ಶೈಶವ, ಬಾಲ್ಯಗಳೆಲ್ಲ ಬಣ್ಣದ ಕಾರಂಜಿಗಳನ್ನು ಪುಟಿಸಿದಾಗ ಮರುಳಾಗದೆ ಇರಲಾದೀತೆ? ಮಾನವ ಶಿಶುಗಳ ಕಾಲಿಕ ಅವಲಂಬನೆ ಅವರಿಬ್ಬರನ್ನು ಬೇರೆಯಾಗಲು ಬಿಡುವುದೇ ಇಲ್ಲ. ತಮ್ಮ ಪ್ರತಿರೂಪದ ಆರೈಕೆಗಾಗಿ ಒಂದುಗೂಡಿ ಬಾಳುವುದು ಅನಿವಾರ್ಯ ಎಂಬುದು ಮನವರಿಕೆಯಾದಾಗ ಸಂಸಾರ ಹುಟ್ಟಿತ್ತು. ತಾವೇ ಹುಟ್ಟು ಹಾಕಿದ ಈ ಸಂಸಾರದಲ್ಲಿ ಮೇಲು – ಕೀಳೆಂಬ ಕಸವಿರಲಿಲ್ಲ. ಸ್ಥಾನಮಾನದ ಬಿಗುಮಾನವಿರಲಿಲ್ಲ. ಒಡೆಯ – ಸೇವಕಿ, ಭೋಗಿ – ಭೋಗ್ಯ ಎಂಬ ಯಾವುದೇ ನಿಸರ್ಗ ವಿರೋಧಿ ಭಾವನೆಗಳಿಗೆ ಅಲ್ಲಿ ಎಡೆಯಿರಲಿಲ್ಲ. ಅದೊಂದು ಮುಕ್ತ ಪ್ರಕೃತಿ ಸಹಜ ಸ್ವಚ್ಛಂದ ಸಾಂಗತ್ಯ ಮಾತ್ರವಾಗಿತ್ತು. ಈ ಸುಮಧುರ ಸಾಂಗತ್ಯದಲ್ಲಿ ಆತ – ಆಕೆಯರು ನೀರಿನಷ್ಟೇ ಸಹಜವಾಗಿ ಹರಿದಿದ್ದರು. ಗಾಳಿಯಷ್ಟೆ ಸಹಜವಾಗಿ ಸುಳಿದಾಡಿದರು. ಬೆಂಕಿಯಷ್ಟೇ ಸಹಜವೆಂಬಂತೆ ಕಾವೇರಿದರು. ಪರಸ್ಪರ ಸುಟ್ಟುಕೊಂಡು ತೇಜಃಪುಂಜವಾಗಿ ಹೊಳೆದಿದ್ದರು. ಭೂಮಿ–ಆಕಾಶಗಳಂತೆ ವಿಶಾಲ, ಹೃದ್ಯ, ಸಮೃದ್ಧವಾಗಿದ್ದರು. ಆತ ಕೇವಲ ಅವಳಾತ, ಆಕೆ ಕೇವಲ ಅವನಾಕೆ. ಇಲ್ಲಿ ಯಾರೂ ಹೆಚ್ಚಿಲ್ಲ. ಕಡಿಮೆ ಇಲ್ಲ. ಸೋಲು – ಗೆಲುವಿನ ಹಟವಿಲ್ಲ. ಗುಮಾನಿಗಳಿಲ್ಲ. ನಾನು – ನೀನೆಂಬ ಮಿತಿಯ ಪರಿಕಲ್ಪನೆಗಳ ಮೊಳಕೆಯೊಡೆಯದಿದ್ದ ಪ್ರಚ್ಛನ್ನ ಸಮೃದ್ಧಿ – ಸಮಾನತೆಗಳ ಕಾಲವದು.

ಕಾಲ ಕಳೆದಂತೆ ಒಂದು ಕಡೆ ನೆಲೆ ನಿಲ್ಲುವ ಪ್ರವೃತ್ತಿ ಬೆಳೆಯತೊಡಗಿತು. ಮನುಷ್ಯನ ಮುಖ್ಯ ಪ್ರವೃತ್ತಿಗಳಲ್ಲೊಂದಾದ "ಕಾಮ" ಅದರ ಪೂರೈಕೆಗಾಗಿ ಸೃಷ್ಟಿಯಾಗುವ ಗಂಡು – ಹೆಣ್ಣಿನ ಸಂಬಂಧಗಳು. ಇವು ಸಾಂಸ್ಥೀಕರಣಗೊಂಡಾಗ ಸೃಷ್ಟಿಯಾಗುವ ಸಮಸ್ಯೆಗಳು ಅಪಾರ. ವಿವಾಹ, ಕುಟುಂಬ ಮುಂತಾದ ಸಾಮಾಜಿಕ ಸಂಸ್ಥೆಗಳು ಸಮಾಜ ಸ್ವಾಸ್ಥ್ಯಕ್ಕಾಗಿ ಹುಟ್ಟಿಕೊಂಡವಾದರೂ, ಅವು ಒಳಗ್ಗೊಳಗೆ ಅನೇಕ ಕ್ರೌರ್ಯ, ವಂಚನೆ, ತಾರತಮ್ಯ, ಮುಂತಾದವುಗಳಿಗೆ ನಾಂದಿ ಹಾಡಿದವು. ಇಂಥ ಸಾಮಾಜಿಕ ಆವರಣಗಳು ಹುಟ್ಟು ಹಾಕಿದ ನಂಬಿಕೆ, ಶ್ರದ್ಧೆ ಕ್ರಿಯಾಚರಣೆಗಳು ಕಾಲಕಳೆದಂತೆ, ನೀತಿಯಾಗಿ, ಅನುಶಾಸನಗಳಾಗಿ ಸಂಕೋಲೆಗಳಾದವು. ಇದೇ ಅವಧಿಯಲ್ಲಿ ಎಲ್ಲೋ ಒಂದು ಕಡೆ ಮೂಲದ ಸಹಜ ಸಾಂಗತ್ಯದ ತಂತು ಪಟ್ಟನೆ ಕಡಿದು ಉಟ್ಟ ಬಟ್ಟೆಯಲ್ಲಿ ರಂಧ್ರ ಕಾಣಿಸಿಕೊಂಡಿತು. ಮೊದಲು ಕೇವಲ ಗಂಡಾಗಿದ್ದ ಆತ ಈಗ ಗಂಡಸು ಎಂಬ ಗರ್ವದಿಂದ ಬೀಗತೊಡಗಿದರೆ, ಕೇವಲ ಹೆಣ್ಣಾಗಿದ್ದ ಆಕೆ ಈಗ ಹೆಂಗಸೆಂಬ ದೈನ್ಯ ಬೆಳೆಸಿಕೊಂಡಳು. ಕ್ರಮೇಣ ಕಾಲಚಕ್ರದ ಗಾಲಿಗಳಿಗೆ ಮನುಷ್ಯರಕ್ತದ ಕಲೆಗಳು ಹತ್ತಿಕೊಂಡು ಇತಿಹಾಸವೆಂಬುದು ಪರಸ್ಪರ ಸ್ವಾರ್ಥ – ವಂಚನೆ– ಭೋಗಗಳ ಜಾತ್ರೆಯಾಯಿತು. ಆಮೇಲಿನ ಅವಳು ಕ್ರಮಿಸಿದ ಮಾರ್ಗವೆಲ್ಲ ಕಲ್ಲು – ಮುಳ್ಳು, ತೆಗ್ಗು–ತೆವರುಗಳ ಗೊಂಡಾರಣ್ಯವಾಗಿದೆ.

ವೇದ ಆಗಮ ಉಪನಿಷತ್ತುಗಳ, ಅರಣ್ಯಕಗಳ ಕಾಲವೇ ಇರಲಿ ವೇದೋತ್ತರದ ಪುರಾಣ – ಮಹಾಕಾವ್ಯಗಳ, ದೇಶೀಯ ರಾಜರುಗಳ ಏರಾಟ – ಹೋರಾಟದ ಕಾಲವೇ ಇರಲಿ, ಮೊಘಲ, ಮಹಮ್ಮದೀಯ ಮಧ್ಯಕಾಲೀನ, ಬ್ರಿಟೀಷ್ ಸಾಮ್ರಾಜ್ಯ, ಸ್ವಾತಂತ್ರ ಭಾರತ, ಪ್ರಜಾಪ್ರಭುತ್ವ ಹೀಗೆ ಕಾಲ ಯಾವುದೇ ಇರಲಿ; ಮಹಿಳೆಯನ್ನು ನಡೆಸಿಕೊಂಡ ರೀತಿ ಮಾತ್ರ ಕರುಣಾಜನಕವಾದುದೆ. ಸ್ತ್ರೀ ಪುರುಷನ ಭೋಗವಸ್ತು ಎಂದು ಪರಿಗಣಿಸಿಕೊಂಡೊಡನೆಯೇ ಬಾಲವಿವಾಹ, ವಿಧವೆಪಟ್ಟ, ಸತಿಪದ್ಧತಿ, ವರದಕ್ಷಿಣೆ ಪಿಡುಗು, ಬಹುಪತ್ನಿತ್ವ, ಮುಂತಾದ ಸಮಸ್ಯೆಗಳು ಮಹಿಳೆಯನ್ನು ಕಿತ್ತು ತಿಂದಿವೆ. ಆದಿಕಾಲದಿಂದಲೂ ಮಹಿಳೆಯರ ಸ್ಥಾನಮಾನ ಎಂದಾಗಲೆಲ್ಲ ಅಲ್ಲೊಬ್ಬ ಮೈತ್ರಿ, ಇಲ್ಲೊಬ್ಬ, ಗಾರ್ಗಿ, ಭಾರತಿ, ಲೋಪಮುದ್ರೆ ಹೀಗೆ ಈ ಪಟ್ಟಿಯನ್ನು ಇನ್ನೊಂದಿಷ್ಟು ಬೆಳೆಸಬಹುದು. ಅವೇ ಹಳೆಯ ಗ್ರಾಮಫೋನುಗಳಂತೆ ಕುಂಞಗುಟ್ಟುವ ಬೆರಳೆಣಿಕೆಯ ಅಂಕಿ ಅಂಶಗಳು ಉಪವಾಸವಿದ್ದ ದಿನ ಮೂಗಿಗೆ ಬೆಣ್ಣೆ ಒರೆಸಿದಂತೆ ತುಂಬಾ ನಾಜೂಕಿನ ಮೋಸವಿದು. ಒಂದಿಷ್ಟು ಸಮಝಾಯಿಸಿಗಳು, ತುಟಿಕರುಣೆಯ ಸಮಾಧಾನಗಳು, ಹುಸಿ ಶಭಾಷ್‌ಗಿರಿಗಳು, ಆಕಾಶದ ನಕ್ಷತ್ರಗಳನ್ನು ತೋರಿ ಅವೆಲ್ಲ ನಿನ್ನವೇ ಆಸ್ತಿ. ನಾನು ನಿನಗಾಗಿ ಕೊಟ್ಟ ಕಾಣಿಕೆಗಳು ಬೇಕಾದಷ್ಟು ಬಾಚಿಬಳಿದುಕೊಳ್ಳು ಎಂದು ಹೇಳುವ ಮುಖೇಡಿ ಕುತಂತ್ರಗಳು. ಜಾರಿಕೊಳ್ಳುವ ನೆವನಗಳು. ಈಗೀಗ ಅನಿಸುತ್ತದೆ. ಈ ಮೇಲ್ಕಂಡ ಪಟ್ಟಿಯಲ್ಲಿರುವ ಮಹಿಳೆಯರ ಜಾತಕವನ್ನು ಇನ್ನೊಂದಿಷ್ಟು ಕೂಲಂಕುಷವಾಗಿ ಗಮನಿಸಬೇಕಿತ್ತು ಎಂದು. ಏಕೆಂದರೆ ಅವರೆಲ್ಲ ಬಹುತೇಕ ದೊಡ್ಡ ದೊಡ್ಡ ಋಷಿಗಳ ಪತ್ನಿಯರು, ಇಲ್ಲವೆ ಚಕ್ರವರ್ತಿಗಳ ಸಾಮ್ರಾಜ್ಞಿಯರು ಅಥವಾ ವೈರಾಗ್ಯ ತಳೆದ ಯೋಗಿಣಿಯರು. ಹೀಗೆ ಕೆಲವೊಂದು ವಿಶೇಷ ಸೌಲಭ್ಯ ಮತ್ತು

ಪರಿಸರಗಳನ್ನು ಪಡೆದವರಾಗಿದ್ದರು. ಹೀಗೆಂದು ಅವರ ಸಾಧನೆ ಕಡೆಗಣಿಸುವಂತಿಲ್ಲವಾದರೂ; ಒಟ್ಟು ಜನಸಂಖ್ಯೆಯ ಅರ್ಧದಷ್ಟಿರುವ ಮಹಿಳೆಯರ ಸಮಗ್ರ ಬದುಕನ್ನು ಇವರು ಎಷ್ಟರ ಮಟ್ಟಿಗೆ ಪ್ರತಿನಿಧಿಸಬಲ್ಲರು ಎಂಬ ಪ್ರಶ್ನೆ ಇಲ್ಲಿ ಮುಖ್ಯವಾಗುತ್ತದೆ.

ಸಾವಿರಾರು ವರುಷಗಳಷ್ಟು ದೀರ್ಘವಾದ ಇತಿಹಾಸವುಳ್ಳ ಬದುಕಿನಲ್ಲಿ ಕೆಲವೊಂದು ಮುಖ್ಯ ವರ್ಗಗಳನ್ನು ಹೊರತುಪಡಿಸಿದೆ ಸಾಮಾನ್ಯರ ಬದುಕು ಹೇಗಿತ್ತು? ಎಂಬುದನ್ನು ಗುರುತಿಸಲು ಇಂದು ಯಾವ ಸ್ಪಷ್ಟ ಆಧಾರಗಳು ಉಳಿದುಕೊಂಡಿಲ್ಲ. ವರ್ಣಾಶ್ರಮದ ದಟ್ಟ ಬೇರುಗಳಲ್ಲಿ ಸಿಲುಕಿಕೊಂಡ ದಾರುಣ ಸಮಾಜದಲ್ಲಿ ಕೆಲವೊಂದು ವರ್ಗದ ಪುರುಷರು ಶೂದ್ರರೆಂದು ದಬ್ಬಾಳಿಕೆಗೆ ಒಳಗಾಗುವದರೊಂದಿಗೆ ಮಹಿಳೆ ಯಾವ ವರ್ಗದವಳೇ ಆಗಿರಲಿ ಶೂದ್ರಳೆಂದು ಮತ್ತು ಶೂದ್ರರಲ್ಲಿಯ ಸ್ತ್ರೀ ಶೂದ್ರಾತಿಶೂದ್ರಳೆಂದು ತುಳಿತಕ್ಕೆ ಒಳಗಾದ ದಮನೀಯ ನೋವುಗಳು ಯಾವ ಇತಿಹಾಸದಲ್ಲೂ ದಾಖಲಾಗುವುದಿಲ್ಲ. ಹೀಗಾಗಿ ಗತಕಾಲದ ವೈಭವ ಮಾತ್ರ ನಮ್ಮ ಇತಿಹಾಸವಾಗುತ್ತದೆ. ಆದರೆ ಗತಕಾಲದ ಸಾಮಾನ್ಯರ ಬದುಕು ವಿಚಿತ್ರ ಮೌನವಾಗಿ, ಹುಟ್ಟಲೇ ಇಲ್ಲ ಎಂಬ ಹಟವಾಗಿ ಉಳಿದುಬಿಡುತ್ತದೆ. ಇತಿಹಾಸದ ತೆಕ್ಕೆಗೊದಗಿದ ಸುಳ್ಳುಗಳ ವಿಜೃಂಭಣೆಯಲ್ಲಿ ಸತ್ಯ ಕಳೆದುಹೋಗುವ ಅಪಾಯವಿರುತ್ತದೆ. ಹೀಗಿರುವಾಗ ಕಳೆದ ದಿನಮಾನಗಳಲ್ಲಿ ಮಹಿಳೆಯರ ಬದುಕು ಹೇಗಿತ್ತು ಎಂದಾಗಲೆಲ್ಲ ಪುರಾಣದ ಸೀತೆ, ಸಾವಿತ್ರಿ, ಮಂಡೋದರಿ, ತಾರಾ, ದ್ರೌಪದಿ, ಮಾಧವಿ ಮುಂತಾದ ಪುರಾಣದ ಪಾತ್ರಗಳು ಆದರ್ಶದ ಮೇಕಪ್ಪುಗಳ ಹಿಂದಿನ ಮಾಸಿದ ಮುಖಗಳಂತೆ ಕಂಡುಬರುತ್ತಾರೆ. ಆದ್ದರಿಂದ ಇತಿಹಾಸದ ಪುಟಗಳಿಂದ ಹುಸಿ ಬದುಕಿನ ತೇವಲುಗಳನ್ನು ಹೆಕ್ಕಿಕೊಳ್ಳುವುದಕ್ಕಿಂತ ಮತ್ತೆಲ್ಲೋ ನಮ್ಮನ್ನು ಅವಲೋಕಿಸುವುದಾದರೆ ಸತ್ಯದ ನೆರಳಾದರೂ ದಕ್ಕೀತು.

ರಾಮನ ವೈಯಕ್ತಿಕ ಪ್ರತಿಷ್ಠೆಯ ಅತಿ ಆದರ್ಶದ ತೆವಲಿಗೆ ಬಲಿಯಾಗಿ ಅಡವಿಗೆ ದೂಡಲ್ಪಟ್ಟ ತುಂಬಿದ ಬಸುರಿ ಸೀತೆ, ರೋಗಿಷ್ಠ ಗಂಡನನ್ನು ಉಳಿಸಿಕೊಳ್ಳಲೇ ಬೇಕಾದ ಅನಿವಾರ್ಯತೆಗಾಗಿ ಪ್ರಕೃತಿ – ಸಮಾಜಗಳ ವಿರುದ್ಧ ಪ್ರಾಣವನ್ನೇ ಪಣಕ್ಕಿಟ್ಟು ಹೋರಾಡುವ ಸಾವಿತ್ರಿ, ಪಾಂಡವರ ಕ್ಷತ್ರಿಯತ್ವದ ಹುಸಿವಾದಗಳಿಗೆ ಸಿಲುಕಿಕೊಂಡು ಗಂಡಂದಿರ ಎದುರಿಗೆ ಪತಿತೆಯಾಗುವ ದ್ರೌಪದಿ. ಅಪ್ಪನಿಂದಲೇ ಮಾರಾಟದ ಸರಕಾಗುವ ಮಾಧವಿ, ಗಂಡನ ಅತಿ ಕಾಮುಕತನದ ದಳ್ಳುರಿಯೊಳಗೆ ಬೆಂದು ತಾನೇ ಹೋಗಿ ಸೀತೆಯ ಎದುರಿಗೆ ಗಂಡನಿಗಾಗಿ ಪ್ರೇಮ ಭಿಕ್ಷೆ ಬೇಡುವ ಮಂಡೋದರಿ, ಸಹೋದರರ ಕಾಳಗ – ದಿಗ್ವಿಜಯಗಳ ಧಿಮಾಕುಗಳಿಗೆ ಬಲಿಯಾಗಿ ಗೆದ್ದ ಮೈದುನನೊಂದಿಗೆ ರಾಜಿಮಾಡಿಕೊಳ್ಳುವ ತಾರಾ, ತನ್ನದಲ್ಲದ ತಪ್ಪಿಗೆ ಕಲ್ಲಾಗುವ ಶಿಕ್ಷೆ ಅನುಭವಿಸುವ ಅಹಲ್ಯೆ, ಒಂದು ಕ್ಷಣ ಚಿತ್ತ ಚಂಚಲವಾದದ್ದೆ ಕಾರಣವಾಗಿ ಮಗನಿಂದಲೆ ಹತವಾಗುವ ರೇಣುಕೆ ಹೀಗೆ ಪಟ್ಟಿ ಇನ್ನು ಬೆಳೆಸುತ್ತ ಹೋಗಬಹುದು. ಈ ಮೇಲಿನ ಪೌರಾಣಿಕ ಪಾತ್ರಗಳಿಗೆ ಆದರ್ಶದ ಬಣ್ಣ ಬಳಿದು, ಅನುಕರಣೀಯ ಮೌಲ್ಯಗಳೆಂದು ಪ್ರತಿಪಾದಿಸುತ್ತಲೇ ಬಂದರು. ಮತ್ತೆ ಮತ್ತೆ ಹೆಣ್ಣುಗಳನ್ನು ತಮ್ಮ ತೆವಲುಗಳಿಗೆ ಬಲಿ ಕೊಡುತ್ತಲೆ ನಡೆದರು.

ಈ ಮೇಲ್ಕಂಡ ಎಲ್ಲ ಹೆಣ್ಣುಗಳ ಜೀವನ ಗಾಥೆಯನ್ನು ಸೂಕ್ಷ್ಮವಾಗಿ, ಆಳವಾಗಿ, ಮಾನವೀಯವಾಗಿ ಗಮನಿಸುವ ಛಾತಿ ಬೇಕು. ಅವರನ್ನು ದೇವರು ಮಾಡಿ ಕೈ ತೊಳೆದುಕೊಂಡು ಬಿಟ್ಟ ಸಮಾಜವೇ ಒಂದಿಷ್ಟು ಆಲಿಸುವೆಯಾ? ಮೇಲ್ಪದಿರಿನಲ್ಲಿ ಆದರ್ಶದ ಮುಖವಾಡಗಳಂತೆ ಕಂಡುಬರುವ ಈ ಪಾತ್ರಗಳ ಕತ್ತಲು ತುಂಬಿದ ನೋವಿನ ಮನಮೂಲೆಗಳನ್ನು ವೀಕ್ಷಿಸುವ ತಾಕತ್ತು ಇದೆಯಾ? ಅವರ ಅಶ್ರುತ ಆಕ್ರಂದನ ಕೇಳಿಸಲು ಚರ್ಮದ ಕಿವಿ ಇದ್ದರೆ ಸಾಲದು. ಹೃದಯಗಳ ಸೂಕ್ಷ್ಮ ಅಂತಃಕರುಣೇಂದ್ರೀಯಗಳು ಜಾಗೃತವಾಗಬೇಕು.

ಕುಮಾರವ್ಯಾಸನ ಕಾವ್ಯದಲ್ಲಿ ದ್ರೌಪದಿ ತನ್ನ ವಸ್ತ್ರಾಪಹರಣ ಕಾಲಕ್ಕೆ ರೋಧಿಸುವ ಮಾತೊಂದನ್ನು ಇಲ್ಲಿ ಗಮನಿಸಬಹುದು.

ಪತಿಗಳೆನ್ನನು ಮಾರಿ ಧರ್ಮ
ಸ್ಥಿತಿಯ ಕೊಂಡರು ಭೀಷ್ಮ ಮೊದಲಾ
ದತಿರಥರು ಪರಹಿತವ ಬಿಸುಟರು ವ್ಯರ್ಥಭೀತಿಯಲಿ'

ಹೆಂಡತಿಯನ್ನೇ ಮಾರಿ ಧರ್ಮವಂತರೆನಿಸಿಕೊಂಡ ಪಾಂಡವರು ನಮಗೆ ಆದರ್ಶಪುರುಷರು. ಅದೂ ಇರಲಿ. ಇದೇ ದ್ರೌಪದಿ ವಿರಾಟಪರ್ವದಲ್ಲಿ ಕೀಚಕನ ಕಾಮದ ಕಣ್ಣಿಗೆ ಬಿದ್ದು ಪಡಬಾರದ ಬವಣೆ ಪಡುತ್ತಾಳೆ. ಕೀಚಕ ದ್ರೌಪದಿಯನ್ನು ಬಿಡದೆ ಬೆಂಬತ್ತಿದಾಗ ತಮ್ಮನ ಹಟಕ್ಕೆ ಮಣಿದ ಸುಧಿಷ್ಣೆಯೂ ದ್ರೌಪದಿಯನ್ನು ಕುರಿತು ಕೀಚಕನ ಹಾಸಿಗೆಗೆ ಸರಕಾಗದೆ ಗತಿ ಇಲ್ಲ ಎಂದು ಕೈಚೆಲ್ಲುತ್ತಾಳೆ. ಸುಧೇಷ್ಣೆ ಬಳಿ ಸೇವಕಿಯಾಗಿದ್ದ ದ್ರೌಪದಿ ಒಡತಿಯ ಮಾತು ಮೀರುವುದು ಸಾಧ್ಯವೇ? ಮೇಲಾಗಿ ಕೀಚಕನಂಥ ಕಾಮಾಂಧನಿಂದ ತಪ್ಪಿಸಿಕೊಂಡು ಹೋಗುವುದಾದರೂ ಎಲ್ಲಿಗೆ? ಆ ರಾತ್ರಿ ಅವಳು ಪಡುವ ತಳಮಳ, ಮೂಕ ರೋಧನ.

ಆರಿಗುಸುರುವೆನಾರ ಸಾರುವೆ
ನಾರಿಗೊರಲುವೆನಾರಿಗರಹುವೆ
ನಾರ ಬೇಡುವೆನಕಟ ಹೆಂಗಸು ಜನ್ಮವನು ಸುಡಲಿ
ಘೋರ ಪಾತಕಿಯೆನ್ನವೊಲು ಮು
ನ್ನಾರು ನವೆದವರುಂಟು ಮರಣವು
ಬಾರದೆಂದೊರಲಿದಳು ಬಸುರನು ಹೊಯ್ದು ಶಶಿವದನೆ.

ಈ ಮೇಲಿನ ಪದ್ಯ ಕುಮಾರವ್ಯಾಸನಿಗೆ ಶೋಕರಸೋತ್ಕರ್ಷಕ್ಕೆ ಸಾಧನವಾಗಿ ತನ್ನ ಕಾವ್ಯದ ಯಶಸ್ಸಿನ ತಂತ್ರವಾಗಿ ಪರಿಣಮಿಸಿರಬಹುದು. ಕಾವ್ಯ ವಿಮರ್ಶಕನಿಗೆ ಅದ್ಭುತ ಪ್ರತಿಭೆಯ ಕಾಣ್ಕೆಯಾಗಿ ಕಂಡಿರಬಹುದು. ಆದರೆ ಸ್ತ್ರೀ ಸಮೂಹಕ್ಕೆ ಇದೊಂದು ಸಹಿಸಲಸಾಧ್ಯವಾದ ತಳಮಳವಾಗಿ ಕಾಡುತ್ತದೆ. ಹೆಂಗಸು ಜನ್ಮವನು ಸುಡಲಿ ಎಂದು ಅವಳು ರೋಧಿಸುವಾಗ ರಾಜರುಗಳ ಪಟ್ಟಮಹಿಷೆಯೆ ಇರಲಿ, ಭಿಕ್ಷುಕನ ಹೆಂಡತಿಯೇ ಇರಲಿ ಹೆಣ್ಣು ಕೇವಲ ಹೆಣ್ಣು ಮಾತ್ರವಾಗಿಯೇ ಭೋಗದ ಸರಕಾಗಿಯೇ ದುಡಿಸಿಕೊಳ್ಳಲ್ಪಟ್ಟಳು ಎಂಬುದರಲ್ಲಿ ಎರಡು ಮಾತಿಲ್ಲ. ಕೊನೆಗೆ ದ್ರೌಪದಿ ತನ್ನ ಮಾನ ರಕ್ಷಣೆಗಾಗಿ ಭೀಮನ ಮೊರೆ ಹೋಗುತ್ತಾಳೆ. ಭೀಮನು ಸಹಿತ ಅಣ್ಣನ ಆಜ್ಞೆಯನ್ನು ಮೀರಿ ನಾನು ನಿನ್ನನ್ನು ರಕ್ಷಿಸಲಾರೆನೆಂದು ಜಾರಿಕೊಳ್ಳಬಯಸಿದಾಗ

ದ್ರೌಪದಿಗೆ ಆದ ಆಘಾತ ಅಷ್ಟಿಷ್ಟಲ್ಲ. ಇಲ್ಲಿ ಭೀಮ ಹೇಳುವ ಮಾತು ಸ್ತ್ರೀತ್ವದ ಬಗೆಗಿನ ಪುರುಷಪ್ರಜ್ಞೆಯ ಕ್ರೌರ್ಯಕ್ಕೆ ಹಿಡಿದ ಕನ್ನಡಿಯಂತಿದೆ. ದ್ರೌಪದಿ ಭೀಮನನ್ನು ಕುರಿತು ನೀನೆ ನನ್ನ ಪ್ರಿಯನಾದ ಗಂಡ ಆದ್ದರಿಂದ ಕೀಚಕನಿಂದ ನನ್ನನ್ನು ಉಳಿಸಲು ನೀನೇ ಸಮರ್ಥ ಎಂದು ಅಂಗಲಾಚುತ್ತಾಳೆ. ಆಗ ಭೀಮ. "ಓಹೋ ಯುದ್ಧಕ್ಕೆ ನಾನು ಬೇಕು. ಹಾಸಿಗೆಯಲ್ಲಿ ರಮಿಸುವಾಗ ಅವರೆಲ್ಲ ಬೇಕು ನಿನಗೆ. ಅಲ್ಲಾ ದ್ರೌಪದಿ ಗಳಿಸುವವರು ಒಬ್ಬರು ಅದನ್ನು ಉಂಡು ಜಾರುವವರು ಬೇರೊಬ್ಬರು ಎಂಬ ಗಾದೆ ಮಾತಿನಂತಿದೆ ನಿನ್ನ ಸ್ಥಿತಿ. ಅವೆಲ್ಲ ನನ್ನಿಂದ ಆಗುವುದಿಲ್ಲ. ನಿನ್ನ ಸಮಸ್ಯೆಗೆ ಹೇಗಾದರೂ ಮಾಡಿ ನೀನೇ ಉತ್ತರ ಕಂಡುಕೊ. ನಾನು ಅಣ್ಣನ ಮಾತಿಗೆ ಅಂಜುತ್ತೇನೆ: ನಡೆ ಇಲ್ಲಿಂದ ಎಂದು ಗದರಿಸುತ್ತಾನೆ. ಭೀಮ ಇಲ್ಲಿ ಸ್ಪಷ್ಟವಾಗಿ ಹೆಣ್ಣು ಪುರುಷನ ಸಂಪತ್ತು ಎಂಬುದಾಗಿ ಎತ್ತಿ ತೋರಿಸುತ್ತಾನೆ. ಅಷ್ಟೇ ಅಲ್ಲ ದ್ರೌಪದಿಯನ್ನು ಉಳಿದ ಪಾಂಡವರು ಭೋಗಿಸುವವರಾದ್ದರಿಂದ ತಾನು ಅವಳ ಸಹಾಯಕ್ಕೆ ಬರಲಾರೆ ಎಂಬ ಮಾತಿನ ಧೋರಣೆಗೆ ಏನು ಹೇಳಲು ಸಾಧ್ಯ. ಆಗ ಸಿಡಿದೇಳುವ ದ್ರೌಪದಿಯ ಮಾತು ಇಡೀ ಪುರುಷ ವರ್ಗವನ್ನೇ ತರಾಟೆಗೆ ತೆಗೆದುಕೊಂಡಂತಿದೆ.

ಹೆಂಡತಿಯ ಹರಿಬದಲಿಯೊಬ್ಬನೆ
ಗಂಡುಗೂಸೇ ವೈರಿಯನು ಕಡಿ
ಖಂಡವನು ಮಾಡುವನು ಮೇಣ್ ತನ್ನೊಡಲನಿಕ್ಕುವನು
ಗಂಡರೈವರು ಮೂರು ಲೋಕದ
ಗಂಡರೊಬ್ಬಳನಾಳಲಾರಿರಿ
ಗಂಡರೋ ನೀವ್ ಭಂಡರೋ ಹೇಳೆಂದಳಿಂದುಮುಖಿ.

ಗಂಡರೋ? ನೀವು ಭಂಡ ಷಂಡರೋ ಎಂದು ಕೇಳುವಷ್ಟು ಧೈರ್ಯವನ್ನು ದ್ರೌಪದಿಗೆ ಕೊಟ್ಟದ್ದು ಅವಳ ಪರಿಸ್ಥಿತಿ ಮಾತ್ರವೇ ಆಗಿದೆ. ಹೀಗೆ ಪುರಾಣದ ಆ ಪಾತ್ರಗಳ ಮೂಲೆಯ ನೋವುಗಳು, ತಮ್ಮ ಮಿತವಲಯದಲ್ಲೇ ಅವರು ಹೂಡಿರಬಹುದಾದ ಮೆತ್ತನೆಯ ಬಂಡಾಯಗಳು ಕಾವ್ಯಗಳಲ್ಲಿ ಮುಗುಮ್ಮಾಗಿಯೇ ಚಿತ್ರಣಗೊಂಡಿವೆ. ಈ ರೀತಿ ಕಾವ್ಯಗಳಲ್ಲಿ ಹೆಣ್ಣಿನ ಧ್ವನಿಯನ್ನು ಎತ್ತಿ ತೋರಿಸಿದವರು ಪುರುಷಕವಿಗಳೆ ಅಲ್ಲವೇ? ಸ್ತ್ರೀಯರ ಬಗೆಗಿನ ಅವರ ಗೌರವಾದರಗಳು ಮುಖ್ಯವಲ್ಲವೇ? ಎಂದು ವಾದಿಸಬಹುದು. ಅವರೆಲ್ಲ ಪುರುಷರು ನಿಜ. ಅವರಿಗೆ ಸ್ತ್ರೀಯರ ಬಗೆಗಿರುವುದು ಗೌರವಾದರಗಳಿಗಿಂತ ಹೆಚ್ಚಾಗಿ ಅನುಕಂಪ ಮಾತ್ರವೆಂಬುದು ಕಾವ್ಯಸ್ವಾದನಗೈಯುವ ಯಾರಿಗಾದರೂ ಅನಿಸದೆ ಇರದು. ಅನುಕಂಪೆ ದೈನ್ಯವನ್ನು, ಅಸಹಾಯಕತೆಯನ್ನು ಆಪೇಕ್ಷಿಸುತ್ತಲೇ ಶೋಷಕ ಪ್ರವೃತ್ತಿಯನ್ನು ಒಪ್ಪಿಕೊಂಡು ಬಿಡುತ್ತದೆ. ವ್ಯಾಸ, ವಾಲ್ಮೀಕಿ, ಪಂಪ, ರನ್ನ, ಕುಮಾರವ್ಯಾಸಾದಿಗಳ ಮಾತುಗಳಲ್ಲಿ ತಮ್ಮನ್ನು ತೆರೆದುಕೊಳ್ಳುವ ಸೀತೆ, ದ್ರೌಪದಿ, ಸಾವಿತ್ರಿಯರಿಗಿಂತ ತನ್ನ ಮಾತುಗಳಲ್ಲೆ ತನ್ನನ್ನು ತೆರೆದುಕೊಳ್ಳುವ 12ನೇ ಶತಮಾನದ ಅಕ್ಕಮಹಾದೇವಿ ಸ್ತ್ರೀವಾದಿ ನೆಲೆಗೊಂದು ಸ್ಪಷ್ಟ ದಿಕ್ಸೂಚಿಯಾಗುತ್ತಾಳೆ.

ಕರ್ನಾಟಕದ ಮಟ್ಟಿಗೆ ಹೇಳುವುದಾದರೆ ಮನುವಾದಿ ಮನಸ್ಸುಗಳ ಸಂಘಟಿತ ಕ್ರೌರ್ಯ, ದಬ್ಬಾಳಿಕೆಯನ್ನು ಸಾರಾಸಗಟಾಗಿ ಧಿಕ್ಕರಿಸಿದ ಪ್ರಥಮ ಮಹಿಳೆ

ಅಕ್ಕಮಹಾದೇವಿ, ಲೋಕದ ಗಂಡಸರ ಬಗೆಗಿನ ಹೇಸಿಗೆ ಅವಳನ್ನು ಚನ್ನಮಲ್ಲಿಕಾರ್ಜುನನತ್ತ ಹೊರಳುವಂತೆ ಮಾಡಿತೋ? ಅಥವಾ ಚನ್ನಮಲ್ಲಿಕಾರ್ಜುನನ ಆಕರ್ಷಣೆ ಲೋಕದ ಗಂಡಸರನ್ನು ತಿರಸ್ಕರಿಸುವಂತೆ ಮಾಡಿತೋ? ಎಂಬ ಪ್ರಶ್ನೆಗಿಂತ ಇಲ್ಲಿ ಹೆಣ್ಣೊಬ್ಬಳು ಬದುಕಿನ ಯಾವ ಹಂತದಲ್ಲೂ ಪುರುಷನ ಸಹಾಯವಿಲ್ಲದೆ ಬದುಕಬಲ್ಲಳು ಎಂಬುದನ್ನು ಮೊದಲ ಬಾರಿಗೆ ತೋರಿಸಿಕೊಟ್ಟಳು ಎಂಬುದು ಮುಖ್ಯವಾಗುತ್ತದೆ. ಭಾರತೀಯ ಹಿಂದೂ ತತ್ವಶಾಸ್ತ್ರ ವಾಹಿನಿಯ ಮಜಲುಗಳಾದ ದ್ವೈತ, ಅದ್ವೈತ, ವಿಶಿಷ್ಟದ್ವೈತ, ಮುಂತಾದ ಸಿದ್ಧಾಂತಗಳು ಪಾರಂಪರಿಕವಾಗಿ ಹೆಣ್ಣನ್ನು ಮಾಯೆ, ಕಂಟಕಿ, ಪಾಪಿಷ್ಠೆ, ಮೈಲಿಗೆ, ಆಧ್ಯಾತ್ಮಮಾರ್ಗದ ತೊಡಕು ಎಂದೆಲ್ಲಾ ಪ್ರತಿಬಿಂಬಿಸುತ್ತಾ ಬಂದಿರುವ ಸಂದರ್ಭದಲ್ಲಿ ಅಕ್ಕ ಪುರುಷನಿಗೆ ಸ್ತ್ರೀ ಮಾಯೆಯಾದರೆ, ಸ್ತ್ರೀಗೆ ಪುರುಷನೂ ಮಾಯೆ ಅಲ್ಲವೆ ಎಂದು ಸ್ಪಷ್ಟವಾಗಿ ಸವಾಲು ಹಾಕುತ್ತಾಳೆ. ಮಾಯೆ–ಮೋಹವೆಂಬುದು ಭಾವವಾಚಕ ಶಬ್ದವೇ ಹೊರತು ಲಿಂಗವಾಚಕವಲ್ಲ ಇನ್ನೊಮ್ಮೆ ಹಾಗೆ ಬಳಸಿದರೆ ಜೋಕೆ ಎಂದು ಎಚ್ಚರಿಸುವುದನ್ನು ಮರೆಯುವುದಿಲ್ಲ. ಅಕ್ಕಮಹಾದೇವಿ ಕೌಶಿಕನೊಡನೆ ಮಾಡಿಕೊಂಡ ಒತ್ತಾಯದ ಮದುವೆಯನ್ನು ಧಿಕ್ಕರಿಸಿ ಕಲ್ಯಾಣದ ಅನುಭವ ಮಂಟಪಕ್ಕೆ ಬರುತ್ತಾಳೆ. ದೂರದ ಉಡುತಡಿಯಿಂದ ಕಲ್ಯಾಣದವರೆಗೆ ಏಕಾಂಗಿಯಾಗಿ ಬಂದ ಹದಿ ಹರೆಯದ ಹೆಣ್ಣೊಬ್ಬಳ ಶತಮಾನಗಳ ಹಿಂದಿನ ವರ್ತನೆ ನಂಬಲಾಗದ ಆಶ್ಚರ್ಯವಾಗಿಯೇ ಉಳಿದುಬಿಡುತ್ತದೆ. ಅದು ಹಾಗಿರಲಿ ಅನುಭವ ಮಂಟಪದಲ್ಲಿ ತನ್ನ ಈ ವರ್ತನೆಯಿಂದಾಗಿ ಚರ್ಚೆಗೆ ಆಹಾರವಾಗುವ ಆಕೆ ಕಿನ್ನರಿ ಬ್ರಹ್ಮಯ್ಯ, ಪ್ರಭುದೇವರಂಥ ಹಲವು ಹತ್ತು ತರದ ಜಿಜ್ಞಾಸುಗಳ ಪರೀಕ್ಷಾ ದೃಷ್ಟಿಗೆ ಒಡ್ಡಿಕೊಳ್ಳಲೇಬೇಕಾಗುತ್ತದೆ. ಅಲ್ಲಮಪ್ರಭು, ಅಕ್ಕಮಹಾದೇವಿಗೆ ಹಲವು ಸವಾಲುಗಳನ್ನು ಹಾಕುತ್ತ, ಮದುವೆಯಾಗದ ಸ್ತ್ರೀಗೆ, ಅಥವಾ ಯಾರೊಬ್ಬರ ಜವಾಬ್ದಾರಿಯಿಲ್ಲದ ಹೆಣ್ಣಿಗೆ ಇಲ್ಲಿ ಪ್ರವೇಶವಿಲ್ಲ. ಆದ್ದರಿಂದ ನೀನು ಯಾರು? ಇಲ್ಲಿಗೇಕೆ ಬಂದೆ? ಹದಿಹರೆಯದ ಚಲುವೆ ನೀನು ಹೀಗೇಕೆ ಅಲೆಮಾರಿಯಂತೆ ತಿರುಗುತ್ತಿರುವೆ? ನಿನ್ನ ಉದ್ದೇಶ, ಗುರಿಯಾದರೂ ಏನು? ಎಂದು ಹೀಗೆಲ್ಲ ಸುತ್ತು ಬಳಸಿ ನೂರಾರು ಮಗ್ಗಲುಗಳಿಂದ ಅವಳನ್ನು ಪ್ರಶ್ನಿಸುತ್ತಾನೆ. ಒಂದು ರೀತಿಯ ಭಂಡುತನವುಳ್ಳ ಅಕ್ಕ ಆತನ ಪ್ರಶ್ನೆಗಳಿಗೆ ಅದೇ ಧಾಟಿಯಲ್ಲಿ ಉತ್ತರ ಕೊಡುತ್ತ ತಾನು ಎಲ್ಲ ಲೌಕಿಕ ಆಶೆ–ಅಮಿಷೆಗಳನ್ನು ತೊರೆದವಳು. ಆದ್ದರಿಂದ ಲೋಕ ಮೆಚ್ಚದ ರೀತಿಯಲ್ಲಿ ನನಗೆ ಇಷ್ಟಬಂದಂತೆ ನಾನು ಬಂದಿದ್ದೇನೆ. ನಾನು ಯಾರ ಅಂಕಿತಕ್ಕೂ ಒಳಗಾದವಳಲ್ಲ. ಲೋಕದ ಯಾವ ನಿರ್ಬಂಧನೆಗಳು ನನ್ನನ್ನು ಸೋಂಕಲಾರವು ಎಂದು ಹೇಳುತ್ತಾಳೆ. ಆದರೆ ಕೊನೆವರೆಗೂ ಗುಮಾನಿಯಿಂದ ನೋಡುವ; ಪ್ರಭು ಅಷ್ಟಕ್ಕೂ ತೃಪ್ತನಾಗದೆ ಲೋಕದ ಎಗ್ಗು ನನಗಿಲ್ಲ ನಾನು ಎಲ್ಲವನ್ನು ಮೀರಿನಿಂತ ವೈರಾಗಿಣಿ ಎಂದು ಹೇಳುವ ನೀನು ಲೋಕಕಂಜಿ ಕೂದಲು ಮರೆಮಾಡಿಕೊಂಡಿದ್ದೇಕೆ ಎಂದು ಕಠಿಣವಾಗಿ ಛೇಡಿಸುತ್ತಾನೆ. ಇಲ್ಲಿ ಅಕ್ಕ ಮಹಾದೇವಿ ಬಟ್ಟೆ ಇಲ್ಲದಂತೆ ದಿಗಂಬರೆಯಾಗಿ ಕೂದಲಿನಿಂದ ಮಾನಮುಚ್ಚಿಕೊಂಡು ಬಂದಿದ್ದಳು ಎಂಬ ವೈಭವೀಕರಣದ ಹಿನ್ನೆಲೆ ಏನೇ ಇರಲಿ. ಅಂದಿನ ಸ್ಥಿತಿಯಲ್ಲಿ ಅಕ್ಕ ಮೈಮೇಲೆ

ಬಟ್ಟೆಯ ಎಚ್ಚರವೂ ಇಲ್ಲದಂತೆ ಅಸ್ತವ್ಯಸ್ತವಾಗಿ ಬಂದು ನಿಂತಿದ್ದಳು. ಮಾಡಿಕೊಂಡ ಮಹಾರಾಜನ ಪಟ್ಟದರಸಿ ಸ್ಥಾನವನ್ನು ಧಿಕ್ಕರಿಸಿ ಬಂದ ಹೆಣ್ಣಿಗೆ ಅಂದಿನ ಸಮಾಜದಲ್ಲಿ ಬಟ್ಟೆ ಸಹಿತ ಸಿಗಲಾರದ್ದು ಸಹಜವೇ ಆಗಿರಲಿಕ್ಕೂ ಸಾಕು. ಆದರೂ ಆಕೆ ಇದ್ದ ಬದ್ದ ಸ್ಥಿತಿಯಲ್ಲಿಯೇ ಇದ್ದಷ್ಟು ಬಟ್ಟೆ ಮತ್ತು ನೀಳವಾದ ಕೇಶರಾಶಿಯೊಂದಿಗೆ ತನ್ನ ಮಾನವನ್ನು ಕಾಪಾಡಿಕೊಂಡು ಬಂದಿದ್ದಳು. ಅಂಥ ವಿಕಟ ಪರಿಸ್ಥಿತಿಯಲ್ಲಿ ಅವಳು ತನ್ನ ಹೆಣ್ತನ ಮುಚ್ಚಿಕೊಳ್ಳಲು ಒದ್ದಾಡಿರಬಹುದಾದ ಸಂಕಟ ಪ್ರಯಾಸಗಳಿಗಿಂತ, ಅವಳು ಮಾನಮುಚ್ಚಿಕೊಂಡ ಮನೋವೈಫಲ್ಯವೇ ಪ್ರಭುವಿಗೆ ಮುಖ್ಯವೆನಿಸುತ್ತೇನೋ? ಆದ್ದರಿಂದಲೇ ಪ್ರಭು ಅಕ್ಕನನ್ನು ಕುರಿತು

ದೇವನೊಲಿದ ನೀನೊಲಿದೆನೆಂಬುದು ಅದಾವುದಕ್ಕೆ?
ಭಾವಶುದ್ಧವಾದಲ್ಲಿ ಸೀರೆಯನಳಿದು ಕೂದಲ ಮರೆಸಲೇತಕ್ಕೆ?
ಅದು ಅಂತರಂಗದ ನಾಚಿಕೆ ಬಾಹ್ಯದಲ್ಲಿ ತೋರಿತ್ತು
ಅದು ಗುಹೇಶ್ವರ ಲಿಂಗಕ್ಕೆ ಒಲವರವಲ್ಲ.

ಎಂದರೆ ಅದಕ್ಕೆ ಅಕ್ಕ ಕೊಡುವ ಉತ್ತರವೂ ಅಷ್ಟೇ ಮರ್ಮಾಂತಿಕವಾಗಿದೆ ಅದು ಹೀಗಿದೆ

ಫಲ ಒಳಗೆ ಪಕ್ವವಾಗಿಯಲ್ಲದೆ ಹೊರಗಣ ಸಿಪ್ಪೆ ಒಪ್ಪಗೆಡದು
ಕಾಮನ ಮುದ್ರೆಯ ಕಂಡು ನಿಮಗೆ ನೋವಾದೀತೆಂದು
ಆ ಭಾವದಿಂದ ಮುಚ್ಚಿದೆ ಇದಕ್ಕೆ ನೋವೇಕೆ
ಕಾಡದಿರಣ್ಣಾ ಚನ್ನಮಲ್ಲಿಕಾರ್ಜುನದೇವರದೇವನ
ಒಳಗಾದವಳಾ!

ಪ್ರಭುವಿನ ಪುರುಷಪ್ರಜ್ಞೆ, ಬೆಚ್ಚಿ ಬೀಳುವಂತೆ ಧೀರದಿಟ್ಟ ನಿಲುವಿನ ಅಕ್ಕ ಮಹಾದೇವಿ ಕೊನೆಗೂ ಅವರನ್ನೆಲ್ಲ ವಾದದಲ್ಲಿ ಸೋಲಿಸಿ ತನ್ನ ಸ್ಥೈರ್ಯ, ತ್ಯಾಗ, ಆಧ್ಯಾತ್ಮಶಕ್ತಿಗಳನ್ನು ತೋರಿಸಿ ಅವರಿಂದ ಮೆಚ್ಚುಗೆಗೆ ಪಾತ್ರಳಾಗುವ ಸನ್ನಿವೇಶ ನಿಜಕ್ಕೂ ಹೆಮ್ಮೆ ಮೂಡಿಸುತ್ತದೆ. ಈ ಮೂಲಕ ಮಹಿಳೆಯರ ಸಬಲತೆಯ ದಿಗ್ದರ್ಶವಾಗುತ್ತದೆ. ಅಕ್ಕಮಹಾದೇವಿಯ ಇಡೀ ಬದುಕು ಮತ್ತು ಪುರುಷಪ್ರಧಾನ ವ್ಯವಸ್ಥೆಯ ವಿರುದ್ಧದ ಬಂಡಾಯಗಳನ್ನು ಪುರಾಣಿಕರು ವೈಭವೀಕಸಿದ ಶೈಲಿ-ರಿವಾಜುಗಳನ್ನು ಸರಿಸಿ ನೋಡುವುದು ಇಂದು ತೀರ ಅವಶ್ಯವಾಗಿದೆ. ಏನೇನೋ ಸಬೂಬುಗಳನ್ನು ಹೇಳಿ ತಮ್ಮ ದೌರ್ಬಲ್ಯಗಳನ್ನು ವೈಭವೀಕರಿಸಿಕೊಳ್ಳುವ ಆಧುನಿಕ ಮಹಿಳೆಯರಿಗೆ ಅಕ್ಕನ ಏಕಾಂಗಿ ಹೋರಾಟ ದೊಡ್ಡ ಪಾಠವಾಗಬೇಕಿದೆ. ಅಕ್ಕನ ಧಾರ್ಮಿಕ, ಆಧ್ಯಾತ್ಮಿಕ ಸಾಧನೆ-ಸಿದ್ಧಿ, ಯೋಗಿಕ ಔನ್ನತ್ಯಗಳು ಇಲ್ಲಿ ನಮಗೆ ಪ್ರಸ್ತುತವಲ್ಲವಾದರೂ; ಆ ಎಲ್ಲ ಶಕ್ತಿಗಳ ಬಲದಿಂದ ಸಾಧಿಸಿಕೊಂಡ ಅವಳ ವೈಯಕ್ತಿಕ ವಿಜಯ, ಸಾಮಾಜಿಕ ಚೌಕಟ್ಟುಗಳನ್ನು ಮುರಿಯುವ ಬಂಡುಕೋರುತನ, ಪುರುಷ ಪ್ರಧಾನ ವೈವಸ್ಥೆಯ ಸಂಕೋಲೆಗಳನ್ನು ಕಳಚಿಕೊಂಡು ಸರ್ವತಂತ್ರ ಸ್ವತಂತ್ರವಾಗುವ ಮನೋಧಾರ್ಷ್ಟ್ಯತೆ ಇವು ಮುಖ್ಯವಾಗುತ್ತವೆ. ಕೌಶಿಕನಂಥವರ ಕಾಮುಕ ದೃಷ್ಟಿಕೋನಗಳನ್ನು ಸೋಲಿಸಿ ನಿಕೃಷ್ಟಗೊಳಿಸುವುದಷ್ಟೇ ಆಗಿದ್ದರೆ ಅಕ್ಕನ ಹೋರಾಟ ಸಬಲವಾಗುತ್ತಿರಲಿಲ್ಲವೇನೋ? ಜೊತೆಗೆ ಬಸವಣ್ಣ-ಪ್ರಭುದೇವ-ಚನ್ನಬಸವಣ್ಣ-ಸಿದ್ಧರಾಮರಂಥ ಸೂಕ್ಷ್ಮಗ್ರಹಿಕೆಯ

ಮನೋವಲಯಗಳನ್ನು ಪ್ರವೇಶಿಸುವ, ಆ ಮೂಲಕ ಅವರಿಂದ ಸರ್ವರೀತಿಯಿಂದ ಹೌದೆನಿಸಿಕೊಂಡು ತಾನೇ ಒಂದು ಅನುಕರಣೀಯ ಸಿದ್ಧಾಂತವಾಗುವ ಅಕ್ಕ ಇಂದಿಗೂ ಒಂದು ಸವಾಲಾಗಿ ನಿಲ್ಲುತ್ತಾಳೆ. ಹೆಣ್ತನದ ರೂಪ–ಯೌವ್ವನ–ಲಜ್ಜೆ ಮುಂತಾದ ಪ್ರಕೃತಿ ಸಹಜ ಭಾವಗಳನ್ನು ಚರಮತೆಗೇರಿಸಿ ಕೇವಲ ಆತ್ಮದ (ಪ್ರಾಣಶಕ್ತಿ) ಮಟ್ಟಕ್ಕೆ ನಿಲ್ಲಿಸುವ ಸಾಧನೆ ಅಪರೂಪದ್ದು. ಪುರುಷರು ಸ್ತ್ರೀಯ ಶರೀರವನ್ನು ನೋಡುವ ದೃಷ್ಟಿಯನ್ನೇ ಮಾಗಿಸಿ ಪಕ್ವವಾಗಿಸುವ, ಆ ಮೂಲಕ ನೋಟವೇ ಪವಿತ್ರವಾಗುವಂತೆ ಎದುರಿನವರನ್ನು ಪರಿವರ್ತಿಸುವ ಅದ್ಭುತ ತಂತ್ರವು ಮಹಾದೇವಿಗೆ ಕರಗತವಾದದ್ದು ಹೇಗೆ? ಎಂಬುದನ್ನು ನಾವು ಕಂಡುಕೊಳ್ಳಬೇಕಾಗಿದೆ.

ಅಕ್ಕಮಹಾದೇವಿಯ ಸಮಕಾಲೀನರಾದ ಅನೇಕ ಶಿವಶರಣೆಯರು ಇಂಥದೆ ಮೂಲಭೂತ ಪ್ರಶ್ನೆಗಳನ್ನು ಕೇಳಿ ನೇರವಾಗಿ ಅಂದಿನ ವ್ಯವಸ್ಥೆಯ ವಿರುದ್ಧ ಬಂಡಾಯ ಹೂಡುತ್ತಾರೆ. ಗೊಗ್ಗವ್ವೆ ಎಂಬ ವಚನಕಾರ್ತಿ ಹೆಣ್ಣು–ಗಂಡುಗಳ ಮೂಲ ಪ್ರವೃತ್ತಿಯನ್ನು ಏಕನೆಲೆಯಲ್ಲಿ ಪ್ರಶ್ನಿಸುತ್ತಲೆ ಪುರುಷ ಪ್ರಾಧಾನ್ಯ ಮೌಲ್ಯಗಳನ್ನು ತರಾಟೆಗೆ ತೆಗೆದುಕೊಳ್ಳುತ್ತಾಳೆ. ಅವಳು ಕೇಳುವ ಪ್ರಶ್ನೆ ಏನೆಂದರೆ,

ಗಂಡು ಮೋಹಿಸಿ ಹೆಣ್ಣು ಹಿಡಿದಡೆ
ಅದು ಒಬ್ಬರ ಒಡವೆ ಎಂದು ಅರಿಯಬೇಕು
ಹೆಣ್ಣು ಮೋಹಿಸಿ ಗಂಡ ಹಿಡಿದಡೆ
ಉತ್ತರವಾವುದೆಂದರಿಯಬೇಕು.
ಈ ಎರಡರ ಉಭಯವಕಳೆದು ಸುಖಿ ತಾನಾಗಬಲ್ಲಡೆ
ನಾಸ್ತಿನಾಥನು ಪರಿಪೂರ್ಣನೆಂಬೆ

ಗಂಡು ತನ್ನ ಕಾಮನೆಯ ತೃಪ್ತಿಗಾಗಿ ಹಲವು ಹೆಣ್ಣುಗಳನ್ನು ಹಿಡಿಯಬಹುದು. ಅವಳನ್ನು ತನ್ನ ಅಂಕಿತದಲ್ಲಿಟ್ಟುಕೊಳ್ಳಬಹುದು. ಅಥವಾ ಆತ ತನ್ನ ಮನಬಂದಂತೆ ಅವಳೊಂದಿಗೆ ರಮಿಸಬಹುದು. ಏಕೆಂದರೆ ಪುರುಷ ಒಂದು ಹೆಣ್ಣನ್ನು ಬಯಸಿದರೆ ಅದು ಅವನ ವಸ್ತು. ಆಸ್ತಿ ಅದನ್ನು ಪ್ರಶ್ನಿಸುವ ಹಕ್ಕು ಯಾರಿಗೂ ಇಲ್ಲ. ಇದು ಪುರುಷ ಪ್ರಧಾನ ಸಮಾಜ ಆತನಿಗೆ ಕೊಡಮಾಡಿದ ಪ್ರಶ್ನಾತೀತವಾದ ಅಧಿಕಾರ. ಆದರೆ ಇಲ್ಲಿ ಗೊಗ್ಗವ್ವೆಯ ಸಮಸ್ಯೆ ಏನೆಂದರೆ, ಗಂಡು ಹೆಣ್ಣನ್ನು ಮೋಹಿಸಿದರೆ ಅದು ಅವನ ಹಕ್ಕು ಎಂದು ಕರೆಯುವುದಾದರೆ ಅದೇ ರೀತಿ ಹೆಣ್ಣೊಬ್ಬಳು ಇಷ್ಟಪಟ್ಟು ಗಂಡಸನ್ನು ಮೋಹಿಸಿದರೆ ಅದಕ್ಕೆ ಏನೆನ್ನುತ್ತೀರಿ? ಎಂದು ಕೆಣಕುತ್ತಾಳೆ. ಖಂಡಿತಾ ನಮ್ಮ ಸಮಾಜ ಹೆಣ್ಣಿನ ಈ ಸ್ವಾತಂತ್ರವನ್ನು ಸ್ವೀಕರಿಸಲಾರದು. ಅವಳ ವರ್ತನೆಯನ್ನು ಪ್ರಕೃತಿ ಸಹಜ ನೆಲೆಯಲ್ಲಿ ಒಪ್ಪಿಕೊಳ್ಳಲಾರರು. ಗಂಡು–ಹೆಣ್ಣುಗಳೆರಡೂ ಈ ಲೋಕಮೋಹದಿಂದ ವಾಸನಾ ಪ್ರಪಂಚದಿಂದ ದೂರ ಸರಿದು ಸ್ವಸ್ವರೂಪಾನಂದದಲ್ಲಿ ವಿರಮಿಸಬೇಕು. ಅದು ಶಾಶ್ವತ ಆನಂದವನ್ನು ನೀಡುತ್ತದೆ ಸರಿ. ಅದು ಅಧ್ಯಾತ್ಮ ಪ್ರಪಂಚದ ಸಾಧನೆಯಾಯಿತು. ಆದರೆ ಲೌಕಿಕ, ಸಾಮಾಜಿಕ ನೆಲೆಯಲ್ಲಿ ಈ ವಾದವನ್ನು ಎತ್ತುವುದಾದರೆ ಹೆಣ್ಣಿಗೊಂದು ನ್ಯಾಯ. ಗಂಡಿಗೊಂದು ನ್ಯಾಯ ಇದು ಸಲ್ಲದು.

ಪರಸ್ಪರ ಮೋಹ ತಪ್ಪು ಎನ್ನುವುದಾದರೆ ಅದು ಇಬ್ಬರಿಗೂ ಅನ್ವಯಿಸಬೇಕು ಅಥವಾ ಈ ಆಕರ್ಷಣೆ ಸಹಜ–ಸಾಧು ಎನ್ನುವುದಾದರೆ ಅದು ಇಬ್ಬರಿಗೂ ಸಹಜವೇ ಸರಿ. ಇಲ್ಲಿ ತಾರತಮ್ಯ ಸಲ್ಲದು. ಏಕೆಂದರೆ ಹೆಣ್ಣು–ಗಂಡೆಂಬ ಲಿಂಗಗಳು ಭೇದ ಶರೀರರಚನಾ ವಿನ್ಯಾಸವೇ ಹೊರತು ತಾತ್ವಿಕ ಭೇದವಿಲ್ಲ ಎಂದು ಘಂಟಾಘೋಷವಾಗಿ ಗೊಗ್ಗವೆ ಹೀಗೆ ಹೇಳುತ್ತಾಳೆ.

ಮೊಲೆ ಮೂಡಿ ಬಂದೆಡೆ ಹೆಣ್ಣೆಂಬರು
ಮೀಸೆಕಾಸೆ ಬಂದೆಡೆ ಗಂಡೆಂಬರು
ಈ ಉಭಯ ಜ್ಞಾನ ಹೆಣ್ಣೊ ಗಂಡೊ ನಾಸ್ತಿನಾಥ.

ಆದ್ದರಿಂದ ಸ್ತ್ರೀ–ಪುರುಷರೂಪಗಳು ದೈಹಿಕ ಸಾಮರ್ಥ್ಯಗಳೇ ಹೊರತು ಪ್ರಾಕೃತಿಕ ಭೇದಗಳಲ್ಲ. ಹೀಗಾಗಿ ಕೀಳರಿಮೆ–ಮೇಲರಿಮೆಗಳು ಸಮಾಜ ನಿರ್ಮಿತ ಹುಸಿ ವಾದಗಳೆಂಬುದನ್ನು ಒಪ್ಪಬೇಕೆಂದು ಎಚ್ಚರಿಸುತ್ತಾಳೆ. ಹೀಗೆ 12ನೇ ಶತಮಾನದ ಹಲವಾರು ಶಿವಶರಣೆಯರು ಸ್ತ್ರೀವಾದಿ ನೆಲೆಯ ಹಲವು ಸಂವೇದನೆಗಳನ್ನು ಮೊದಲ ಬಾರಿಯಾದರೂ ತುಂಬಾ ಸ್ಪಷ್ಟವಾಗಿ ದೃಢವಾದ ಹೋರಾಟದ ಸೂಚನೆಯಾಗಿ ವ್ಯಕ್ತಪಡಿಸುತ್ತಾರೆ.

12ನೇ ಶತಮಾನದ ಈ ವಿಶಿಷ್ಟ ಚಳುವಳಿಯನ್ನು ಬಿಟ್ಟರೆ ಮಹಿಳೆ ಮತ್ತೆಲ್ಲಿಯೂ ತನ್ನ ಹಕ್ಕು–ಸಾಮರ್ಥ್ಯಗಳನ್ನು ಕುರಿತು ಮಾತಾಡಿದ್ದು ತೀರ ಅಪರೂಪ. ಸ್ಥಾಪಿತ ಮೌಲ್ಯಗಳ ಸೀಮಿತ ವಲಯದಲ್ಲೆ ತನ್ನ ಖುಷಿಗಳನ್ನು ಹುಡುಕುವ ಹುಚ್ಚು ಸಾಹಸ ಅವಳದು. ಮಧ್ಯಕಾಲೀನ ಭಾರತದ ಇತಿಹಾಸ ಸ್ತ್ರೀಯನ್ನು ಸಂಪೂರ್ಣವಾಗಿ ಶೂಲಕ್ಕೇರಿಸುತ್ತದೆ. ದೇಶಿಯ–ವಿದೇಶೀಯ ರಾಜರುಗಳ – ಸೈನಿಕರ ಪೌರುಷ ಪ್ರದರ್ಶನದ ಸರಕಾಗಿಸಲ್ಪಟ್ಟ ಅವಳು ತನ್ನ ದುಃಖದ ಪರಾಕಾಷ್ಠತೆಯನ್ನು ಮುಟ್ಟುತ್ತಾಳೆ. ಪತಿಯೊಂದಿಗೆ ಒತ್ತಾಯಪೂರ್ವವಾಗಿ ಚಿತೆಗೇರಿದ ಅವಳ ಆಕ್ರಂದನವನ್ನು ಪಾವಿತ್ರ್ಯತೆಯ ಮಂತ್ರ ಘೋಷವೆಂದು ಸಾರಿದ ನೀಚ ಸಂಸ್ಕೃತಿಯ ಪುಟಗಳನ್ನು ತಿರುಗಿ ನೋಡಲು ಹೇಸಿಗೆಯೆನಿಸುತ್ತದೆ. ಈ ನಡುವೆ ಸುಮಾರು ಕ್ರಿ.ಶ. 17ನೇ ಶತಮಾನದಲ್ಲಿ ಬಾಳಿದ ಸಂಚಿ ಹೊನ್ನಮ್ಮ ತುಂಬಾ ಸೂಕ್ಷ್ಮವಾಗಿ ಸ್ತ್ರೀಪರ ಧಾಟಿಯನ್ನು ವ್ಯಕ್ತಪಡಿಸುವುದುಂಟು. ಹೊನ್ನಮ್ಮ ಕವಿಯಿತ್ರಿ ಎಂದು ನಮಗೆ ಮುಖ್ಯವಾಗುತ್ತಾಳೆ ಹೊರತು 12ನೇ ಶತಮಾನದ ಶರಣೆಯರಂತೆ ಹೋರಾಟಗಾರ್ತಿಯಾಗುವುದಿಲ್ಲ. ಆಕೆ ತನ್ನ ಹದಿಬದೆ ಧರ್ಮ ಕಾವ್ಯದಲ್ಲಿ ಪಾತಿವ್ರತಾಧರ್ಮ, ಸ್ತ್ರೀ ನೀತಿ, ಹೆಣ್ಣು ಪುರುಷನ ಅಧೀನಳಾಗಿ ಬಾಳುವಲ್ಲಿ ಇರುವ ಸಾಮರಸ್ಯ, ಸೌಲಭ್ಯಗಳನ್ನು ಎತ್ತಿ ತೋರಿಸುವಲ್ಲಿ ವ್ಯಸ್ತಳಾಗಿದ್ದಾಳೆ. ಈ ಎಲ್ಲ ಪುರುಷ ನಿರ್ಮಿತ ಧೋರಣೆಗಳನ್ನು ಒಪ್ಪಿಕೊಳ್ಳುತ್ತಲೇ ಒಂದೆರಡು ಕಡೆ ಸ್ಫೋಟಗೊಳ್ಳುವ ಅನಿವಾರ್ಯತೆಯಿಂದ ಬಿಡಿಸಿಕೊಳ್ಳುವುದು ಅವಳಿಂದ ಸಾಧ್ಯವಾಗವುದೇ ಇಲ್ಲ. ಹೆಣ್ಣು ಹುಟ್ಟಿದರೆ ಹುಣ್ಣು ಹುಟ್ಟಿದಂತೆ ಎಂದು ಮೂಗು ಮುರಿಯುವ ಆ ಮೂಲಕ ಸ್ತ್ರೀ ಬದುಕನ್ನು ತಿರಸ್ಕರಿಸುವ ಜನಾಂಗವನ್ನು ಕುರಿತು

ಪೆಣ್ಣಲ್ಲವೆ ತಮ್ಮನೆಲ್ಲ ಪಡೆದ ತಾಯಿ । ಪೆಣ್ಣಲ್ಲವೆ ಪೊರೆದವಳು
ಪೆಣ್ಣು ಪೆಣ್ಣೆಂದೇಕೆ ಬೀಳುಗಳೆವರು । ಕಣ್ಣು ಕಾಣದ ಗಾವಿಲರು

ಎಂದು ಕೇಳುವ ಧಾಟಿಯಲ್ಲೆ ಪುರುಷ ಅಹಂಮಿಕೆಯ ನೀಚತನವನ್ನು ತಿರಸ್ಕರಿಸುವ ಧಾರ್ಷ್ಟ್ಯತೆ ತೋರಿಸುತ್ತಾಳೆ. ಸನಾತನ ಸಂಸ್ಕೃತಿಯಲ್ಲಿ ತನ್ನನ್ನು ಗುರುತಿಸಿಕೊಳ್ಳುವ ಹೊನ್ನಮ್ಮನಂಥವರಿಗೆ ಇಷ್ಟು ಮಾತ್ರ ಧ್ವನಿಯೆತ್ತಲು ಸಾಧ್ಯವಾಗುವುದೇ ವಿನಹ ಇದಕ್ಕಿಂತ ಹೆಚ್ಚಿನದನ್ನು ಬಯಸುವುದು ಅಸಾಧುವಾದೀತು.

ಬ್ರಿಟಿಷ್ ಸಾಮ್ರಾಜ್ಯಶಾಹಿ ಭಾರತವನ್ನು ಶಾಶ್ವತ ಗುಲಾಮಗಿರಿಗೆ ತಳ್ಳುವುದಕ್ಕಾಗಿ ಏನೆಲ್ಲ ಕುತಂತ್ರಗಳನ್ನು ಒಡ್ಡಿತು. ತನ್ನ ವ್ಯಾಪಾರ–ವಹಿವಾಟುಗಳನ್ನು ಖಾಯಂ ನೆಲೆಗೊಳಿಸುವ ಉದ್ದೇಶಕ್ಕಾಗಿ ರೂಪಿಸಿದ ಹಲವಾರು ಯೋಜನೆಗಳಲ್ಲಿ ಸಾರ್ವಜನಿಕ ಶಿಕ್ಷಣವೂ ಒಂದಾಗಿತ್ತು. ಕೊಡಲಿಯ ಕಾವು ಕುಲಕ್ಕೆ ಮೂಲ ಎಂಬಂತೆ ಅವರು ಸಾರ್ವಜನಿಕಗೊಳಿಸಿದ ಹೊಸ ಶಿಕ್ಷಣ ನೀತಿಯೇ ಅವರ ಪತನಕ್ಕೆ ಕಾರಣವಾದದ್ದು ಇತಿಹಾಸದ ಅದ್ಭುತ ಅಣಕಗಳಲ್ಲೊಂದಾಗಿದೆ.

ಹೊಸ ಶಿಕ್ಷಣದ ನೀತಿ ಭಾರತದ ತುಕ್ಕು ಹಿಡಿದ ಸ್ಥಿತಿಗೆ ಹೊಸ ಚಾಲನೆಯನ್ನು ಒದಗಿಸಿತು. ತನ್ನ ಬಾವಿಯೇ ಸಮುದ್ರಕ್ಕಿಂತ ಹಿರಿದು ಎಂದು ಭಾವಿಸಿದ ಭಾರತದ ಸಂಪ್ರದಾಯಶಾಹಿ ಮನಸ್ಸುಗಳುಳ್ಳ ಕಪ್ಪೆಗಳಿಗೆ ನಿಜವಾದ ಸಮುದ್ರ ಕಂಡಾಗ ದಿಗಿಲಾದದ್ದು ಸಹಜ. ತನ್ನ ವೈಭವೀಕರಣದ ಅಮಲು ಇದ್ದಕ್ಕಿದ್ದಂತೆ ಇಳಿಯತೊಡಗಿತು. ಮುಂದುವರಿದ ವೈಜ್ಞಾನಿಕ ದೃಷ್ಟಿಕೋನವುಳ್ಳ ಸಮಾಜದೊಂದಿಗೆ ಮುಖಾಮುಖಿಯಾಗುತ್ತಲೆ ಭಾರತ ಕ್ರಮೇಣ ಜಾಗೃತವಾಗತೊಡಗಿತು. ಇವರ ನಡುವೆ ದೇಶೀಯ ಸಮಾಜ ಸುಧಾರಣಾವಾದಿಗಳ ದೊಡ್ಡದೊಂದು ಗುಂಪು ಅಪರಿಮಿತ ಕತ್ತಲೆಯನ್ನು ಹೊಡೆದೋಡಿಸುವ ಪ್ರಖರವಾದ ಕಿರಣಗಳಂತೆ ಗೋಚರಿಸತೊಡಗಿತು. ಬ್ರಿಟಿಷ್ ಅಧಿಕಾರಿಗಳ ಮೇಲುಸ್ತುವಾರಿಯಲ್ಲೇ ದೇಶೀಯ ನಾಯಕರು ಅನೇಕ ದುಷ್ಟ ಪರಂಪರೆಗಳ ವಿರುದ್ಧ ವ್ಯಾಪಕ ಸಮರ ಸಾರಿದರು. ಜಡವಾದಿಗಳ ಅಂಧಶ್ರದ್ಧೆ, ಅರ್ಥಹೀನ ಸಂಪ್ರದಾಯಗಳ ಹಿಂದಿರುವ ಮೌಢ್ಯಮಿಶ್ರಿತ ಕ್ರೌರ್ಯ, ದಬ್ಬಾಳಿಕೆಗಳನ್ನು ಪ್ರಶ್ನಿಸುತ್ತಲೆ ಅವುಗಳನ್ನು ಕಿತ್ತೊಗೆಯಲು ಹಲವಾರು ಚಳುವಳಿಗಳನ್ನು ಹುಟ್ಟು ಹಾಕಿದರು.

ರಾಜಾರಾಮ ಮೋಹನರಾಯ, ದಯಾನಂದ ಸರಸ್ವತಿ, ಮಹಾತ್ಮಾಗಾಂಧಿ, ಜೋತಿಬಾ ಫುಲೆ, ಈಶ್ವರಚಂದ್ರ ವಿದ್ಯಾಸಾಗರ, ಧೋಂಡೋಪಂತ ಕೇಶೋಪಂತ ಕರ್ವೆ, ವೀರೇಶಲಿಂಗಂ ಪಂತಲು, ಇನ್ನು ಅನೇಕರು ಜಾತಿ ಸಮಸ್ಯೆಯೊಂದಿಗೆ ಸ್ತ್ರೀಯರ ಹಲವಾರು ಸಮಸ್ಯೆಗಳ ವಿರುದ್ಧ ಹೋರಾಡುತ್ತಾ ಮಾನವೀಯತೆಯನ್ನು ಎತ್ತಿ ಹಿಡಿಯಲು ಮುಂದಾದರು. ಇವರು ಹುಟ್ಟುಹಾಕಿದ ಹೋರಾಟದಿಂದಾಗಿ 1829ನೇ ಡಿಸೆಂಬರ್ 4ರಂದು ಸತಿ ನಿಷೇಧ ಕಾನೂನು ಜಾರಿಯಲ್ಲಿ ಬಂತು. 1856 ಜುಲೈ 26 ವಿಧವಾ ಮರುವಿವಾಹ ಕಾನೂನು ಪಾಸಾಯಿತು. ಕ್ರಿ.ಶ. 1848ರಲ್ಲಿ ಭಾರತದಲ್ಲಿಯೇ ಮೊಟ್ಟ ಮೊದಲಬಾರಿಗೆ ಬಂಗಾಳದಲ್ಲಿ ಮೊದಲ ಕನ್ಯಾಶಾಲೆಯನ್ನು ಆರಂಭಿಸಿದರು. ಹಾಗೆಯೇ ಕ್ರಿ.ಶ. 1852ರಲ್ಲಿ ದಲಿತ ಮಹಿಳೆಯರಿಗಾಗಿಯೇ ಮೊದಲು

ಶಾಲೆ ಪ್ರಾರಂಭಿಸಲಾಯಿತು. ಈ ದಿಸೆಯಲ್ಲಿ ಜ್ಯೋತಿಬಾ ಫುಲೆ ಮತ್ತು ಸಾವಿತ್ರಿಬಾಯಿ ಫುಲೆಯವರು ಸ್ತ್ರೀಶಿಕ್ಷಣಕ್ಕಾಗಿ ಮಾಡಿದ ಸಾಧನೆ ಅಗ್ರಗಣ್ಯವೆನಿಸಿದೆ. ಹೀಗೆ ಪ್ರಾರಂಭವಾದ ಹೊಸ ಮಾರ್ಗಗಳು ಸುಧಾರಣೆಯ ವಿಧಾನಗಳನ್ನು ವಿಸ್ತೃತಗೊಳಿಸಿದವು. ಪಾಶ್ಚಾತ್ಯ ಶಿಕ್ಷಣದ ಪ್ರಭಾವ ಮಹಿಳೆಯ ಕತ್ತಲಿನ ಮೂಲೆಗಳನ್ನು ತೆರೆದುತೋರಿಸುವ ದಿಟ್ಟ ಪ್ರಯತ್ನವಾಯಿತು. ಸಣ್ಣ ಶಾಲೆಯಿಂದ ಪ್ರಾರಂಭವಾದ ಶಿಕ್ಷಣ ಮಹಿಳಾ ಸ್ವತಂತ್ರ ವಿಶ್ವವಿದ್ಯಾಲಯಗಳು ಹುಟ್ಟುಕೊಳ್ಳುವವರೆಗೂ ವ್ಯಾಪಕಗೊಂಡವು.

ಈ ಎಲ್ಲ ಪ್ರಯತ್ನಗಳಿಂದಾಗಿ ಮಹಿಳೆ ತನ್ನ ಬಗ್ಗೆ ವಿಚಾರಮಾಡುವುದನ್ನು ಕಲಿಯತೊಡಗಿದಳು. ತನ್ನ ಯೋಗಕ್ಷೇಮದ ಚಿಂತನೆ ಅವಳನ್ನು ಹೋರಾಟದ ಮಾರ್ಗದತ್ತ ಸೆಳೆದೊಯ್ಯಿತು. ತನ್ನ ಪಾಲಿನ ಹಕ್ಕುಗಳನ್ನು ಪಡೆದುಕೊಳ್ಳುವತ್ತ ಪ್ರಯಾಣಿಸಿದ ಅವಳು ಹೊಸ ಸಹಸ್ರಮಾನದಲ್ಲಿ ತಲೆ ಎತ್ತಿ ನಿಲ್ಲುವಷ್ಟು ಸದೃಢಳಾಗಿದ್ದಾಳೆ. ಇಂದು ಮಹಿಳೆ ತಾನು ಹೆಣ್ಣೆಂಬ ಕಾರಣಕ್ಕಾಗಿ ಯಾವ ರೀತಿಯ ಸಂಕೋಚ, ಕೀಳರಿಮೆಗಳನ್ನು ಅನುಭವಿಸಬೇಕಾಗಿಲ್ಲ. ಸೃಷ್ಟಿಯ ಇತರ ಜೀವಿಗಳಂತೆ ಅವಳಿಗೂ ಒಂದು ತನ್ನದೆ ಅಸ್ತಿತ್ವವಿದೆ. ಪುರುಷನಂತೆ ಅವಳು ತನ್ನ ಬದುಕಿನ ನಿರ್ಮಾತೃವಾಗಿದ್ದಾಳೆ. ತನ್ನ ಬಾಳನ್ನು ರೂಪಿಸಿಕೊಳ್ಳುವ ರೂವಾರಿಯೂ ತಾನೇ ಆಗಿದ್ದಾಳೆ. ಇಂದಿನ ಮಹಿಳೆ ಬಾಳಿನ ಎಲ್ಲ ಕ್ಷೇತ್ರಗಳಲ್ಲೂ ಯಶಸ್ವಿಯಾಗಿ ಕಾರ್ಯನಿರ್ವಹಿಸಿ ತನ್ನ ಕರ್ತೃತ್ವ ಶಕ್ತಿಯನ್ನು ಮೆರೆಯುತ್ತಿದ್ದಾಳೆ. ಬಸ್ ಕಂಡಕ್ಟರ್ ಹುದ್ದೆಯಿಂದ ವಿಮಾನ ಪೈಲಟ್ ಹುದ್ದೆಯವರೆಗೆ, ಎರಡನೆ ದರ್ಜೆ ಗುಮಾಸ್ತೆಯಿಂದ ಆರಂಭಿಸಿ ದೇಶದ ಪ್ರಧಾನಮಂತ್ರಿಯವರೆಗೆ, ಮನೆಯ ಮಹಡಿ ಏರುವುದರಿಂದ ಪ್ರಾರಂಭಿಸಿ ಹಿಮಾಲಯದ ತುತ್ತ ತುದಿ ಏರುವವರೆಗೆ ಅವಳು ತಾನು ಸಮರ್ಥಳು ಎಂಬುದನ್ನು ತೋರಿಸಿಕೊಟ್ಟಿದ್ದಾಳೆ.

ದಿ. ಇಂದಿರಾಗಾಂಧಿ, ಮದರ್ ತೇರೆಸಾ, ಸರೋಜಿನಿ ನಾಯಿಡು ಆದಿಯಾಗಿ ಬೃಂದಾ ಕಾರಟ್ ಕ್ಯಾ। ಲಕ್ಷ್ಮಿ ಸೆಹೆಗಲ್, ಕಿರಣ್‌ಬೇಡಿ, ಮೇಧಾ ಪಾಟ್ಕರ್, ಬಚೇಂದ್ರಿಪಾಲ್, ಪಿ.ಟಿ. ಉಷಾ, ಆರುಂಧತಿ ರಾಯ್, ಮಹಾದೇವಿ ವರ್ಮಾ, ಶಬನಾ ಆಜ್ಮಿ, ದೀಪಾ ಮೆಹ್ತಾ, ಗಂಗೂಬಾಯಿ ಹಾನಗಲ್ಲ, ನಳಿನಿ ಸಿಂಗ್, ಮುಂತಾದ ಹಲವಾರು ಮಹಿಳೆಯರು ತಮ್ಮ ತಮ್ಮ ಕ್ಷೇತ್ರಗಳಲ್ಲಿ ಸಾಧಿಸಿದ ಸಾಧನೆ ಸಣ್ಣದೇನಲ್ಲ. ಇವರೆಲ್ಲರ ಸಾಹಸದ ಗಾಥೆ ಮಹಿಳಾ ಸಮುದಾಯದ ಹೆಮ್ಮೆಯೇ ಹೌದು. ಇಂಥ ಕೆಲವೊಂದು ಅಪರೂಪದ ಸಾಧನೆಗಳನ್ನು ದಾಖಲಿಸುತ್ತ ಇಲ್ಲಿಗೆ ಮಹಿಳೆಯ ಬದುಕಿನ ದಾರುಣತೆ ಮುಕ್ತಾಯವಾಯಿತು. ಇಂದು ಅವಳು ಸರ್ವಸುಖಿ, ಸಂತೃಪ್ತೆ ಎಂದು ಭಾವಿಸಬೇಕಾದ ಅವಶ್ಯಕತೆ ಇಲ್ಲ. ಮಹಿಳೆ ಕ್ರಮಿಸಿ ಬಂದ ದಾರಿಗಿಂತ, ಮುಂದೆ ಕ್ರಮಿಸಬೇಕಾದ ದಾರಿ ದುರ್ಗಮವೂ, ದೀರ್ಘವೂ ಆಗಿದೆ ಎಂಬುದನ್ನು ನೆನಪಿಡಬೇಕು. ಇಲ್ಲವಾದರೆ ಪ್ರಜಾಪ್ರಭುತ್ವ ಮಾದರಿ ಸರಕಾರದ ಅಕೆಡೆಮಿಕ್ ವರದಿಗಳು ದೊಡ್ಡ ಸಾಧನೆಯೆಂಬಂತೆ ಪೋಜು ಕೊಟ್ಟು ಅಮಾಯಕರ ದಿಕ್ಕು ತಪ್ಪಿಸುವ ಸಂಭವವಿರುತ್ತದೆ. ಮಹಿಳೆ ಇಂದು ನಾಲ್ಕು ಗೋಡೆ ಬಿಟ್ಟು ಹೊರಬಂದು ದುಡಿಯುತ್ತಿದ್ದಾಳೆ. ಸ್ವಲ್ಪ

ಮಟ್ಟಿಗೆ ಆರ್ಥಿಕವಾಗಿ ಸ್ವಾವಲಂಬಿಯಾಗಿದ್ದಾಳೆ ಎಂದಾಕ್ಷಣ ಅವಳ ಸಮಸ್ಯೆಗಳೆಲ್ಲ ಪರಿಹಾರವಾದವು ಎಂದು ಭಾವಿಸುವ ಮೂರ್ಖತನಕ್ಕಿಂತ ಬೇರೊಂದು ದುರಂತವಿರಲಾರದು. ಕಾಲ ಬದಲಾದಂತೆ ಅವಳ ಹೋರಾಟದ ದಿಕ್ಕುಗಳು ಹೊಸ ಸವಾಲುಗಳನ್ನು ಎದುರಿಸಬೇಕಾಗುತ್ತಿದೆ. ಮಹಿಳೆಯ ಮಟ್ಟಿಗೆ ಹೋರಾಟವೆಂಬುದು ನಿರಂತರ ಪ್ರಕ್ರಿಯೆಯಾಗಬೇಕಾಗಿದೆ. ಮಹಿಳಾ ಹೋರಾಟದ ಕಾರ್ಯವೈಖರಿ ಮತ್ತು ತಂತ್ರಗಳು ಕಾಲಕ್ಕೆ ತಕ್ಕಂತೆ ಬದಲಾಗಬೇಕಿದೆ. ನೂರು ವರ್ಷಗಳ ಸಮಸ್ಯೆಗಳು ಇಂದು ಸಮಸ್ಯೆಗಳಾಗಿ ಕಾಣುತ್ತಿಲ್ಲವಾದರೂ ಅವುಗಳ ಗರ್ಭದೊಳಗೆ ಹೊಸ ಹೊಸ ಸಮಸ್ಯೆಗಳು ಉದ್ಭವವಾಗುತ್ತಿವೆ. ಆಧುನಿಕ ಸಮಾಜಕ್ಕನ್ವಯಿಸಿ ಅವಳ ಸಮಸ್ಯೆಗಳು ತೀರ ಸಂಕೀರ್ಣ ಮತ್ತು ಮೇಲ್ವರ್ಗದವರಿಗೆ ಅರ್ಥವಾಗದಷ್ಟು ಮುಗಮ್ಮಾಗುತ್ತಿವೆ.

ಮನೆಬಿಟ್ಟು ಹೊರಬಂದು ದುಡಿಯುತ್ತಿರುವ ಮಧ್ಯಮ ದರ್ಜೆಯ ಮಹಿಳೆ ತನ್ನ ವೃತ್ತಿಯಲ್ಲಿ ಎದುರಿಸುವ ತೊಂದರೆಗಳು, ದುಡಿಯುವ ಕಾರಣಕ್ಕಾಗಿಯೇ ಮನೆಯ ಒಳಗೂ, ಹೊರಗೂ ಸಮಸ್ಯೆಗಳ ಸುಳಿಯಲ್ಲಿ ಒದ್ದಾಡುವುದು, ಬದಲಾದ ಪರಿಸ್ಥಿತಿಗೆ ತಕ್ಕಂತೆ ಏಗಲಾಗದ ಮಾನಸಿಕ ತೊಳಲಾಟ, ಇವೆಲ್ಲ ಒಂದುಬಗೆಯಾದರೆ ತೀರ ಕೆಳವರ್ಗದ ಕೂಲಿ–ಕಂಬಳಿ ಮಾಡುವ ಮಹಿಳೆಯರ ಕತೆಯೇ ಬೇರೆ. ಬಡತನ–ಅಜ್ಞಾನ, ಚಟಕ್ಕೆ ದಾಸರಾದ ಪುರುಷರ ಕಿರುಕುಳ, ರಾಜಕೀಯ ದುರ್ಬಳಕೆ ಇವೆಲ್ಲ ತೀರ ಕ್ರೂರವಾಗಿ ತೆರೆದುಕೊಳ್ಳುವ ಸಮಸ್ಯೆಯ ಸರಮಾಲೆಗಳು. ಇನ್ನು ತೀರ ಮೇಲ್ವರ್ಗದ ಶ್ರೀಮಂತ ಮಹಿಳೆಯರು ಐಷಾರಾಮದ ಸ್ವಚ್ಛಂದಭೋಗದ ಸರಕಾಗುವ ನಾಜೂಕಾದ ಸಮಸ್ಯೆಗಳು ಇವೆ. ಹೀಗೆ ಮಹಿಳೆಯರ ಸಮಸ್ಯೆಗಳು ಕಾಲ, ಸ್ಥಳ, ಅಂತಸ್ತು, ಜನಾಂಗಗಳಿಗೆ ಅನುಸರಿಸಿ ಭಿನ್ನ ಭಿನ್ನವಾಗುತ್ತವೆ. ನೆಲೆ ಯಾವುದೇ ಇರಲಿ ಮಹಿಳೆ ಎಲ್ಲೆಲ್ಲೂ ತನ್ನ ಅಸ್ತಿತ್ವಕ್ಕಾಗಿ ಹೋರಾಡಲೇ ಬೇಕಾದ ಅನಿವಾರ್ಯತೆಯಂತೂ ಇದ್ದೇ ಇದೆ.

ಹೋರಾಟ ಎಂಬ ಪರಿಕಲ್ಪನೆಯೂ ಇರದಿದ್ದ ಹಂತದಿಂದ ನಡೆದುಬಂದ ಅವಳು ಸಾರ್ವಜನಿಕ ಹೋರಾಟದಂಥ ಜೀವಂತ ಪ್ರಕ್ರಿಯೆಯಲ್ಲಿ ತನ್ನನ್ನು ಸಾವಕಾಶವಾಗಿಯಾದರೂ ಪರವಾ ಇಲ್ಲ; ಒಟ್ಟಾರೆ ತೊಡಗಿಸಿಕೊಂಡಿದ್ದಾಳೆ ಎಂಬುದೇ ಮುಖ್ಯವಾಗುತ್ತದೆ. ವೈಯಕ್ತಿಕ, ಸಾರ್ವತ್ರಿಕ ಯಾವ ನೆಲೆಯಲ್ಲಿಯೇ ಇರಲಿ ಅವಳು ಹೂಡಿದ ಸಣ್ಣ ಹೋರಾಟವೂ ಸಧ್ಯದ ಇತಿಹಾಸಕ್ಕೆ ದೊಡ್ಡ ಘಟನೆಯಾಗುತ್ತದೆ. ಉದಾಹರಣೆಗಾಗಿ ಮೊನ್ನೆ ಮೊನ್ನೆ ನಡೆದ ಆಂಧ್ರಪ್ರದೇಶದ ದೊಬ್ಬಗುಂಟ ಹಳ್ಳಿಯ ಕೆಳವರ್ಗದ ಮಹಿಳೆಯರ ಹೋರಾಟವನ್ನು ಇಲ್ಲಿ ಗಮನಿಸಬಹುದು.

ದೊಬ್ಬಗುಂಟ ಹಳ್ಳಿಯ ರೈತಾಪಿ, ಕಾರ್ಮಿಕವರ್ಗದ ಪುರುಷರು ಕುಡಿತದ ದಾಸಾನುದಾಸರು, ತಮ್ಮ ದುಡಿತವಲ್ಲದೆ ಹೆಂಡರು–ಮಕ್ಕಳ ಕೂಲಿಯ ಹಣವನ್ನು ಒತ್ತಾಯದಿಂದ ಕಸಿದುಕೊಂಡು ಕುಡಿದು ಬರುವುದು. ವಿನಾಕಾರಣ ಹೆಂಡರು–ಮಕ್ಕಳನ್ನು ಹೊಡೆಯುವುದು. ಕುಡಿಯಲು ದುಡ್ಡು ಸಿಗದಿದ್ದರೆ ಎಂಥ ನೀಚತನಕ್ಕಾದರೂ ಇಳಿಯುವುದು ಇವೆಲ್ಲ ಅಲ್ಲಿ ಸರ್ವೇಸಾಮಾನ್ಯ ಸಂಗತಿಯಾಗಿತ್ತು. ಆ ಹಳ್ಳಿಯ

ಒಟ್ಟು ಆದಾಯದ ಸಿಂಹಪಾಲು ಸಾರಾಯಿ ಅಂಗಡಿಯ ಹಡಬೆ ಬೊಕ್ಕಸಕ್ಕೆ ನೈವೇದ್ಯವಾಗುತ್ತಿತ್ತು. ದಿನಗಟ್ಟಲೆ ಉಪವಾಸವಿದ್ದ ಹಸು ಕಂದಮ್ಮ ಬಸುರಿ – ಬಾಣಂತಿಯರ ಹಸುವಿನ ಚೀತ್ಕಾರವೂ ಕೇಳಿಸದಷ್ಟು ನಶೆ ಆ ಊರಿನ ಸೇಂದಿಗೆ ಇತ್ತು. ಸಾರಾಯಿಯ ಅಮಲಿನ ಹುಚ್ಚು ಹುದುಲಿಗೆ ಸಿಕ್ಕು ನರಳುತ್ತಿರುವ ಅವರನ್ನು ಉದ್ಧರಿಸಿ, ಸರಾಯಿ ಧಣಿಗಳ ದುಷ್ಟತನವನ್ನು ಅಡಗಿಸಲು ಯಾವ ಕೃಷ್ಣನ ಅವತಾರವೂ ಅಲ್ಲಿ ಆಗುವಂತಿರಲಿಲ್ಲ. ಕ್ರಿ.ಶ. ಸುಮಾರು 1990ರ ಸುಮಾರಿಗೆ ಇದ್ದಕ್ಕಿದ್ದಂತೆ ಒಂದು ದಿನ ಹಸುಳೆ–ಹೆಂಗಳೆಯರ ಹೊಟ್ಟೆಯ ಸಿಟ್ಟು ಅದೇಗೊ ರೆಟ್ಟೆಯಲ್ಲಿ ಕಾಣಿಸಿಕೊಂಡಿತು. ಅವರ ಹಲವು ದಿನಗಳ ಹಸಿವು – ನೋವು, ದಯನೀಯ ತವಕ–ತಲ್ಲಣಗಳು ಬುಸುಗುಟ್ಟುವ ಹಾವಾಗಿ ಕೇರಿಯಲ್ಲಿ ಹರಿದಾಡತೊಡಗಿದವು. ಅವರೆಲ್ಲ ಭೋರ್‍ಯಾಡಿ ಚೀತ್ಕರಿಸುತ್ತಲೆ ಸಾರಾಯಿ ಅಂಗಡಿಯತ್ತ ನುಗ್ಗಿದರು. ಬೆಂಕಿ ಹಚ್ಚಿದರು. ಸಾರಾಯಿ ಧಣಿಗಳ ಅನೈತಿಕ ಸಂಪತ್ತನ್ನು ಸುಟ್ಟು ಭಸ್ಮ ಮಾಡಿದರು. ತಮ್ಮೂರಿಗೆ ಸೇಂದಿ–ಸಾರಾಯಿಗಳ ವಾಹನಗಳು ಬರದಂತೆ ತಡೆಯೊಡ್ಡಿದರು. ಅಲ್ಲಿ ಪೋಲೀಸು, ಕಾನೂನು ಏನೇನೂ ಇರಲಿಲ್ಲ. ಕೇವಲ ಹಸಿದ ಹೊಟ್ಟೆಗಳು ಚಿಂದಿ–ಪಂದಿಗಳಲ್ಲಿ ತೆವಳುತ್ತಲೆ ಧನಿಕರ ದೌಲತ್ತಿಗೆ ತಲೆಯೊಡ್ಡಿದವು. ಧನಿಕರ ಆಕ್ರೋಶಕ್ಕೆ ಬಲಿಯಾಗಿ ಒದೆತ–ಹೊಡೆತ ಏನೆಲ್ಲ ತಿಂದರಾದರೂ ತಮ್ಮೂರಿನಿಂದ ಸಾರಾಯಿಯನ್ನು ಉಚ್ಚಾಟಿಸಿದರು. ಹನಿ ಸೇಂದಿಯೂ ಊರ ಹೋಗದಂತೆ ಮಾರಿ–ಮಸಣಿಯರಾಗಿ ನಿಂತು ರಾಷ್ಟ್ರದ ಗಮನಸೆಳೆದ ಈ ಘಟನೆ ಎಷ್ಟರ ಮಟ್ಟಿಗೆ ಪ್ರಭಾವಿತವಾಯಿತೆಂದರೆ ಮುಂದೆ 1994ರ ಚುನಾವಣೆಯಲ್ಲಿ ಆಂಧ್ರದ ಪ್ರಾದೇಶಿಕ ಪಕ್ಷಗಳು ಸಂಪೂರ್ಣ ಸಾರಾಯಿ ನಿಷೇಧವನ್ನು ತಮ್ಮ ಚುನಾವಣಾ ಪ್ರಣಾಳಿಕೆಯಲ್ಲಿ ಸೇರಿಸಿಕೊಂಡರು. ಚುನಾವಣೆ ಪ್ರಚಾರದುದ್ದಕ್ಕೂ ಇದೇ ವಿಷಯವನ್ನು ಹೆಚ್ಚುಹೆಚ್ಚು ಸಾದರಪಡಿಸಿ ಜಯವನ್ನು ಸಾಧಿಸಿದರು. 1994–95ರಲ್ಲಿ ಅಧಿಕಾರಕ್ಕೆ ಬಂದ ಎನ್.ಟಿ. ರಾಮರಾವ್ ಸರಕಾರವು ಸಂಪೂರ್ಣ ಪಾನನಿಷೇಧ ಕಾನೂನನ್ನು ಜಾರಿಯಲ್ಲಿ ತಂದಿತು. ಆದರೆ ಭಾರತದಂಥ ದೊಡ್ಡ ದೇಶಗಳಲ್ಲಿ ಯಾವುದೇ ಒಂದು ಸುಧಾರಣಾ ವಿಷಯ ಒಂದು ರಾಜ್ಯ, ಅಥವಾ ಪ್ರದೇಶದಲ್ಲಿ ಚಾಲ್ತಿಯಲ್ಲಿ ಬಂದರೆ ಅದು ಯಶಸ್ವಿಯಾಗುವುದಕ್ಕಿಂತ ಸೋಲುವುದೇ ಹೆಚ್ಚು ಎಂಬುದಕ್ಕೆ ಆಂಧ್ರಪ್ರದೇಶದ ಪಾನವಿರೋಧಿ ಕಾನೂನು ಸಾಕ್ಷಿಯಾಗಿದೆ. ತದನಂತರ ಆಂಧ್ರದ ಪರಿಸ್ಥಿತಿ, ಅದರ ಮುಂದಿನ ರಾಜಕೀಯ ಬೆಳವಣಿಗೆ ಇವೆಲ್ಲ ಅಪ್ರಸ್ತುತ.

ಆದರೆ ಒಟ್ಟಾರೆ ಮಹಿಳೆಯರ ಒಂದು ಸಣ್ಣ ಹೋರಾಟ ಒಂದು ರಾಜ್ಯದ ವ್ಯವಸ್ಥೆಯ ಮೇಲೆ ಅಗಾಧವಾದ ಪರಿಣಾಮ ಬೀರುವಲ್ಲಿ ಯಶಸ್ವಿಯಾಯಿತು ಎಂಬುದು ನಮ್ಮ ಗಮನ ಸೆಳೆಯುತ್ತದೆ. ಇಪ್ಪತ್ತನೇ ಶತಮಾನದ ಸ್ತ್ರೀಪರ ಹೋರಾಟಗಳಲ್ಲೆ ಈ ಪುಟ್ಟ ಅನೌಪಚಾರಿಕ ದಂಗೆ ಅತ್ಯಂತ ಪ್ರಮುಖ ದಾಖಲೆಯಾಗುತ್ತದೆ. ಯಾವ ಕಾನೂನು, ಕೋರ್ಟು, ಪೋಲೀಸು, ನ್ಯಾಯಾಂಗ, ಭಾಷಣ–ಘೋಷಣೆಗಳಿಲ್ಲದ ಅಪ್ಪಟ ಅನೌಪಚಾರಿಕವಾಗಿ ಬಿಲ್‌ಕುಲ್ ತಮ್ಮ ದರ್ದಿಗಾಗಿ ಹೂಡಿದ ಈ ತೆರನಾದ ಬಂಡಾಯಗಳೇ ನಮ್ಮ ಮುಂದಿನ ಹೋರಾಟದ ದಿಕ್ಕನ್ನು ನಿರ್ಧರಿಸಬಲ್ಲವೇನೋ?

ಪ್ರಾಯಶಃ ಮಹಿಳೆ ತನ್ನ ಇಂದಿನ ಹಲವಾರು ಹೇಳಿಕೊಳ್ಳಲಾಗದ ಸೂಕ್ಷ್ಮ ಸಮಸ್ಯೆಗಳಿಗೆ ಇದೇ ರೀತಿಯ ಅನೌಪಚಾರಿಕ ಬಂಡಾಯದ ತಂತ್ರಗಳನ್ನು ಕಂಡುಕೊಳ್ಳಬೇಕಿದೆ.

ಇಂದಿನ ಮಹಿಳೆಯರ ಸಮಸ್ಯೆಗಳು ಕೋರ್ಟು, ಕಚೇರಿ, ಪೋಲೀಸು, ಸಾಂಘಿಕ ಸಂಘಟನೆಯ ಪರಿಧಿಗೆ ನಿಲುಕುವಷ್ಟು ಸರಳವಾಗಿಲ್ಲ. ಬದಲಾಗುತ್ತಿರುವ ಪರಿಸ್ಥಿತಿಯಲ್ಲಿ ಈ ಮೇಲಿನ ಎಲ್ಲ ಸರಕಾರಿ ಯಂತ್ರಗಳು ಈ ನಿಟ್ಟಿನಲ್ಲಿ ಸಫಲವಾಗಿಲ್ಲ ಎಂಬ ಸತ್ಯವನ್ನು ಅಲ್ಲಗಳೆಯುವ ತಾಕತ್ತು ಎಲ್ಲಿದೆ ಹೇಳಿ? ಮೊನ್ನೆ ಮೊನ್ನೆ ಸ್ಟಾರ್‌ನ್ಯೂಸ್‌ನಲ್ಲಿ ವರದಿಯಾದ ಸಮಾಚಾರವೊಂದು ಎಲ್ಲರ ಎದೆ ನಡುಗಿಸುವಷ್ಟು ಕ್ರೂರವಾಗಿತ್ತು. ಬಿಹಾರದ ಹಳ್ಳಿಯೊಂದರ ಬಡಕುಟುಂಬದ ದಾರುಣ ಕತೆ ಇದೆ. ಮನೆ ತುಂಬ ಮಕ್ಕಳಿರುವ ಕೂಲಿ ಮಾಡುವ ತಂದೆಯೊಬ್ಬ ತನ್ನ ಹದಿನಾರು ವರ್ಷದ ಮಗಳೊಂದಿಗೆ ಹೆದರಿಸಿ ಸುಮಾರು ಒಂದೂವರೆ ವರ್ಷದಿಂದ ಅನೈತಿಕ ದೈಹಿಕ ಸಂಪರ್ಕವಿಟ್ಟುಕೊಂಡಿದ್ದಾನೆ. ಈ ವಿಷಯ ಮತ್ತಾರಿಗಾದರೂ ಹೇಳಿದರೆ ಕೊಂದು ಬಿಡುತ್ತೇನೆಂಬ ಹೆದರಿಕೆ ಹಾಕಿದ್ದರಿಂದ ಹುಡುಗಿ ಅಮಾಯಕಳಾಗಿ ಮೂಕಳಾಗಿ ಸಹಿಸಿಕೊಂಡು ಬಂದಿದ್ದಾಳೆ. ಅಷ್ಟರಲ್ಲಿ ಹುಡುಗಿ ಗರ್ಭಿಣಿಯಾಗಿ ತಾನು ಬಸುರಿ ಎಂಬುದು ಅರ್ಥವಾಗುವಷ್ಟರಲ್ಲಿ ಸಮಯ ಮೀರಿ ಹೋಗಿದೆ. ವಿಷಯ ಸಾರ್ವಜನಿಕರ ಗಮನಕ್ಕೆ ಬಂದು ಅಪರಾಧಿಯನ್ನು ಬಂಧಿಸಲಾಗಿದೆಯಾದರೂ, ಹುಡುಗಿಯ ಭವಿಷ್ಯ ಮಾತ್ರ ಮುಗಿಯದ ಕತ್ತಲೆಯ ಕರಾಳ ರಾತ್ರಿಯಂತಾಗಿದೆ. ಇತ್ತೀಚೆಗೆ ಹದಿ ಹರೆಯದ ತರುಣಿಯ ಮೇಲಾಗುವ ಲೈಂಗಿಕ ಅತ್ಯಾಚಾರಗಳೆಲ್ಲ ಹೆಚ್ಚು ಕುಟುಂಬದ ಸದಸ್ಯರಿಂದ ಮಾಡಲ್ಪಡುತ್ತಿವೆ ಎಂಬ ವರದಿಯಂತೂ ನಮ್ಮ ನಾಗರೀಕತೆಯ ಬಗ್ಗೆ ಸಂಶಯ–ಸಿಟ್ಟು ಮೂಡಿಸುತ್ತದೆ. ಮೇಲೆ ಹೇಳಿದಂಥ ಹಲವಾರು ಘಟನೆಗಳು ನಮಗೆ ಗೊತ್ತಿಲ್ಲದಂತೆ ಜರಗುತ್ತ, ಕತ್ತಲೆಯ ಮೂಲೆಗೆ ಸೇರುತ್ತ ಸಮಾಜದ ಉದ್ದೇಶಪೂರ್ವಕ ದಿವ್ಯ ನಿರ್ಲಕ್ಷಕ್ಕೆ ತುತ್ತಾಗುತ್ತಿವೆ ಇದಕ್ಕೆಲ್ಲ ಪರಿಹಾರ ಏನು? ಎಂಬ ಪ್ರಶ್ನೆ ಮಾತ್ರ ನಮ್ಮನ್ನು ಕೆಣಕುತ್ತಲೆ ಇರುತ್ತದೆ.

ಪ್ರಾಯಶಃ ಮಹಿಳೆಯ ಈ ಎಲ್ಲ ಸಮಸ್ಯೆಗಳಿಗೆ ಉತ್ತರ ಅವಳು ಸ್ವಂತ ಕಂಡುಕೊಳ್ಳಬೇಕಿದೆ. ಆಂಧ್ರದ ಹೆಂಗಳೆಯರಂತೆ ಸಾಮೂಹಿಕ ಸಂಘಟನೆ ಮತ್ತು ಕಿರಣ್‌ಬೇಡಿಯಂಥ ವೈಯುಕ್ತಿಕ ಕೆಚ್ಚು, ಆತ್ಮಸ್ಥೈರ್ಯಗಳೇ ನಮಗೆ ಉತ್ತರವಾಗಬಲ್ಲವೇನೋ? ಈ ಪ್ರಯೋಗವಂತೂ ಇಂದು ನಾವು ಮಾಡಲೇಬೇಕಿದೆ. ಈ ದಿಶೆಯಲ್ಲಿ ಸಾಂಘಿಕ ಪ್ರಯತ್ನಗಳು, ಸಾಮಾಜಿಕ ಚಳುವಳಿಗಳು ಅತ್ಯಂತ ಅವಶ್ಯವಾಗಿವೆ.

ಮಹಿಳಾ ಚಳುವಳಿ

ನಮ್ಮ ಕಣ್ಣಿಗೆ ಕಾಣಿಸುತ್ತಿರುವ ಜೀವಿಗಳಲ್ಲಿ 'ಇರುವೆ' ಅತ್ಯಂತ ಚಿಕ್ಕದು. ಇಂಥ ಇರುವೆಗಳ ರಾಶಿ ಸಾಲುಗಟ್ಟಿ ಹೊರಟಿರುತ್ತವೆ. ತನ್ನ ಆಹಾರ ಸಂಗ್ರಹಣೆಗೋ ಇನ್ನೇತಕ್ಕೋ? ಒಟ್ಟಾರೆ ದಂಡಿ ದಂಡಿಯಾಗಿ ತನ್ನ ಪಾಡಿಗೆ ತಾನು ಸಾಲುಗಟ್ಟಿ ಹೊರಟಿರುವಾಗ ನಾವು ನೋಡದೆ ಅವುಗಳ ಮೇಲೆ ಕಾಲಿಟ್ಟರೆ ಸಾಕು, ಇರುವೆಗಳು ಪಟಪಟನೆ ತಮ್ಮ ಶಕ್ತಿ ಮೀರಿ ಕಚ್ಚುತ್ತವೆ. ಕಾಲಡಿಗೆ ಸಿಕ್ಕ ಇರುವೆ "ಅಯ್ಯೋ ಈ ಪ್ರಾಣಿ ನನಗಿಂತಲೂ ಭಯಂಕರ ದೊಡ್ಡದು. ದೈತ್ಯ ಪ್ರಾಣಿಯ ಇದಿರು ನನ್ನ ಶಕ್ತಿ ತೀರ ಚಿಕ್ಕದು. ಈತನ ಕೈಯಲ್ಲಿ ಸಿಕ್ಕು ನಾನು ಸಾಯುತ್ತೇನೆ" ಎಂದು ಯಾವತ್ತೂ ಅಂದುಕೊಳ್ಳುವುದಿಲ್ಲ. ಎಷ್ಟೇ ಚಿಕ್ಕದಿದ್ದರೂ ಇರುವೆ ತನ್ನ ಮೇಲೆ ಆಪತ್ತು ಬಂದಾಗ ಪ್ರತಿಭಟಿಸದೆ ಇರದು. ಈ ತೆರನ ಸಂಘರ್ಷದಲ್ಲಿ ಇರುವೆ ಸಾವನ್ನಪ್ಪಬಹುದು. ಆದರೆ ಸೋಲನ್ನು ಅದು ಒಪ್ಪಿಕೊಳ್ಳಲಾರದು. ತನ್ನ ಮೇಲೆರಗಿದ ಪ್ರಾಣಿ ಎಷ್ಟೇ ಭಯಂಕರವಿರಲಿ, ಮಹಾಗಾತ್ರವಿರಲಿ ಅದರ ಬಗ್ಗೆ ಇರುವೆ ತಲೆ ಕೆಡಿಸಿಕೊಳ್ಳಲಾರದು. ಎಷ್ಟೋ ಸಲ ಕಚ್ಚಿಕೊಂಡ ಇರುವೆಯನ್ನು ಕಿತ್ತಿದರೆ ಅದರ ಶರೀರ ಕಂಠದಿಂದ ಹೊರ ಬಂದಿರುತ್ತೆ. ಇರುವೆಯ ಬಾಯಿ, ಕುತ್ತಿಗೆ ಮಾತ್ರ ಕಚ್ಚಿಕೊಂಡಲ್ಲೇ ಇರುವುದುಂಟು. ಇದು ಬದುಕಬೇಕೆಂಬ ಜೀವಿಯ ಅದಮ್ಯಛಲ. ತನ್ನ ಅಸ್ತಿತ್ವಕ್ಕಾಗಿ ಬಡಿದಾಡುವ ಈ ಪ್ರವೃತ್ತಿಯೂ ಪ್ರಕೃತಿ ಸಹಜವೆಂಬುದು ಎಷ್ಟು ಸತ್ಯವೋ ಬದುಕುವ ಈ ಛಲವನ್ನು ನಿಯಂತ್ರಿಸುವ ವ್ಯವಸ್ಥೆಯೊಂದು ಇಲ್ಲಿ ಅಸ್ತಿತ್ವದಲ್ಲಿದೆ ಎಂಬುದು ಕೂಡ ಅಷ್ಟೇ ಸತ್ಯವಾಗಿದೆ.

ಪ್ರಾಣಿ ಸಹಜವಾದ ಅಸ್ತಿತ್ವದ ಹುಡುಕಾಟ ಮಾನವ ಜೀವಿಗಳಲ್ಲಿ ವಿವೇಕವಾಗಿಯೂ ಅಭಿವೃದ್ಧಿಯಾಗಿದೆ. ಪ್ರತಿಯೊಂದು ಜೀವಿಯು ತನ್ನ ಅಸ್ತಿತ್ವಕ್ಕಾಗಿ ನಡೆಸುವ ಹುಡುಕಾಟವೂ ಹತ್ತಾರು ಸಂಘರ್ಷಗಳನ್ನು, ಹೋರಾಟಗಳನ್ನು ಸೃಷ್ಟಿಸುತ್ತದೆ. ಇಂಥ ಹುಡುಕಾಟವೂ ಒಟ್ಟು ಸಮೂಹಪರವೂ ತನ್ಮೂಲಕ ಸಮಗ್ರ ಜೀವ ಜಗತ್ತಿನ ಪರವೂ ಕ್ರಿಯಾಶೀಲವಾದರೆ ಅದು ಚಳುವಳಿಯ ಸ್ವರೂಪವನ್ನು ಪಡೆಯುತ್ತದೆ. ಹಾಗೇ ನೋಡಿದರೆ "ಚಳುವಳಿ" ಎಂಬುದು ಒಂದು ನಿರಂತರ ಪ್ರಕ್ರಿಯೆ. ಅದೊಂದು ಕೊನೆಯಿಲ್ಲದ ಹುಡುಕಾಟ. ಅದು ಯಾವುದೋ ಒಂದು ಸಂದರ್ಭದಲ್ಲಿ ಅಥವಾ ಕೆಲವು ಕ್ಷಣಗಳಲ್ಲಿ ಜರುಗುವ ಘಟನೆಯಲ್ಲ. ಚಳುವಳಿ ಕಾಲಕಾಲಕ್ಕೆ ಒದಗಿಬರುವ ಹತ್ತಾರು ಘಟನೆಗಳಿಗೆ ಆಕೃತಿ ನೀಡುವ, ಸ್ಪಷ್ಟ ನಿರ್ದಿಷ್ಟ ಗುರಿ ಒದಗಿಸಿಕೊಡುವ ನಿರಂತರ ಹೋರಾಟವಾಗಿರುತ್ತದೆ.

ಇಂಥ ನಿರಂತರ ಸಂಘರ್ಷದ ಹಾದಿಯನ್ನು ಸವೆಸಲೇಬೇಕಾದ ಅನಿವಾರ್ಯತೆಯು "ಹೆಣ್ಣೆಂಬ" ಕಾರಣಕ್ಕಾಗಿಯೇ ಸ್ತ್ರೀ ಲೋಕಕ್ಕೆ ಎದುರಾಗಿದೆ. ಶತಮಾನಗಳಿಂದಲೂ

ಜಗತ್ತಿನಾದ್ಯಂತ ಎಲ್ಲೆಡೆಯಲ್ಲಿ ಒಂದಿಲ್ಲೊಂದು ಬಗೆಯಲ್ಲಿ ಸ್ತ್ರೀಯರು ಶೋಷಣೆಗೆ ಒಳಗಾಗಿದ್ದಾರೆ. ಲಿಂಗಭೇದ ನೀತಿಗೆ ಪೊಳ್ಳು ತಾತ್ವಿಕ ಪರಿವೇಷವನ್ನು ಕಟ್ಟಿರುವ ಭಾರತದಲ್ಲಿಯಂತೂ ಸ್ತ್ರೀ ಶೋಷಣೆಗೆ ತುಂಬಾ ದೀರ್ಘವಾದ ಮತ್ತು ಕ್ರೂರವಾದ ಇತಿಹಾಸವಿದೆ.

ಮಾನವ ಸಮುದಾಯಗಳು ತೀರ ಶೈಶವಾವಸ್ಥೆಯಲ್ಲಿರುವಾಗ ಪರಸ್ಪರ ಗಂಡು ಹೆಣ್ಣುಗಳು ತೀರ ಸ್ವಚ್ಛಂದವಾಗಿ ಬದುಕಿರಬಹುದು. ಹೆಣ್ಣಿನಿಂದ ಮಗುವೊಂದು ಹೊರಬರುವ ಕ್ರಿಯೆಗೆ ತಾನೂ ಕಾರಣವಾಗಿರಬಹುದು ಎಂಬ ಸತ್ಯ ಹೊಳೆಯದಿರುವ ಹಂತದಲ್ಲಿ ಮಾತೃ ಪ್ರಧಾನ ವ್ಯವಸ್ಥೆ ಅಸ್ತಿತ್ವದಲ್ಲಿ ಇದ್ದಿರಬಹುದಾದರೂ ಅದು ತೀರ ಅಲ್ಪಕಾಲದ್ದು ಹೆಣ್ಣುಗಂಡುಗಳು ತೀರ ನಿಸರ್ಗ ಸಹಜವೆಂಬಂತೆ ಪರಸ್ಪರ ಭೇದವಿಲ್ಲದೆ ಬದುಕಿರಬಹುದಾದ ಅವಧಿಯ ಇತಿಹಾಸವು ಹೆಚ್ಚಿಗೆ ದೊರೆಯಲಾರದು.

ಆದರೆ ಸ್ತ್ರೀಯರನ್ನು ತಮ್ಮ ಖಾಸಗಿ ಆಸ್ತಿಯ ಪರಿಗಣನೆಯ ಚೌಕಟ್ಟಿಗೆ ತಂದು ಶೋಷಿಸಿದ ಇತಿಹಾಸ ಮಾತ್ರ ತುಂಬಾ ಢಾಳವಾಗಿ ದೊರೆಯುತ್ತದೆ. ಮೂಲತಃ ಅಲೆಮಾರಿಯಾಗಿದ್ದ ಮಾನವರು ಕೃಷಿಕೃತ್ಯ ಅಭಿವೃದ್ಧಿಪಡಿಸಿಕೊಂಡು ಒಂದು ಕಡೆ ನೆಲೆ ನಿಂತೊಡನೆ ಖಾಸಗಿ ಆಸ್ತಿಯ ಸ್ವಾರ್ಥ ವಿಸ್ತರಿಸಿಕೊಂಡಿತು. ಭೂಮಿಯ ಮೇಲೆ ಒಡೆತನದ ಪ್ರಾರಂಭದೊಂದಿಗೆ ಬಲಿಷ್ಠರು ದುರ್ಬಲರ ಸೇವೆಯನ್ನು ತಮ್ಮ ಹಕ್ಕು ಎಂಬಂತೆ ದುರ್ಬಳಕೆ ಮಾಡಿಕೊಳ್ಳತೊಡಗಿದರು. ಹಾಗೆ ನೋಡಿದರೆ ಪ್ರಕೃತಿ ಸಹಜವಾಗಿಯೇ ದೈಹಿಕವಾಗಿ ಮತ್ತು ಮಾನಸಿಕವಾಗಿ ಬಲಿಷ್ಠರಾಗಿದ್ದ ಮಹಿಳೆಯರನ್ನು ಹತ್ತಿಕ್ಕುವುದು ಅಷ್ಟು ಸುಲಭವಾಗಿರಲಿಲ್ಲ. ಮಾತೃ ಪ್ರಧಾನ ವ್ಯವಸ್ಥೆಯಲ್ಲಿ ಪ್ರಮುಖ ಪಾತ್ರವಹಿಸುತ್ತಿದ್ದ ತಾಯಿಯೇ ಮುಂದೆ ನಿಂತು ಬೇಟೆಯಾಡುವುದು, ಬೇಟೆಯ ಭಾಗ ಹಂಚಿಕೊಡುವುದು, ಮಕ್ಕಳನ್ನು ಸಂಭಾಳಿಸುವುದು ಎಲ್ಲವನ್ನು ನಿಭಾಯಿಸುತ್ತಿದ್ದಳು. ಹೀಗಿರುವಾಗಲೂ ಸ್ತ್ರೀಯನ್ನು ಅಬಲೆ ಎಂದು ಪರಿಗಣಿಸುವುದರ ಹಿಂದೆ ಬಹುದೊಡ್ಡ ಕುತಂತ್ರವೇ ಅಡಗಿರಲು ಸಾಕು. ನಿಜವಾಗಿಯೂ ದುರ್ಬಲಳಲ್ಲದ ಸ್ತ್ರೀಲೋಕವನ್ನು ದುರ್ಬಲಗೊಳಿಸುವ ಹತ್ತಾರು ಪ್ರಕ್ರಿಯೆಗಳು ನಡೆದು ಅವು ಧಾರ್ಮಿಕ, ಸಾಸ್ಕೃಂತಿಕ ಮುಖವಾಡಗಳನ್ನು ಧರಿಸಿಕೊಂಡವು. ಜೀವಿಯನ್ನು ಸೃಷ್ಟಿಸಿ ಬೆಳೆಸುವ ಗರ್ಭ ಮತ್ತು ಮಾಸಿಕ ಸ್ರಾವಗಳು ಮೈಲಿಗೆ ಎಂದು ನಂಬಿಸಲ್ಪಟ್ಟವು. ಸ್ತ್ರೀತ್ವದ ಶಕ್ತಿಸಾಧ್ಯತೆಯನ್ನು "ಮಾಯೆ" ಎಂದು ಪರಿಗಣಿಸಿ ಅವಳು ಮುಕ್ತಿಗೆ ಅರ್ಹಳಲ್ಲ ಎಂಬುದಾಗಿ ತತ್ವ ಬದ್ಧಗೊಳಿಸಲಾಯಿತು. ಇದರೊಟ್ಟಿಗೆ ಸ್ತ್ರೀಯರನ್ನು ಉತ್ಪಾದನಾ ಕೆಲಸಗಳಿಂದ ದೂರ ಸರಿಸಿ ಅವರನ್ನು ಸಂಪೂರ್ಣ ಮನೆವಾಳ್ತೆಗೆ ಬಂಧಿಸಲಾಯಿತು. ಈ ಮನೆವಾಳ್ತೆಯಾದರೂ ಬಿಟ್ಟಿ ಚಾಕರಿಯಾಯಿತು. ಹೊರಗಿನ ದುಡಿಮೆಗೆ ದೊರಕುವ ಮೌಲ್ಯ ಮತ್ತು ಗೌರವಗಳನ್ನು ಒಳಗಿನ ದುಡಿಮೆಗೆ ನಿರಾಕರಿಸಲಾಯಿತು. ಅಷ್ಟಕ್ಕೂ ಸ್ತ್ರೀಯರು ಹೊರಗೆ ಬಂದು ದುಡಿಯುವಾಗಲೂ ಅವರ ಕೆಲಸಕ್ಕೆ ಕಡಿಮೆ ಸಂಬಳ, ಅವರ ವೃತ್ತಿಗಳಿಗೆ ಸಾಮಾಜಿಕ ಕೀಳರಿಮೆಗಳನ್ನು ಬೆಳೆಸಲಾಯಿತು. ಅಧಿಕಾರ ಚಲಾಯಿಸುವ, ನೀತಿ ನಿರೂಪಿಸುವ, ಆಡಳಿತ ನಿರ್ವಹಿಸುವ ಹುದ್ದೆಗಳಿಂದ ಸ್ತ್ರೀಯರನ್ನು

ಉದ್ದೇಶಪೂರ್ವಕವಾಗಿಯೇ ದೂರವಿಡಲಾಯಿತು. ಪರ್ಯಾಯವಾಗಿ ಸ್ತ್ರೀಯರನ್ನು ಅಡುಗೆ, ರಂಗೋಲಿ, ಕಸೂತಿ ಇಲ್ಲವೇ ದೈಹಿಕ ಸೇವಾ ಕೆಲಸಗಳಿಗೆ ಬಂಧಿಸಲಾಯಿತು. ಹೀಗಾಗಿ ರಾಜಕೀಯ, ಆರ್ಥಿಕ, ಧಾರ್ಮಿಕ, ಸಾಂಸ್ಕೃತಿಕ, ಕ್ಷೇತ್ರಗಳಲ್ಲಿ ಸ್ತ್ರೀಯರ ಸಹಭಾಗಿತ್ವ ನಿರಾಕರಿಸಲಾಯಿತು. ನಿರಾಕರಿಸಲು ಆಗದಿರುವ ಹಂತದಲ್ಲಿ ಅದನ್ನು ಕೀಳೀಕರಿಸುವ, ಇಲ್ಲವೇ ಅಪಮೌಲ್ಯಗೊಳಿಸುವ ಹುನ್ನಾರಗಳು ನಡೆದವು.

ಚಳುವಳಿ :

ಪುರುಷ ಪ್ರಧಾನ ವ್ಯವಸ್ಥೆಯು ಕಬಂಧ ಬಾಹುಗಳು ಎಷ್ಟು ಗಟ್ಟಿಯಾಗತೊಡಗಿದವು ಎಂದರೆ ಸ್ತ್ರೀಯರು ನಿರಾಳವಾಗಿ, ಸ್ವಚ್ಛಂದವಾಗಿ ಉಸಿರಾಡಲು ಸಾಧ್ಯವಾಗದಿರುವಂಥ ವಾತಾವರಣ ಸೃಷ್ಟಿಯಾಯಿತು. ಆದರೆ ಅದಮ್ಯ ಜೀವಶಕ್ತಿಯ ದ್ಯೋತಕವಾಗಿರುವ ಮಹಿಳಾ ಲೋಕ ಮಾತ್ರ ಇಂಥ ಅವಸ್ಥೆಯಲ್ಲಿಯೂ ಎದೆಗುಂದದೇ ಬದುಕಿಗೆ ಬದ್ಧವಾಗಿ ಎದ್ದುನಿಂತಿದೆ. ಮಹಿಳಾ ದಮನಕ್ಕಿರುವಷ್ಟೇ ದೀರ್ಘವಾದ ಇತಿಹಾಸ ಮಹಿಳಾ ಪ್ರತಿಭಟನೆಗೂ ಇದೆ. ಭಾರತೀಯ ನೆಲದಲ್ಲಿ ವೈಯಕ್ತಿಕ ನೆಲೆಯಲ್ಲಿ ಕಾಲಕಾಲಕ್ಕೆ ಹಲವಾರು ಪ್ರತಿಭಟನೆಗಳು ಸಂಭವಿಸಿವೆ. ಪ್ರಾರಂಭದಲ್ಲಿ ಕಾಣಿಸಿರುವ ಇರುವೆಯ ಉದಾಹರಣೆಯ ಮೂಲಕವೇ ದಮನಿತ ಲೋಕದ ಸ್ವಭಾವವನ್ನು ದಿಗ್ದರ್ಶಿಸಲಾಗಿದೆಯಷ್ಟೇ. ಹೌದು. ಪ್ರತಿಯೊಂದು ಜೀವಿಯೂ ತೀರ ಸಹಜವೆಂಬಂತೆ ತನ್ನ ಬದುಕಿಗೆ ಬದ್ಧವಾಗಿರುತ್ತದೆ. ಈ ಕಾರಣವಾಗಿಯೇ ಪ್ರತಿಭಟನೆ ಎಂಬುದು ಬದುಕಿರುವ ಜೀವಿಯ ಗುಣಧರ್ಮವೇ ಆಗಿರುತ್ತದೆ. ಉಸಿರಾಡುತ್ತಿರುವ ಜೀವಿಗಳು ತಮ್ಮ ಮೇಲಾಗುತ್ತಿರುವ ದೌರ್ಜನ್ಯ ದರ್ಪ–ದಮನಗಳ ವಿರುದ್ಧ ಪ್ರತಿಭಟಿಸುತ್ತಿಲ್ಲ ಎಂದಾದರೆ ಅದು ದಾಸ್ಯದ ಸ್ಥಿತಿ. ಅದೇ ಇಂಥ ಉಸಿರಾಡುತ್ತಿರುವ ಹೆಣಗಳ ಸ್ಥಿತಿಗೂ ತಲುಪಿದ್ದಿದೆ. ಇಂಥ ಸ್ಥಗಿತ ಸ್ಥಿತಿಯಾದರೂ ಯಾವುದೇ ಸಮಾಜಕ್ಕೆ, ಅದರ ಮಾನವೀಯ ಮುಖಕ್ಕೆ ಬಡಿದ ಕಳಂಕವೇ ಹೌದು. ಭಾರತೀಯ ಸಾಮಾಜಿಕ ಸಂರಚನೆಯು ಉದ್ದಕ್ಕೂ ಇಂಥ ಕಳಂಕವನ್ನು ಒಪ್ಪಿಕೊಂಡು, ಅಪ್ಪಿಕೊಂಡು ಮುಂದುವರಿಯುತ್ತಲೇ ಇದೆ. ಮಹಿಳೆಯರನ್ನು, ಅಸ್ಪೃಶ್ಯರನ್ನು, ಆರ್ಥಿಕವಾಗಿ ದುರ್ಬಲರನ್ನು ವ್ಯವಸ್ಥೆ ತುಂಬಾ ಅಸಹ್ಯವಾಗಿ ನಡೆಸಿಕೊಂಡಿದೆ. ಇವತ್ತಿಗೂ ನಡೆಸಿಕೊಳ್ಳುತ್ತಿದೆ ಎಂಬುದು ಅತಿಶಯೋಕ್ತಿಯೇನಲ್ಲ. ಈವರೆಗಿನ ಭಾರತೀಯ ಇತಿಹಾಸಕಾರರೆಲ್ಲ ಓರಿಯಂಟಲಿಸ್ಟ್ ಮಾದರಿಗಳನ್ನೇ ಬಳಸಿಕೊಂಡಿದ್ದು ಅವರೆಲ್ಲ ಪಾರ್ಶ್ವಿಕ ವಿವರಗಳನ್ನು ನೀಡಿದ್ದಾರೆ. ಅಷ್ಟಕ್ಕೂ ಕೆಲವೇ ವರ್ಗದವರ ಬದುಕನ್ನು ಬಿಂಬಿಸುವ ಆಕರಗಳನ್ನು ಬಳಸಿಕೊಂಡು ಭವ್ಯ ಭಾರತ, ದಿವ್ಯ ಭಾರತ, ಆರ್ಷೇಯ ಭಾರತ, ದಾರ್ಶನಿಕ ಭಾರತವೆಂದೆಲ್ಲಾ ಹೊಗಳು ಭಟ್ಟರು ಫರಾಕಿನ ಶೈಲಿಯಲ್ಲಿ ಇತಿಹಾಸ ಬರೆಯುವ ಧಾವಂತಕ್ಕೆ ಇಳಿದಿದ್ದಾರೆ. ಎಂತಲೇ ಭಾರತೀಯ ಸ್ತ್ರೀಯರು ನಡೆದು ಬಂದ ದಾರಿಯನ್ನು ನಮೂದಿಸುವಾಗ ವೇದಗಳ ಕಾಲದಲ್ಲಿ ಲಿಂಗ ತಾರತಮ್ಯ ಇರಲಿಲ್ಲ. ಸ್ತ್ರೀಯರಿಗೂ ಉಪನಯನದ ಹಕ್ಕು ಇತ್ತು. ಮುಕ್ತಿಗೆ ಅವಕಾಶವಿತ್ತು ಎಂದು ವೈಭವೀಕರಿಸುತ್ತಾರೆ. ಇದಕ್ಕೆ ಉಪಷ್ಟಂಭಕವೆಂಬಂತೆ, ಮೈತ್ರೇಯಿ, ಗಾರ್ಗಿ ಅಪಾಲಾ, ಲೋಪಮುದ್ರಾ, ಉಭಯ ಭಾರತಿ ಮುಂತಾಗಿ ಕ್ವಚಿತ್ ಋಷಿ ಪತ್ನಿಯರ

ಉದಾಹರಣೆಗಳನ್ನು ನೀಡುತ್ತಾರೆ. ಈ ಉದಾಹರಣೆಗಳ ಒಡಲಲ್ಲಿಯೇ ಅಂದೂ ಕೂಡ ಸ್ತ್ರೀಯರು ತಮ್ಮ ಹಕ್ಕುಗಳಿಗಾಗಿ ತಮ್ಮ ಗಂಡಂದಿರೊಂದಿಗೆ, ಸುತ್ತಲಿನ ಸಮಾಜದೊಂದಿಗೆ ಸಂಘರ್ಷಕ್ಕಿಳಿದ ಅಂಶಗಳು ಗೋಚರವಾಗುತ್ತವೆ. ಆದರೂ ಇವೆಲ್ಲ ಮೇಲ್ವರ್ಗದ ಮಹಿಳೆಯರು ವೈಯುಕ್ತಿಕ ನೆಲೆಯಲ್ಲಿ ನಡೆಸಿದ ಪ್ರತಿಭಟನೆಗಳಾಗಿಯೇ ನಿಲ್ಲುತ್ತವೆ. ಸಾಮೂಹಿಕ ರೂಪದಲ್ಲಿ ಸ್ತ್ರೀಯರ ಸಮಗ್ರ ಅಭಿವೃದ್ಧಿಗಾಗಿ ನಡೆದ ಚಳುವಳಿಗಳನ್ನು ಗಮನಿಸುವಾಗ ಬುದ್ಧನ ಕಾಲದ ಥೇರಿಯರು ಮೊದಲು ಗಮನ ಸೆಳೆಯುತ್ತಾರೆ.

ಬುದ್ಧನಾದರೂ ಮೊದಮೊದಲು ತನ್ನ ಸಂಘದಲ್ಲಿ ಮಹಿಳೆಯರಿಗೆ ಅವಕಾಶ ನಿರಾಕರಿಸಿದನು ಎಂಬುದು ಚಿಂತೆಗೀಡು ಮಾಡುವ ವಿಷಯವಾಗಿದೆ. ಎಲ್ಲ ಹೊಸ ಮತ್ತು ಶುದ್ಧ ಭೌತವಾದಿ ವಿಚಾರಗಳಿಗಾಗಿ ಮುಕ್ತವಾಗಿದ್ದ ಬುದ್ಧನು ಆನಂದನ ಮಧ್ಯಸ್ತಿಕೆಯಿಂದಾಗಿ ತನ್ನ ಗ್ರಹಿಕೆಗಳನ್ನು ಬದಲಿಸಿಕೊಂಡನು ಎಂಬುದೇ ಸಮಾಧಾನದ ಸಂಗತಿ. ಒಂದು ಪುಟ್ಟ ಅವಕಾಶಕ್ಕಾಗಿಯೇ ಕಾದಿದ್ದರೇನೋ ಎಂಬಂತೆ ಮಾತಾ ಸುಮಂಗಲಾ, ನಂದುತ್ತರಾ, ವಿಮಲಾ, ಆಮ್ರಪಾಲಿ, ಸೋಮಾ ಮುಂತಾಗಿ ಹತ್ತಾರು ಥೇರಿಯರು ಎದ್ದುಬರುತ್ತಾರೆ. ಇವರೆಲ್ಲ ಸ್ತ್ರೀ ಅಸ್ಮಿತೆಯನ್ನು ಎತ್ತಿ ಹಿಡಿಯುವ ರೀತಿಯಲ್ಲಿ ಹತ್ತಾರು ಥೇರಿಗಾಥಾಗಳನ್ನು ರಚಿಸಿ ಅಂದಿನ ಪುರುಷ ಸಮುದಾಯಕ್ಕೆ ಸವಾಲಾಗಿ ನಿಲ್ಲುತ್ತಾರೆ. ಸ್ತ್ರೀಯರಿಗೆ ಆತ್ಮವೇ ಇಲ್ಲ ಎಂದು ನಂಬಿಸಿದ್ದ ವೈದಿಕ ಸಮಾಜದ ಅಡಿಪಾಯವನ್ನು ಅಲುಗಾಡಿಸಿದ ಈ ಥೇರಿಯರು ಸ್ವಯಂ ನಿರ್ವಾಣಪದವಿಗೇರಿ ನಿಲ್ಲುತ್ತಾರೆ. ಬುದ್ಧನು ತನ್ನ ನಿರ್ಣಯಗಳನ್ನು ಬದಲಿಸಿಕೊಳ್ಳಬೇಕಾದ ಸ್ಥಿತಿಯನ್ನು ಇವರು ನಿರ್ಮಿಸಿ ತೋರಿಸುತ್ತಾರೆ. ಇದಕ್ಕಿಂತ ಪ್ರಖರವಾಗಿ ಮಹಿಳಾ ಪ್ರಶ್ನೆಗಳನ್ನಿಟ್ಟುಕೊಂಡು ಹೋರಾಟ ಮಾಡಿದವರೆಂದರೆ 12ನೇ ಶತಮಾನದ ಕರ್ನಾಟಕದಲ್ಲಿ ಆಗಿ ಹೋದ ವಚನಕಾರ್ತಿಯರು. ಇದಾದ ನಂತರ ಭಾರತದ ಇತಿಹಾಸದಲ್ಲಿ ಕಂಡು ಬರುವ ಚಾಂದ್‌ಬೀಬಿ, ಝಾನ್ಸಿರಾಣಿ ಲಕ್ಷ್ಮೀಬಾಯಿ, ಕಿತ್ತೂರು ಚೆನ್ನಮ್ಮ, ಉಳ್ಳಾಲದ ರಾಣಿ ಅಬ್ಬಕ್ಕದೇವಿ, ಬೆಳವಡಿ ಮಲ್ಲಮ್ಮ, ಕೆಳದಿ ಚೆನ್ನಮ್ಮ ಮುಂತಾದವರು ಪ್ರಭುತ್ವದ ನೆಲೆಯಲ್ಲಿ ನಿಂತು ಹೋರಾಡಿದ್ದೇನೋ ಸರಿ. ಆದರೆ ಇವರೆಲ್ಲರೂ ತಮ್ಮ ತಮ್ಮ ಗಂಡಂದಿರ ಅನುಪಸ್ಥಿತಿಯಲ್ಲಿ ತಮಗೆ ದತ್ತವಾದ ಅಧಿಕಾರದ ವ್ಯಾಪ್ತಿಯಲ್ಲಿ ಶೌರ್ಯ, ಸಾಹಸವನ್ನು ಮೆರೆಯುತ್ತಾರೆ. ಇವರ ತ್ಯಾಗ, ಬಲಿದಾನಗಳು ನಿಜಕ್ಕೂ ಅಭಿನಂದನೀಯ, ಆದಾಗ್ಯೂ ಇವೆಲ್ಲ ಸ್ತ್ರೀ ಅಸ್ಮಿತೆಯನ್ನು ಬಿಂಬಿಸುವ ಹೋರಾಟಗಳೆಂದೇನೂ ಪರಿಗಣಿಸಬೇಕಾಗಿಲ್ಲ. ನಿಜವಾದ ಅರ್ಥದಲ್ಲಿ ಮಹಿಳಾ ಚಳುವಳಿಗಳು ಸ್ಪಷ್ಟವಾಗಿ ಕಾಣಿಸಿಕೊಂಡದ್ದು ಆಧುನಿಕ ಸಂದರ್ಭದಲ್ಲಿಯೇ.

ಬ್ರಿಟೀಷ್ ವಸಾಹತುಶಾಹಿ ಪ್ರಭಾವ ಭಾರತದ ಎಲ್ಲ ವರ್ಗಗಳನ್ನು ಆವರಿಸಿಕೊಂಡಿತು. ಬ್ರಿಟೀಷರು ತಮ್ಮ ಆಡಳಿತದ ಅನುಕೂಲಕ್ಕಾಗಿಯೇ ಸಾರ್ವಜನಿಕ ಶಿಕ್ಷಣ ಪದ್ಧತಿಯನ್ನು ಜಾರಿಗೆ ತಂದಿರಬಹುದಾದರೂ ಅಕ್ಷರದ ಬೆಳಕು ಹೊಸ ಬಾಗಿಲನ್ನು ತೆರೆಯಿತು. ವಿಶೇಷವಾಗಿ ಸುಧಾರಣಾವಾದಿ ಚಟುವಟಿಕೆಗಳಿಗೆ ಪಾಶ್ಚಾತ್ಯ ಚಿಂತನಧಾರೆಗಳು ಒತ್ತಾಸೆಯಾಗಿ ನಿಂತವು. ಅಕ್ಷರ ಲೋಕ ದಲಿತರಿಗೆ ಮತ್ತು

ಮಹಿಳೆಯರಿಗೆ ಹೊಸ ಬಾಗಿಲನ್ನು ತೆರೆದದ್ದರ ಪರಿಣಾಮವಾಗಿ ಆಲೋಚನಾ ಕ್ರಮಗಳಲ್ಲಿ ತೀವ್ರವಾದ ಸಂಚಲನೆ ಮೂಡಿತು. ಇದೇ ಹೊತ್ತಿಗೆ ದೇಶದಲ್ಲಿ ಸ್ವಾತಂತ್ರ್ಯಸಂಗ್ರಾಮದ ಬಿಸಿಯೂ ಏರಿತು. ಇದರೊಟ್ಟಿಗೆ ಜಗತ್ತಿನ ವಿವಿಧೆಡೆಯಲ್ಲಿಯೂ ಹೊಸ ವಿಚಾರವಾದದ ಗಾಳಿ ಬೀಸತೊಡಗಿತು. ಹೀಗಾಗಿ ಜಗತ್ತಿನಲ್ಲಿ ಸಂಭವಿಸಿದ ಇತರ ಕ್ರಾಂತಿಗಳು ಭಾರತೀಯರನ್ನು ಪ್ರಭಾವಿಸಿದವು. ಕೈಗಾರಿಕಾ ಕ್ರಾಂತಿ, ದುಡಿಮೆ ವರ್ಗದವರ ಹೋರಾಟ, ಜಮೀನ್ದಾರಿ ಪದ್ಧತಿಯ ನಿರಾಕರಣೆಗಳು ಭಾರತೀಯ ಮಹಿಳೆಯರಲ್ಲಿ ಹೋರಾಟದ ಕೆಚ್ಚನ್ನು ತುಂಬಿರಲು ಸಾಕು.

ಮಹಿಳಾ ಚಳುವಳಿಗಳನ್ನು ಎರಡು ಬಗೆಗಳಲ್ಲಿ ವಿಂಗಡಿಸಿಕೊಳ್ಳುವುದು ಸೂಕ್ತವೆಂದು ತೋರುತ್ತದೆ. ಮೊದಲನೆಯದು ಒಟ್ಟು ಶೋಷಿತರ ಪರ ಎಲ್ಲ ಬಗೆಯ ಸಮಾನತೆಗಾಗಿ ಪುರುಷರ ಪಾಲುದಾರಿಕೆಯೊಂದಿಗೆ ನಡೆಸುವ ಹೋರಾಟ. ಉದಾಹರಣೆಗಾಗಿ ಸ್ವಾತಂತ್ರ್ಯ ಚಳುವಳಿ, ರೈತ ಚಳುವಳಿ, ಕಾರ್ಮಿಕ ಚಳುವಳಿ ಮುಂತಾದವುಗಳನ್ನು ಗಮನಿಸಬಹುದು. ಎರಡನೆಯದಾಗಿ ಮಹಿಳೆಯರ ಅಸ್ಮಿತೆಗಾಗಿ ಮಹಿಳೆಯರ ನಾಯಕತ್ವದಲ್ಲಿ ನಡೆಸುವ ಹೋರಾಟಗಳು. ಉದಾಹರಣೆಗಾಗಿ ವರದಕ್ಷಿಣಾ ವಿರೋಧಿ ಆಂದೋಲನ, ಬಾಲ್ಯ ವಿವಾಹ, ಸತಿ ಪದ್ಧತಿ, ವಿಧವಾ ಸ್ಥಿತಿ ಗತಿ ಮುಂತಾಗಿ ಸಾಮಾಜಿಕ ಅನಿಷ್ಟಗಳ ವಿರುದ್ಧ ನಡೆಸುವ ಹೋರಾಟಗಳನ್ನು ಹೆಸರಿಸಬಹುದು. ಹಾಗೆ ನೋಡಿದರೆ ಈ ಮೇಲಿನ ಸಾಮಾಜಿಕ ಅನಿಷ್ಟಗಳ ಉಚ್ಚಾಟನೆಗಾಗಿ ಸುಧಾರಣಾವಾದಿ ನೆಲೆಯಲ್ಲಿ ಅನೇಕ ಹೋರಾಟಗಳು ಮೊದ ಮೊದಲು ಪುರುಷರ ನೇತೃತ್ವದಲ್ಲಿಯೇ ಸಂಭವಿಸಿವೆ. ದಯಾನಂದ ಸರಸ್ವತಿ, ರಾಜಾರಾಮ ಮೋಹನರಾಯ, ಮಹಾತ್ಮಗಾಂಧಿ, ಜ್ಯೋತಿಬಾಪುಲೆ, ಮುಂತಾದವರು ಹಾಕಿಕೊಂಡ ರಾಷ್ಟ್ರೀಯವಾದಿ ಚಳುವಳಿಗಳಲ್ಲಿ ಮಹಿಳಾ ಪರ ಚಿಂತನೆಗಳು ಪ್ರಮುಖ ಕಾಳಜಿಯಾಗಿದ್ದವು. ಇವುಗಳ ನಡುವೆಯೂ ಮಹಿಳೆಯರು ನಾಯಕತ್ವ ವಹಿಸಿಕೊಂಡು ನಡೆಸಿದ ಹೋರಾಟಗಳು ಇಲ್ಲದಿಲ್ಲ. ಹೀಗೆ ಚಳುವಳಿಯು ಹಂತ ಹಂತವಾಗಿ ಗರಿಬಿಚ್ಚಿಕೊಳ್ಳುತ್ತದೆ. ಚಳುವಳಿಯು ಆರಂಭದಲ್ಲಿ ಅಸಮಾನ ವ್ಯವಸ್ಥೆಯಲ್ಲಿನ ಯಾವುದಾದರೂ ಒಂದು ವಿಷಯದ ಮೇಲೆ ಲಕ್ಷ್ಯ ಕೇಂದ್ರೀಕರಿಸಿದರೂ ಅಂತಿಮ ಘಟ್ಟದಲ್ಲಿ ಅದು ಅಸಂಖ್ಯ ಆಯಾಮಗಳೊಂದಿಗೆ ವಿಸ್ತರಿಸಿಕೊಂಡು ಸಮಗ್ರ ಬದಲಾವಣೆ ತರುವ ವಿಪ್ಲವ ರೂಪಕ್ಕೆ ಬಂದು ತಲುಪಿರುತ್ತದೆ.

ಜಗತ್ತಿನಾದ್ಯಂತ ಅನೇಕ ದೇಶಗಳಲ್ಲಿ ಐತಿಹಾಸಿಕ ಚಳುವಳಿಗಳು ನಡೆದಿವೆ. ಎಲ್ಲ ನಮೂನೆ ಭೇದದ ವಿರುದ್ಧ ಚಿಂತನೆ ಮತ್ತು ಚಳುವಳಿಗಳು ಪರಸ್ಪರ ಪೂರಕವಾಗಿ ಬೆಸೆದುಕೊಂಡು ಹೊಸ ಹಾದಿಯನ್ನು ನಿರ್ಮಿಸಿವೆ. ಅಂತೆಯೇ ಸ್ವತಂತ್ರ ಭಾರತದೊಳಗೂ ಜಾತಿ, ಲಿಂಗ ಭೇದಗಳ ವಿರುದ್ಧ ವರ್ಗ, ವರ್ಣ ಭೇದಗಳ ವಿರುದ್ಧಗಟ್ಟಿಯಾದ ಚಳುವಳಿಗಳು ಹೊಡೆಮುರಿದು ಎದ್ದಿವೆ. ಈ ದೇಶದ ಮಹಿಳೆಯರಂತೂ ಎಲ್ಲ ಸಂದರ್ಭಗಳಲ್ಲೂ ಸಾಮೂಹಿಕ ಚಳುವಳಿಗಳಲ್ಲಿ ನುಗ್ಗಿ ತ್ಯಾಗ, ಬಲಿದಾನ ಮಾಡಿದ್ದಾರೆ. ಮಹಿಳೆಯರು ತಮ್ಮ ಅಸ್ತಿತ್ವಕ್ಕಾಗಿಯೂ ಮತ್ತು ದೇಶದ ಇತರ ಸಂಕಷ್ಟಗಳ ನಿವಾರಣೆಗಾಗಿಯೂ ಪ್ರಾಣ ತೆತ್ತಿದ್ದಾರೆ.

ಸ್ವಾತಂತ್ರ್ಯಪೂರ್ವದ ದೇಶೀಯ ಸಂಸ್ಥಾನಗಳಲ್ಲಿ, ಸ್ವಾತಂತ್ರ್ಯ ಚಳುವಳಿಯ ಸಂದರ್ಭದಲ್ಲಿ ಮತ್ತು ಸ್ವಾತಂತ್ರೋತ್ತರದ ಈ ಹೊತ್ತಿನವರೆಗೂ ಅಸಂಖ್ಯ ಮಹಿಳೆಯರು ಆಯಾ ಸಂದರ್ಭ ಮತ್ತು ಸನ್ನಿವೇಶಕ್ಕೆ ತಕ್ಕಂತೆ ಹೋರಾಟ ಮಾಡಿದ್ದಾರೆ. ಅವರ ಹೋರಾಟ ವೈಯಕ್ತಿಕ ಸ್ತರದಲ್ಲಿ ಮತ್ತು ಸಾಮೂಹಿಕ ಸ್ತರದಲ್ಲಿ ಎರಡೂ ಬಗೆಗಳಲ್ಲಿ ನಡೆದಿವೆ. ಪುರುಷಪ್ರಧಾನ ವ್ಯವಸ್ಥೆಯು ಬೆಚ್ಚಿ ಬೀಳುವಷ್ಟು ಗಂಭೀರವಾಗಿಯೂ ಮಹಿಳಾ ಚಳುವಳಿಗಳು ಸಂಭವಿಸಿವೆ. ಹಾಗೆ ನೋಡಿದರೆ ಆಧುನಿಕ ಭಾರತದ ಸಂದರ್ಭದಲ್ಲಿ ಮಹಿಳಾ ಚಳುವಳಿಗಳು ಸ್ಪಷ್ಟ ಕಣ್ಣೋಟವಿಟ್ಟುಕೊಂಡು ಕ್ಷೇತ್ರಕ್ಕೆ ಇಳಿದದ್ದು ಎಡ ಚಳುವಳಿಗಳ ಬಲದಿಂದಲೇ ಎಂಬುದು ಎದ್ದು ಕಾಣುತ್ತಿದೆ.ಹಾಗೆಂದು ತತ್ಪೂರ್ವದಲ್ಲಿ ಮಹಿಳಾ ಪರ ಚಿಂತನೆ–ಚಳುವಳಿ ನಡದೇ ಇಲ್ಲ ಅಂತಲ್ಲ.

ಕೇರಳದ ಪುನ್ನಪ್ಪ ವಯಲಾರ್ ಹೋರಾಟ, ಬಂಗಾಲದ ತೇಬಾಗ ಚಳುವಳಿ, ಮಹಾರಾಷ್ಟ್ರದ ವಾರಲಿ ಆದಿವಾಸಿ ಸಂಘರ್ಷ, ತೆಲಂಗಾಣ ಹೋರಾಟ ಹೀಗೆ ಅನೇಕ ಸಮರಧೀರ ಹೋರಾಟಗಳಲ್ಲಿ ಮಹಿಳೆಯರು ತೊಡಗಿಕೊಂಡು ವೀರಗಾಥೆಯ ಇತಿಹಾಸದ ಪುಟಗಳಲ್ಲೂ ದಾಖಲಾಗಿದ್ದಾರೆ. ಅಂತೆಯೇ ಮಹಾರಾಷ್ಟ್ರದ ದಲಿತ ಚಳುವಳಿಯು ಅನೇಕ ಮಹಿಳೆಯರನ್ನು ಸ್ವಾಭಿಮಾನಿ ಹೋರಾಟದ ಮುಂಚೂಣಿಗೆ ತಂದಿತು. ಇಷ್ಟು ಮಾತ್ರವಲ್ಲದೆ ತಮ್ಮ ಪ್ರಾಣವನ್ನೇ ಪಣವಿಟ್ಟು ಹೋರಾಡಿದ ದಲಿತ ಮಹಿಳೆಯರ ತ್ಯಾಗ, ಬಲಿದಾನದಿಂದಲೇ ಇಂದಿನ ಸ್ತ್ರೀಲೋಕವು ಅನೇಕ ಸವಲತ್ತುಗಳನ್ನು ಅನುಭವಿಸುತ್ತಿದೆ. ಕಾರ್ಮಿಕ ಮಹಿಳೆಯರು, ರೈತ ಮಹಿಳೆಯರು, ಕೃಷಿ ಕೂಲಿಕಾರ ಮಹಿಳೆಯರು, ಬುಡಕಟ್ಟು ಮಹಿಳೆಯರು, ಮಧ್ಯಮ ವರ್ಗದ ಗೃಹಿಣಿಯರು ಈ ಸ್ವಾತಂತ್ರ್ಯ ನೆಲಕ್ಕೆ ಹೋರಾಟದ ಹಾಡು ಬರೆದಿದ್ದಾರೆ.

ಕರ್ನಾಟಕ ನೆಲದ ಚಳುವಳಿ :

ಕರ್ನಾಟಕವು ಚಿಂತನೆ ಮತ್ತು ಚಳುವಳಿಯನ್ನು ಮೇಳೈಸಿಕೊಂಡು ಯಶಸ್ವಿಯಾದ ಗರುವದ ನಾಡು, ಇಡೀ ಜಗತ್ತಿಗೆ ಮಾದರಿ ಎಂಬಂಥ ವಿಚಾರಕ್ರಾಂತಿಯನ್ನು ಆಗುಮಾಡಿದ ವಚನಕಾರರ ಕಾಯಕ ಕ್ಷೇತ್ರವಿದು. “ಮೊಲೆ ಮುಡಿ ಬಂದರೆ ಹೆಣ್ಣೆಂಬರು, ಗಡ್ಡ ಮೀಸೆ ಬಂದರೆ ಗಂಡೆಂಬರು, ಒಳಗೆ ಸುಳಿವಾತ್ಮ ಗಂಡೂ ಅಲ್ಲ ಹೆಣ್ಣು ಅಲ್ಲ”ಎಂದು ತಾತ್ವಿಕ ಹೊಳಪನ್ನು ನೀಡಿದ ಜೇಡರ ದಾಸಿಮಯ್ಯ, ಆಸೆ ಎಂಬುದು ಅರಸಂಗಲ್ಲದೇ ಶಿವಭಕ್ತರಿಗುಂಟೇ ಅಯ್ಯ–? ಎಂದು ಕೇಳುವ ಮೂಲಕ ಅರಸನ ದುರಾಸೆಯನ್ನು ಧಿಕ್ಕರಿಸಿ ಸಂಚಯಿತ ಸಂಪತ್ತಿನ ವಿರುದ್ಧ ವರ್ಗ ಪ್ರಜ್ಞೆಯನ್ನು ಅನುಸರಿದ ಆಯ್ದಕ್ಕಿ ಲಕ್ಕಮ್ಮ. ಎಲ್ಲ ಗಂಡಂದಿರು ಮೇಲೆ ಎನ್ನ ಗಂಡ ಕೆಳಗೆ ಎಂದು ಸವಾಲೆಸೆದ ಕದಿರೆರೆಮ್ಮವ್ವೆಯರು ಕ್ರಾಂತಿ ಕೆಂಡದ ಕುಂಡ ಹೊತ್ತು ಮುಳ್ಳಿನ ಹಾದಿ ಸವೆಸಿದ ನಾಡಿದು. ಜಗತ್ತಿನ ಇತರೆಡೆ ಇನ್ನೂ ನಾಗರೀಕತೆಯ ಸುಳಿವು ಕಾಣಿಸಿಕೊಳ್ಳದಿರುವ ಕಾಲದಲ್ಲಿಯೇ ಕನ್ನಡದ ಈ ನೆಲದಲ್ಲಿ ಕಾಯಕ ಜೀವಿಗಳ ಸಮಾನತೆಯ ಹೋರಾಟ ಫಲ ಬಿಡುತ್ತಲಿತ್ತು. ಹೆಮ್ಮೆ ಪಡಬೇಕಾದ ಸಂಗತಿ ಎಂದರೆ, ಆ ಚಳುವಳಿಕಾರರು ಜಗತ್ತನ್ನೇ ಹೆಣ್ಣಾಗಿ ನೋಡಿದರು. ಹೆಣ್ಣು

ಎಂದರೆ ಭೇದ ಬಿಂಬಿಸುವ ನೈಸರ್ಗಿಕ ಅವಯವಗಳ ಸಂಕೇತವಲ್ಲ. ಹೆಣ್ಣೆಂದರೆ ತಾಯಿ, ತಾಯ್ತನವುಳ್ಳ ಜೀವಿ. ಜಗತ್ತನ್ನು ಭರಿಸಿಕೊಳ್ಳುವ ಸಂರಕ್ಷಿಸುವ, ಅನ್ಯಾಯದ ವಿರುದ್ಧ ಸಿಡಿಯುವ, ಸೃಷ್ಟಿ ಮತ್ತು ತುತ್ತು ನೀಡುವ, ಸಮಾನತೆಯ ತೊಟ್ಟಿಲು ತೂಗುವ, ದೇಹದ ರಕ್ತ ಕೊಟ್ಟು ಜೀವ ಸೃಷ್ಟಿಸುವ, ಕಣ್‌ರೆಪ್ಪೆ ಕೂಡಿಸದೇ ಕಾಳ ಕತ್ತಲಲ್ಲೂ ಕಾವಲು ಕಾಯುವ ಕರುಣೆ, ವಾತ್ಸಲ್ಯದ ಖಣಿಯೇ ಅವಳು. ಆದ್ದರಿಂದಲೇ ಅಕ್ಕಮಹಾದೇವಿಯು ಚೆನ್ನಮಲ್ಲಿಕಾರ್ಜುನನೆಂಬ ಗುರುವಂಗೆ ಜಗವೆಲ್ಲಾ ಹೆಣ್ಣು ನೋಡಾ........ ಎನ್ನುತ್ತಾಳೆ. ಅಕ್ಕ ಆ ಹೊತ್ತು ಲಿಂಗಭೇದದ ವಿರುದ್ಧ ತಲಸ್ಪರ್ಶಿ ಹೋರಾಟ ಹೂಡಿ ಜೈವಿಕವಾಗಿ ಲಿಂಗಭೇದವೆಂಬುದು ಇಲ್ಲವೇ ಇಲ್ಲ ಎಂಬುದನ್ನು ಸಾಧಾರಪೂರ್ವಕವಾಗಿ ನಿರೂಪಿಸುತ್ತಾಳೆ.

ಆಶ್ಚರ್ಯವೆಂದರೆ ಹನ್ನೆರಡನೇ ಶತಮಾನದಲ್ಲಿ ಮಹಿಳಾ ಚಳುವಳಿ ಅಷ್ಟು ಪ್ರಖರವಾಗಿ ನಿರ್ಣಾಯಕ ರೂಪದಲ್ಲಿ ಸಂಭವಿಸಿದಾಗಲೂ ತದನಂತರದಲ್ಲಿ ಲಿಂಗ ಸಮಾನತೆಯು ಒಂದು ಪರಂಪರೆಯಾಗಿ ಮುಂದುವರೆಯದಿರುವುದು. ಏಕೆಂದರೆ ಇಷ್ಟೆಲ್ಲಾ ವಿಚಾರಕ್ರಾಂತಿ ಹೊಡೆಮುರಿದು ಮೈಕೊಡವಿನಿಂತ ತರುವಾಯವೂ ಕರ್ನಾಟಕ ಸೇರಿದಂತೆ ಭಾರತದಾದ್ಯಂತ ಮಹಿಳೆಯರ ಬದುಕು ಅಕ್ಷರಶಃ ನರಕ ಸದೃಶ್ಯವಾಗಿ ಉಳಿದದ್ದು ನಾಚಿಕೆ ತರಿಸುವ ಸಂಗತಿಯೇ ಹೌದು. ಬಾಲ್ಯ ವಿವಾಹ, ಸತಿ ಪದ್ಧತಿ, ತೆರವು ಪದ್ಧತಿ, ವಿಧವಾ ಪಟ್ಟ, ಪೆಣ್ ಕಾಳಗ, ಬಂಜೆ ಪಟ್ಟ, ಬಹುಪತ್ನಿತ್ವ ಇವೆಲ್ಲ ಸ್ತ್ರೀ ವಿರೋಧಿ ವಿದ್ಯಮಾನಗಳು ಪ್ರಶ್ನಾತೀತವಾಗಿ ಭರದಿಂದ ನಡೆಯುತ್ತಲೇ ಇದ್ದವು. ಸಮಾಜ ಇವುಗಳನ್ನು ಮೌಲ್ಯಗಳೆಂಬಂತೆ ಬಿಂಬಿಸುತ್ತಲೇ ಇತ್ತು. ಹೀಗಿರುವಾಗಲೂ ಮಹಿಳಾ ಸಾಧನೆಗಳನ್ನು ಗುರುತಿಸುವಾಗ ನಾವು ಹೊಯ್ಸಳ ನಾಟ್ಯ ರಾಣಿ ಶಾಂತಲೆ, ಜೈನ ಧರ್ಮದ ಅತ್ತಿಮಬ್ಬೆ, ಪಟ್ಟದಕಲ್ಲಿನ ಲೋಕಮಹಾದೇವಿ, ತ್ರಿಲೋಕ ಮಹಾದೇವಿ, ಝಾನ್ಸಿರಾಣಿ ಲಕ್ಷ್ಮೀಬಾಯಿ, ಕಿತ್ತೂರು ಚೆನ್ನಮ್ಮ, ಬೆಳವಡಿ ಮಲ್ಲಮ್ಮ, ರಾಣಿ ಅಬ್ಬಕ್ಕ ದೇವಿ, ಇವರನ್ನು ಹೆಸರಿಸುತ್ತೇವೆ. ಈ ಎಲ್ಲ ಮಹಿಳೆಯರು ಮತ್ತು ಅವರ ಬದುಕಿನೊಂದಿಗೆ ಹೆಣೆಯಲಾದ ಸಂಕಥನಗಳನ್ನು ಮಹಿಳಾ ಅಸ್ಮಿತೆಯ ಹಿನ್ನೆಲೆಯಲ್ಲಿ ಪುನರಾವಲೋಕಿಸಬೇಕಾದ ಅವಶ್ಯಕತೆ ಇದೆ ಎನಿಸುತ್ತದೆ. ಇವೆಲ್ಲ ಒಂದೊಂದು ನೆಲೆಯಲ್ಲಿ ತಮ್ಮದೇ ಮಿತಿಗಳೊಂದಿಗೂ ಒಂದಷ್ಟು ಸಾಧನೆ ಮಾಡಿ ತೋರಿಸಿದ್ದು ಉಲ್ಲೇಖನಾರ್ಹವೇ ಹೌದು. ಹೀಗಿರುವಾಗಲೂ ಮಹಿಳಾ ಪರ ಹೋರಾಟದ ಸ್ಪಷ್ಟ ಹೆಜ್ಜೆಗಳಾಗಿ ಗುರುತಿಸುವುದು ಆಧುನಿಕ ಸಂದರ್ಭದಲ್ಲಿಯೇ ಎಂಬುದನ್ನು ಗಮನಿಸಬೇಕು.

ಮಹಿಳೆಯರು ತುಂಬ ಪ್ರಖರವಾಗಿ ಚಳುವಳಿಯಲ್ಲಿ ತೊಡಗಿಸಿಕೊಂಡಿದ್ದು ಭಾರತದ ಸ್ವಾತಂತ್ರ್ಯ ಸಂದರ್ಭದಲ್ಲಿ, ಕರ್ನಾಟಕದಲ್ಲಿಯೂ ಹತ್ತಾರು ಸ್ವಾತಂತ್ರ್ಯ ಸಂಗ್ರಾಮಗಳು ಸಂಭವಿಸಿವೆ. ಪೋರ್ಚುಗೀಸರು ಈ ದೇಶವನ್ನು ಆವರಿಸಿಕೊಂಡ ಸಂದರ್ಭದಲ್ಲಿ ದಕ್ಷಿಣ ಕನ್ನಡ ಜಿಲ್ಲೆಯ ಉಳ್ಳಾಲದ ರಾಣಿ ಅಬ್ಬಕ್ಕದೇವಿಯು "ಭಾವಿಸಲು ಗಂಡು ರೂಪು ನೋಡಾ" ಎಂಬಂತೆ ವೈರಿಗಳ ವಿರುದ್ಧ ಸಮರ ಸಾರಿದಳು.

ವೈರಿಗಳೊಂದಿಗೆ ಕೈ ಜೋಡಿಸಿದ್ದ ಗಂಡನ ವಿರುದ್ಧವು ಅವಳು ಕತ್ತಿ ಎತ್ತಿದ್ದಳು. ಕರ್ನಾಟಕದ ಒಂದು ಭಾಗವು ಅಂದು ನಿಜಾಂಶಾಹಿ ಆಡಳಿತಕ್ಕೆ ಒಳಪಟ್ಟಿತ್ತು. ಈ ಪ್ರದೇಶದ ಮಹಿಳೆಯರು ತಮ್ಮ ನೆಲೆಯಲ್ಲಿಯೇ ಜಮೀನ್ದಾರಿಕೆಯ ವಿರುದ್ಧವೂ, ನಿಜಾಂಶಾಹಿಯ ವಿರುದ್ಧವೂ ಧ್ವನಿ ಎತ್ತಿದ್ದಿದ್ದೆ. ದಂಡಿನ ಉಪ್ಪಿನ ಸತ್ಯಾಗ್ರಹದಲ್ಲಿ ಮಹಿಳೆಯರು ಪಾಲ್ಗೊಳ್ಳಲು ಸಾಧ್ಯವಿಲ್ಲ ಎಂದ ಗಾಂಧೀಜಿಯವರನ್ನೇ ಪ್ರಶ್ನಿಸಿದ ಧೀಮಂತ ಮಹಿಳೆ ಕಮಲಾದೇವಿ ಚಟ್ಟೋಪಾಧ್ಯಾಯ. ಈಕೆ ತನ್ನೊಂದಿಗೆ ಹತ್ತಾರು ಮಹಿಳೆಯರನ್ನು ಸೇರಿಸಿಕೊಂಡು ಉಪ್ಪಿನ ಸತ್ಯಾಗ್ರಹದಲ್ಲಿ ಸಕ್ರಿಯವಾಗಿ ಭಾಗವಹಿಸಿ ಪುರುಷ ಲೋಕ ಬೆರಳು ಕಚ್ಚಿಕೊಳ್ಳುವಂತೆ ಮಾಡಿದ್ದಾಳೆ.

ಸ್ವಾತಂತ್ರ್ಯ ಸಂಗ್ರಾಮದ ಚರಿತ್ರೆಯಲ್ಲಿ ಬೆರಳೆಣಿಕೆಯಷ್ಟು ಹೆಸರುಗಳು ದಾಖಲಾಗಿದ್ದರೂ ನಾಡಿನುದ್ದಕ್ಕೂ ಪರೋಕ್ಷವಾಗಿ ಸ್ವಾತಂತ್ರ್ಯಸಂಗ್ರಾಮಕ್ಕೆ ಬಲ ತಂದವರು ಅಸಂಖ್ಯಾತ ಸಾಮಾನ್ಯ ಮಹಿಳೆಯರು ಎಂಬುದನ್ನು ಗಮನಿಸಬೇಕು. ಹೆಣ್ಣಿರಲಿ, ಗಂಡಿರಲಿ ಅಸಂಖ್ಯಾತ ಸಾಮಾನ್ಯರು ಅಕ್ಷರದ ಇತಿಹಾಸಕ್ಕೆ ಯಾವತ್ತೂ ದಕ್ಕದೆ ಹೋಗುತ್ತಾರೆ. ಆದರೆ ಯಾವುದೇ ಹೊಸ ವ್ಯವಸ್ಥೆಯ ಉಗಮವೆಂದರೆ ಅದರ ಹಿಂದೆ ಅಗಣಿತ ಶಕ್ತಿಗಳ ಅವಿರತ ಶ್ರಮ ಅಡಗಿರುತ್ತದೆ. ಎಷ್ಟೋ ಸಲ ಇಂದು ನಮಗೆ ದಕ್ಕಿರುವ ಅಕ್ಷರ ರೂಪದ ಇತಿಹಾಸವನ್ನು ಕಟ್ಟಿಕೊಟ್ಟವರು ಯಾರು? ಅವರ ಗ್ರಹಿಕಾ ಕ್ರಮ ಹೇಗಿತ್ತು? ಎನ್ನುವುದರ ಮೇಲೆಯೂ ಸತ್ಯಗಳು ನಿರ್ಭರವಾಗಿರುತ್ತವೆ.

ಹಾಗೆ ನೋಡಿದರೆ ಈವರೆಗಿನ ಗ್ರಂಥರಾಶಿಯೆಲ್ಲವೂ ಹೆಚ್ಚು ಕಡಿಮೆ ಪುರುಷ ಪ್ರಣೀತ. ಅದರೊಟ್ಟಿಗೆ ಪುರುಷ ಪ್ರಧಾನ ವ್ಯವಸ್ಥೆಯ ಮೌಲ್ಯಗಳೇ ಸರ್ವಥಾ ಅನುಕರಣೀಯ ಎಂದು ನಂಬಿಕೊಂಡಿರುವ ಮನಸ್ಸುಗಳ ಸೃಷ್ಟಿಯಾದರೂ ಹೇಗಿರುತ್ತದೆ? ಈ ಕಾರಣವಾಗಿಯೇ ನಮ್ಮ ಪರಂಪರಾಗತ ಸಾಹಿತ್ಯಕೃತಿಗಳಲ್ಲಿ ಸ್ಥಾಪಿತ ಮೌಲ್ಯಗಳ ವಿರುದ್ಧ ತಿರುಗಿ ಬಿದ್ದವರನ್ನು ರಾಕ್ಷಸರು, ಪಾಪಿಗಳೆಂದು ಚಿತ್ರಿಸಲಾಗಿದೆ. ಆದರೆ ಪ್ರವಾಹದ ವಿರುದ್ಧ ಈಜಿಯೂ ಸತ್ಯಗಳನ್ನು ಹೆಕ್ಕಿ ತೆಗೆದ ಬಸವಣ್ಣ, ಎಂಗೆಲ್ಸ್, ಮಾರ್ಕ್ಸ್, ರಾಜಾರಾಮ್ ಮೋಹನ್‌ರಾಯ್, ಗಾಂಧೀ, ಅಂಬೇಡ್ಕರ, ಜ್ಯೋತಿಬಾಪುಲೆ, ಇ.ಎಂ.ಎಸ್. ನಂಬೂದರಿಪಾದ್, ಲೋಹಿಯಾ, ಪೆರಿಯಾರ್..... ಹೀಗೆ ಅನೇಕ ಪುರುಷರು ಖಂಡಿತ ಸಿಗುತ್ತಾರೆ. ಹೋರಾಟದ ಹಾದಿಯಲ್ಲಿ ಪುರುಷ ಮತ್ತು ಸ್ತ್ರೀ ಎಂಬ ಜಿದ್ದಾಜಿದ್ದಿನ ಪ್ರಮೇಯಗಳು ಇರುವುದಿಲ್ಲ. ಅಲ್ಲಿ ಜೀವಪರ ಮತ್ತು ಜೀವ ವಿರೋಧಿ ಎಂಬ ಎರಡು ಸ್ಪಷ್ಟ ನೆಲೆಗಳು ಇರುತ್ತವೆ. ಹೀಗಾಗಿ ಒಟ್ಟು ಸಮಾಜದ ಒಳಿತಿನ ಪ್ರಶ್ನೆಗಳನ್ನು ಎತ್ತಿಕೊಂಡು ನಡೆಸಿದ ಅನೇಕ ಹೋರಾಟಗಳಲ್ಲಿ ಬಹುಸಂಖ್ಯೆಯಲ್ಲಿ ಮಹಿಳಾ ಸಮುದಾಯ ಪಾಲ್ಗೊಂಡಿದೆ. ವಾಸ್ತವ ಏನೆಂದರೆ ಮಹಿಳೆ ಯಾವತ್ತೂ ಹೋರಾಟಗಳನ್ನು ಎರಡು ಬಗೆಯಲ್ಲಿ ರೂಪಿಸಿಕೊಳ್ಳಬೇಕಾಗುತ್ತದೆ ಒಂದು ಒಟ್ಟು ಸಮುದಾಯದ ಒಳಿತಿಗಾಗಿ ಅಂದರೆ ಅನ್ನ, ನೀರು, ಸೂರು ಇತ್ಯಾದಿ ನಾಗರಿಕ ಸೌಲಭ್ಯಗಳ ದಕ್ಕುವಿಕೆಗಾಗಿ ನಡೆಸುವ ಹೋರಾಟವಾದರೆ ಇನ್ನೊಂದು, ಕೇವಲ ಮಹಿಳಾ ಸಮಸ್ಯೆಗಳನ್ನು ಅಂದರೆ ಸತಿ ಪದ್ಧತಿ, ಬಾಲ್ಯ ವಿವಾಹ, ವರದಕ್ಷಿಣೆ ಇತ್ಯಾದಿ

ಸ್ತ್ರೀ ಸಂಕಟಗಳ ವಿರುದ್ಧವೂ ಅವಳು ಹೋರಾಟ ನಡೆಸಬೇಕಾಗುತ್ತದೆ. ಇಂಥ ಹೋರಾಟಗಳನ್ನು ಅವಳು ಎಷ್ಟೋ ಸಂದರ್ಭಗಳಲ್ಲಿ ಏಕಾಂಗಿಯಾಗಿಯೇ ನಿರ್ವಹಿಸಬೇಕಾಗುತ್ತದೆ. ಸಂಘಟಿತ ಶಕ್ತಿಯಾಗಿ ಸಾಮೂಹಿಕ ಮಟ್ಟದಲ್ಲಿ ನಡೆಸುವ ಹೋರಾಟಗಳು ಇನ್ನೊಂದೆಡೆಗಿರುತ್ತವೆ.

ಕರ್ನಾಟಕದಲ್ಲಿ ಮಹಿಳೆಯರು ಹತ್ತಾರು ಆಯಾಮಗಳಲ್ಲಿ ಹೋರಾಟವನ್ನು ಹೂಡಿದ್ದಾರೆ. ಪ್ರಸಂಗ ಬಂದಾಗ ಬೀದಿಗಿಳಿದು ಘೋಷಣೆ, ಭಾಷಣ ಮಾಡುವ ಮೂಲಕ ನಾಯಕತ್ವ ಮೆರೆದಿದ್ದಾರೆ. ಬದುಕು ಮತ್ತು ಜೀವ ಎರಡನ್ನು ಪಣಕ್ಕಿಟ್ಟು ಒದೆತ, ಹೊಡೆತ, ಅಮಾನವೀಯ ಹಲ್ಲೆ, ಜೇಲುವಾಸ, ಕೊಲೆ ಹೀಗೆ ಎಲ್ಲವನ್ನೂ ಎದುರಿಸಿದ್ದಾರೆ. ಅದರೊಟ್ಟಿಗೆ ಅಕಾಡೆಮಿಕ್ ಸಾಹಿತ್ಯ ಕ್ಷೇತ್ರದಲ್ಲಿ ಮಹಿಳೆಯರು ಕನ್ನಡ ಅಕ್ಷರ ಲೋಕದಲ್ಲಿ ತಮ್ಮದೇ ಅಸ್ತಿತ್ವದೊಂದಿಗೆ ಗುರುತಿಸಿಕೊಂಡಿದ್ದಾರೆ. 12ನೇ ಶತಮಾನದಲ್ಲಿ ಸಂಖ್ಯೆ ಮತ್ತು ಸತ್ವ ಎರಡರ ದೃಷ್ಟಿಯಿಂದಲೂ ವ್ಯವಸ್ಥೆ ವಿರುದ್ಧ ಸೆಡ್ಡು ಹೊಡೆದು ನಿಂತ ಮಹಿಳೆಯರು ಆನಂತರದ ಯುಗಗಳಲ್ಲಿ ಏಕೆ ಮೌನವಾದರೂ ಎಂಬುದಕ್ಕೆ ಹಲವು ಚಾರಿತ್ರಿಕ ಕಾರಣಗಳಿವೆ. ವೈದಿಕ ವರ್ಣಾಶ್ರಮ ವ್ಯವಸ್ಥೆಯ ಕಬಂಧ ಬಾಹುಗಳು ಪ್ರಭುತ್ವದೊಂದಿಗೆ ಕೈಜೋಡಿಸಿಕೊಂಡು ಸಹಸ್ರ, ಲಕ್ಷಪಟ್ಟು ಬಲದಿಂದ ಸ್ತ್ರೀ ಲೋಕದ ಕತ್ತು ಹಿಸುಕಿದ ಚರಿತ್ರೆಯು ಕರಾಳಪುಟವಾಗಿ ಉಳಿದಿದೆ. ಹೀಗಾಗಿ 12ನೇ ಶತಮಾನದ ಮುವತ್ತೇಳು ವಚನಕಾರ್ತಿಯರನ್ನು ಬಿಟ್ಟರೆ ನೇರವಾಗಿ 18ನೇ ಶತಮಾನದ ಸಂಚಿ ಹೊನ್ನಮ್ಮ, ಹೆಳವನಕಟ್ಟೆ ಗಿರಿಯಮ್ಮ ಇವರಿಗೆ ಬಂದು ತಲುಪಬೇಕಾಗುತ್ತದೆ.

ಬ್ರಿಟೀಷರ ಆಗಮನದಿಂದ ಕಾರಣಾಂತರಗಳಿಂದ ದಕ್ಕಿದ ಅಕ್ಷರ ಬೆಳಕು ಭಾರತೀಯರ ಬದುಕಿನ ಮೇಲೆ ಅಗಾಧ ಪರಿಣಾಮ ಬೀರಿರುವಂತೆ ಮಹಿಳೆಯರ ಬದುಕನ್ನು ಹೊರಳು ಹಾದಿಗೆ ತಂದು ನಿಲ್ಲಿಸಿದೆ. ಅಕ್ಷರಕ್ರಾಂತಿಯ ಉತ್ಸವದಲ್ಲಿ ಮೈಕೊಡವಿ ನಿಂತ ಆಧುನಿಕ ಕನ್ನಡ ಸಾಹಿತ್ಯದಲ್ಲಿ ಮಹಿಳೆಯರ ಪಾಲು ಅಷ್ಟೇನು ಖುಷಿ ಪಡುವಂತಿಲ್ಲ, ಆದರೂ ಅಲಕ್ಷಿಸುವಂತಿಲ್ಲ. ಕೊಡಗಿನ ಗೌರಮ್ಮ , ತಿರುಮಲಾಂಬ, ಆರ್. ಕಲ್ಯಾಣಮ್ಮ ಇಂಥ ಕೆಲವರು ಮೇಲ್ಜಾತಿಯ ಮಧ್ಯಮ ವರ್ಗದಿಂದ ಬಂದವರಾಗಿದ್ದರೂ ಸಾಹಿತ್ಯದಂಥ ಶುದ್ಧ ಸೃಜನಶೀಲ ಕ್ಷೇತ್ರಗಳಲ್ಲಿ ತೊಡಗಿಕೊಂಡರಲ್ಲ. ಅದೇ ದೊಡ್ಡ ಸಾಧನೆ ಎಂಬಂತಿತ್ತು. ರಷ್ಯಾದ ಸಮಾಜವಾದಿ ಚಿಂತನೆ ಜಗತ್ತುನ್ನು ವ್ಯಾಪಿಸಿರುವಂತೆ ಭಾರತಕ್ಕೂ ತನ್ಮೂಲಕ ಕರ್ನಾಟಕಕ್ಕೂ ಚಾಚಿಕೊಂಡದ್ದೇ ಕನ್ನಡ ಸಾಹಿತ್ಯದಲ್ಲಿ ಪ್ರಗತಿ ಶೀಲ ಎಂಬ ಸಾಹಿತ್ಯದ ಚಳುವಳಿಗೆ ಕಾರಣವಾಯಿತು. ಈ ಹೊತ್ತಲ್ಲಿ ಅನುಪಮಾ ನಿರಂಜನ, ವಾಣಿ, ಎಂ.ಕೆ. ಇಂದಿರಾ, ಆರ್ಯಾಂಬ ಪಟ್ಟಾಭಿ ಮುಂತಾದ ಮಹಿಳೆಯರು ಒಂದಷ್ಟು ಸುಧಾರಣಾವಾದಿ ನೆಲೆಯಲ್ಲಿ ಕಥೆ, ಕಾದಂಬರಿಗಳನ್ನು ಬರೆಯುವುದರೊಂದಿಗೆ ಮಹಿಳಾ ಸಾಹಿತ್ಯವೆಂಬ ಕಾರ್ಯಕ್ಷೇತ್ರ ಕುರಿತಂತೆ ಸಭೆ, ಸಂಘಟನೆಗಳನ್ನು ಕಟ್ಟಿಕೊಳ್ಳತೊಡಗಿದ್ದು ಕಾಲದ ಜರೂರಿಯೂ ಆಗಿತ್ತು. ಈ ಸಂದರ್ಭದಲ್ಲಿ ಹೆಚ್ಚೆಚ್ಚು ಮಹಳೆಯರು ಸಾಹಿತ್ಯ ಲೋಕಕ್ಕೆ ಬರತೊಡಗಿದ್ದೇ ಆ

ಹೊತ್ತಿನ ಸಾಧನೆ ಎನ್ನುವಂತಿತ್ತು. ಈ ಎಲ್ಲ ಮಹಿಳೆಯರು ಬರವಣಿಗೆಯ ಮೂಲಕ ಲಿಂಗ ಸಂಬಂಧಿ ಮೂಲ ಪ್ರಶ್ನೆಗಳನ್ನು ಎತ್ತಿ ಹೋರಾಟದ ಮೊನಚಿನಿಂದಲೇ ಗಮನ ಸೆಳೆದಿರಲಿಕ್ಕಿಲ್ಲ. ಆದರೆ ಇವರೆಲ್ಲ ಸುಧಾರಣಾವಾದಿ ನೆಲೆಯ ಶಿಷ್ಟ ಸಮಾಜದ ಪ್ರೊಡಕ್ಟ್‌ಗಳಾಗಿದ್ದರಾದ್ದರಿಂದ ಬಾಲ್ಯ ವಿವಾಹ, ವಿಧವಾ ಸಮಸ್ಯೆ, ಸ್ತ್ರೀ ಶಿಕ್ಷಣ ಮುಂತಾದ ಅಂಶಗಳನ್ನೂ ಎತ್ತಿಕೊಂಡು ಮೇಲ್ಪದರಿನ ಚರ್ಚೆಗಂತೂ ನಾಂದಿ ಹಾಡಿದರು. ಸ್ತ್ರೀಯರ ಬಗೆಗಿನ ಅನುಕಂಪ, ಕರುಣೆ, ಧರ್ಮ ಮೂಲದ ಪಾಪಭೀರುತ್ವ ಈ ಮುಂತಾದವುಗಳೇ ಇವರ ಬರವಣಿಗೆಯ ಧಾತುಗಳಾಗಿದ್ದವು. ಪುರುಷಪ್ರಧಾನ ವ್ಯವಸ್ಥೆ ನಿರ್ಮಿತ ಚೌಕಟ್ಟುಗಳನ್ನು ಮುರಿಯುವ ಮೂಲಕವೇ ಅಸ್ತಿತ್ವ ಕಂಡುಕೊಳ್ಳುವ ಪ್ರಯತ್ನ ಮಾಡಿದವರೆಂದರೆ ದಲಿತ–ಬಂಡಾಯದ ಲೇಖಕಿಯರು. ಪಾಳೇಗಾರಿ ಮೌಲ್ಯಗಳ ವಿರುದ್ಧ ದೇಶಿಯ ದಂಗೆ ರೂಪದಲ್ಲಿ ಅಸ್ತಿತ್ವಕ್ಕೆ ಬಂದ ದಲಿತ– ಬಂಡಾಯ ಸಾಹಿತ್ಯ ಸಂದರ್ಭದಲ್ಲಿ ಹತ್ತಾರು ಮಹಿಳೆಯರು ಲಿಂಗಭೇದ ನೀತಿಯ್ನು ಪ್ರಶ್ನಿಸಿದ್ದಾರೆ. ಸ್ತ್ರೀ ಅಸ್ಮಿತೆಯನ್ನು ಮೆರೆಯುವ ರಾಚನಿಕ ಸಿದ್ಧಾಂತಗಳ ಕುರಿತು ಚಿಂತನ ಮಂಥನ ನಡೆಸಿದ್ದಾರೆ. ಎಲ್ಲಕ್ಕಿಂತ ಹೆಚ್ಚಾಗಿ ವೈದಿಕ ಶಾಹಿ ನಿರ್ಮಿತ ಪುರುಷ ಪ್ರಧಾನ ಸಂಸ್ಕೃತಿಯನ್ನು ತರಾಟೆಗೆ ತೆಗೆದುಕೊಂಡು ಸೈದ್ಧಾಂತಿಕ ದಾಳಿ ಮಾಡಿದ್ದಾರೆ. ಬಿ.ಟಿ. ಲಲಿತಾ ನಾಯಕ್, ಸಾರಾ ಅಬೂಬಕರ್, ಬಾನು ಮುಷ್ತಾಕ್, ಕೆ. ಶರೀಫಾ, ವಿಜಯಶ್ರೀ ಸಬರದ, ಗೀತಾ ನಾಗಭೂಷಣ್, ಸರಸ್ವತಿ ಚಿಮ್ಮಲಗಿ, ಮಲ್ಲಿಕಾ ಘಂಟಿ, ಬಿ.ಟಿ. ಜಾಹ್ನವಿ, ಶಶಿಕಲಾ ವೀರಯ್ಯಸ್ವಾಮಿ, ಮುಕ್ತಾಯಕ್ಕ ಹೀಗೆ ಈ ಪಟ್ಟಿ ಇನ್ನು ಬೆಳೆಯುತ್ತದೆ. ಇವರಲ್ಲಿ ಕೆಲವರಾದರೂ ಕುದುರೆಮೋತಿ ಸ್ವಾಮಿ ಪ್ರಕರಣ, ಚಂದ್ರಗುತ್ತಿಬತ್ತಲೆ ಪ್ರಕರಣ, ದೇವದಾಸಿ ಹೋರಾಟಗಳಲ್ಲಿ ನೇರವಾಗಿ ಧುಮುಕಿ ಚಳುವಳಿಗಳ ಮೂಲಕವೇ ಚಿಂತನೆಗೆ ವಿಸ್ತರಿಸಿಕೊಂಡವರಿದ್ದಾರೆ.

ಈ ತೆರನ ಸೃಜನಶೀಲ ಚಟುವಟಿಕೆಗಳು ಆಧುನಿಕ ಸ್ತ್ರೀವಾದವು ಮುಂಚೂಣಿಗೆ ಬರುತ್ತಿರುವ ಹಂತದಲ್ಲಿ ಪ್ರಮುಖ ಭೂಮಿಕೆ ನಿಭಾಯಿಸಿವೆ. ಇದೇ ಹೊತ್ತಿನಲ್ಲಿ ಸ್ತ್ರೀವಾದವನ್ನು ಕುರಿತಂತೆ ಸೃಷ್ಟಿಸಲಾದ ಗೊಂದಲಗಳ ಕುರಿತು ಎಚ್ಚರಿಕೆ ವಹಿಸುವುದು ಅನಿವಾರ್ಯವಾಗಿದೆ. ಒಂದೆಡೆ ಪಾಶ್ಚಾತ್ಯ ಪ್ರಣೀತ ಸ್ತ್ರೀವಾದ. ಇನ್ನೊಂದೆಡೆ ದೇಶಿ ಮೂಲದ ಸ್ತ್ರೀವಾದ. ಈ ಎರಡರ ನಡುವೆ ಪ್ರಸ್ತುತ ವ್ಯವಸ್ಥೆಯು ಉದ್ದೇಶಪೂರ್ವಕವಾಗಿಯೇ ಅಭಿವೃದ್ಧಿಪಡಿಸುತ್ತಿರುವ ಸ್ತ್ರೀ ಸ್ವೇಚ್ಛಾವಾದ. ಈ ಮೂರನ್ನೂ ಸಮಕಾಲೀನ ಸನ್ನಿವೇಶಗಳ ಹಿನ್ನೆಲೆಯಲ್ಲಿ ನಿರ್ವಹಿಸಿಕೊಳ್ಳುತ್ತಲೇ ನಿಜವಾದ ಸ್ತ್ರೀಪರ ಮತ್ತು ಒಟ್ಟು ಜೀವಪರ ನಿಲುವಿನತ್ತ ತಲುಪಬೇಕಾದ ಅವಶ್ಯಕತೆ ಇದೆ.

ಕರ್ನಾಟಕದ ಸಂದರ್ಭದಲ್ಲಿ ನಡೆದ ರೈತ ಕಾರ್ಮಿಕಚಳುವಳಿಯಲ್ಲಿ ಅತ್ಯಂತ ಧೀರತೆಯಿಂದ ತೊಡಗಿದ ಮಹಿಳಾ ಸಮುದಾಯವಿದೆ. ಚಳುವಳಿಯು ತೀವ್ರಗೊಂಡಾಗಲೂ ಮುನ್ನುಗ್ಗಿದ ಮಹಿಳೆಯರು ಪೋಲೀಸ್ ಲಾಠಿಗೂ ಬಲಿಯಾಗಿದ್ದಾರೆ. ಜೈಲೂ ಕಂಡಿದ್ದಾರೆ. ಈ ಹತ್ತಿಪ್ಪತ್ತು ವರ್ಷಗಳ ಅವಧಿಯಲ್ಲಿ ನಡೆದಿರುವ ಚಳುವಳಿಗಳನ್ನೇ ಗಮನಿಸುವುದಾದರೂ ಅನೇಕ ಘಟನೆಗಳು ಕೈಗೆಟಕುತ್ತವೆ.

ತುಂಬಾ ವಿರಳವಾಗಿ ಕೆಲವೊಂದು ಇಂಥ ಹೋರಾಟಗಳನ್ನು ಇಲ್ಲಿ ಹೆಕ್ಕಿ ಕೊಡುವ ಪ್ರಯತ್ನ ಮಾಡುತ್ತೇನೆ.

ಬೀದರ್ ಜಿಲ್ಲೆಯ ಹುಮನಾಬಾದ ತಾಲೂಕಿನಲ್ಲಿ ರಾಜ್ಯ ರೈತ ಸಂಘದ ನೇತೃತ್ವದಲ್ಲಿ ನಡೆದ ಕಬ್ಬು ಬೆಳೆಗಾರರ ಹೋರಾಟದಲ್ಲಿ ನೂರಾರು ಮಹಿಳೆಯರು ಭಾಗವಹಿಸಿದ್ದರು. ಅವರಲ್ಲಿ ಹಲವಾರು ಮಹಿಳೆಯರು ಜೈಲು ವಾಸವನ್ನು ಅನುಭವಿಸಿದ್ದರು. ಗುಲ್ಬರ್ಗಾ ಜಿಲ್ಲೆಯು ತೊಗರಿ ಬೇಳೆಯ ಕಣಜವೆಂದೇ ಪ್ರಸಿದ್ಧಿಗೊಂಡಿದೆ. ಅಂತೆಯೇ ಈ ಜಿಲ್ಲೆಯ ಮುಖ್ಯ ಆರ್ಥಿಕ ಸಂಪನ್ಮೂಲವೂ ತೊಗರಿ ಬೆಳೆಯೇ ಆಗಿದೆ. ಆದರೆ ತೊಗರಿ ಬೆಳೆಗೆ ಬೆಂಬಲ ಬೆಲೆ ಸಿಗದೆ ಸಾಲದ ಪೆಡಂಭೂತಕ್ಕೆಸಿಕ್ಕು ರೈತರು ಆತ್ಮಹತ್ಯೆಯ ಹಾದಿ ತುಳಿಯತೊಡಗಿದಾಗ ಕರ್ನಾಟಕ ಪ್ರಾಂತ್ಯ ರೈತಸಂಘವು ತೊಗರಿ ಬೆಳೆಗಾರರ ರಕ್ಷಣೆಗೆ ಮುಂದಾಯಿತು. ಬೆಂಬಲ ಬೆಲೆಗಾಗಿ ತೊಗರಿ ಬೋರ್ಡ್ ರಚನೆಗೆ ಒತ್ತಾಯಿಸಿ ಸುಧೀರ್ಘ ಹೋರಾಟದ ಕಹಳೆ ಮೊಳಗಿಸಿತ್ತು. ಇದೇ ಸಂದರ್ಭದಲ್ಲಿ ಅಖಿಲ ಭಾರತ ಜನತಾವಾದಿ ಮಹಿಳಾ ಸಂಘಟನೆಯು ರೈತ ಚಳುವಳಿಗೆ ಬೆಂಬಲಿಸಿ ಹೋರಾಟದ ಕಣಕ್ಕೆ ಧುಮುಕಿ ಸಾವಿರಾರು ಮಹಿಳೆಯರನ್ನು ಅಣಿ ನೆರೆಸಿತ್ತು. ಆ ಮಹಿಳೆಯರಲ್ಲನೇಕರು ಲಾಠಿ ಚಾರ್ಜ್ ಎದುರಿಸಿ ಜೈಲು ವಾಸವನ್ನು ಅನುಭವಿಸಿದರು. ತಾವು ಅನುಭವಿಸಿದ ಜೈಲು ಗಾಥೆಯನ್ನು ಸಾಹಿತ್ಯ ಕೃತಿಗಳಲ್ಲಿ ಹಿಡಿದಿಡುವ ಪ್ರಯತ್ನವನ್ನು ಈ ಮಹಿಳೆಯರು ಮಾಡಿದ್ದಾರೆ. ಗ್ಯಾಟ್–ಡಂಕೆಲ್ ಪ್ರಸ್ತಾವನೆಯನ್ನು ವಿರೋಧಿಸಿ ಕರ್ನಾಟಕದಾದ್ಯಂತ ನಡೆದ ಚಳುವಳಿಯಲ್ಲಿಯೂ ಜನವಾದಿ ಮಹಿಳಾ ಸಂಘಟನೆಯ ನೂರಾರು ಮಹಿಳೆಯರು ಪಾಲ್ಗೊಂಡು ಪೋಲೀಸ್ ಕೇಸುಗಳನ್ನು ಎದುರಿಸಿದ್ದಾರೆ. ಕುಷ್ಟಗಿಯು ಅಂದಿನ ರಾಯಚೂರು ಜಿಲ್ಲೆಯ ಒಂದು ತಾಲೂಕು. ಶರಣವ್ವ ಎಂಬ ಮಹಿಳೆ ಅಲ್ಲಿನ ಅಂಗನವಾಡಿ ಕಾರ್ಯಕರ್ತೆ ಬಸುರಿ ಶರಣವ್ವಳ ಮೇಲೆ ಅಧಿಕಾರಿ ಮತ್ತು ವೈದ್ಯರು ಸೇರಿದಂತೆ ನಾಲ್ಕು ಜನ ದೈತ್ಯ ಪುರುಷರು ಎರಗಿ ಅತ್ಯಾಚಾರವೆಸಗಿ ಕೊಲೆ ಮಾಡಿದರು. ಇಂಥ ದಾರುಣ ಸ್ಥಿತಿಯಲ್ಲಿ ಜನವಾದಿ ಮಹಿಳಾ ಸಂಘಟನೆಯು ಇತರ ಹಲವು ಸ್ಥಳೀಯ ಸಂಘ, ಸಂಸ್ಥೆಗಳೊಂದಿಗೆ ಸೇರಿಕೊಂಡು ಹೋರಾಟ ಮಾಡಿತು. ಜನಪರ ನಿಲುವಿನ ಸ್ತ್ರೀ –ಪುರುಷರೆಲ್ಲರೂ ಸೇರಿ ಸಮಿತಿಯೊಂದನ್ನು ರಚಿಸಿಕೊಂಡು ತಪ್ಪಿತಸ್ಥರ ಶಿಕ್ಷೆಗಾಗಿ ತೀವ್ರ ಹೋರಾಟಕ್ಕೆ ಧುಮುಕ್ಕಿದ್ದನ್ನು ಕರ್ನಾಟಕದ ಜನತೆ ಮರೆತಿಲ್ಲ.

ಕುದುರೆ ಮೋತಿಯೆಂಬ ಊರಿನ ಸ್ವಾಮಿಯೊಬ್ಬ ಅದೇ ಗ್ರಾಮದ ಪಾರ್ವತಮ್ಮ ಎಂಬ ಮಹಿಳೆಯನ್ನು ಅನೈತಿಕ ಸಂಬಂಧಕ್ಕೆ ಕರೆಯುತ್ತಾನೆ. ಅವಳು ಅವನ ಕರೆಯನ್ನು ಧಿಕ್ಕರಿಸಿದಾಗ ಆಕ್ರೋಶಿತನಾದ ಸ್ವಾಮಿ ಪಾರ್ವತಮ್ಮನನ್ನು ಬತ್ತಲೆಗೊಳಿಸಿ ಮೆರವಣಿಗೆ ಮಾಡಿದ ಹೃದಯ ವಿದ್ರಾವಕ ಘಟನೆಯನ್ನು ಖಂಡಿಸಿ ನಾಡಿನಾದ್ಯಂತ ಪ್ರಜ್ಞಾವಂತರು ಹೋರಾಟದ ಬಾವುಟ ಎತ್ತಿಹಿಡಿದಿದ್ದರು. ಆ ಸಂದರ್ಭದಲ್ಲಿ ಹೆಚ್ಚು ಕಡಿಮೆ ಎಲ್ಲ ಪ್ರಗತಿಪರ ಸಂಘ, ಸಂಸ್ಥೆಗಳು, ವ್ಯಕ್ತಿಗಳು, ಶಕ್ತಿಗಳು ಎದ್ದು ಬಂದಿದರು. ಆ ಹೊತ್ತು ರಾಯಚೂರು ಜಿಲ್ಲೆಯಲ್ಲಿ ಉಚ್ಛ್ರಾಯ ಹಂತದಲ್ಲಿದ್ದ ಅಖಿಲ ಭಾರತ ಪ್ರಜಾಸತ್ತಾತ್ಮಕ

ಮಹಿಳಾ ಸಂಘಟನೆ, ದುಡಿಯುವ ಮಹಿಳೆಯರ ಸಮನ್ವಯ ಸಮಿತಿ, ಅನೇಕ ಮಹಿಳಾ ಮಂಡಳಿಗಳು, ಪ್ರಗತಿಪರ ಅಧ್ಯಾಪಕ ವರ್ಗ, ವಿದ್ಯಾರ್ಥಿನಿಯರು ಪರಸ್ಪರ ಭಿನ್ನಾಭಿಪ್ರಾಯಗಳನ್ನು ಬದಿಗೊತ್ತಿಯೂ ಅತ್ಯಾಚಾರಿ ಸ್ವಾಮಿಯ ವಿರುದ್ಧ ಸೆಡ್ಡು ಹೊಡೆದು ನಿಂತಿದ್ದರು. ಜವಾಬ್ದಾರಿಯಿಂದ ನುಣುಚಿಕೊಳ್ಳಲು ಹವಣಿಸಿದ ಸರ್ಕಾರದ ವಿರುದ್ಧವೂ ಘೋಷಣೆ ಮೊಳಗಿಸಿದ್ದರು.

ಚಿತ್ರರಂಗದ ಸಾಮ್ರಾಟನೆಂದೇ ಖ್ಯಾತನಾದ ಅಮಿತಾಬಚ್ಚನ್ ಕರ್ನಾಟಕದ ಬೆಂಗಳೂರಿನಲ್ಲಿ ವಿಶ್ವಸುಂದರಿ ಸ್ಪರ್ಧೆ ನಡೆಸುವ ಮೂಲಕವೇ ಮಹಿಳೆಯರನ್ನು ಗ್ರಾಹಕ ಸಾಮಗ್ರಿ ಎಂಬಂತೆ ಬಿಂಬಿಸುವುದರ ವಿರುದ್ಧ ದೊಡ್ಡ ಸಂಖ್ಯೆಯಲ್ಲಿ ಮಹಿಳೆಯರು ಹೋರಾಟಕ್ಕೆ ಧುಮುಕಿದರು. ಏಕೆಂದರೆ ಕರ್ನಾಟಕ ಸರ್ಕಾರವೂ ಈ ಸ್ಪರ್ಧೆಗೆ ಮಣೆ ಹಾಸಿತ್ತು. ಸಾಮಾನ್ಯ ಮಹಿಳೆಯರಿಗಾಗಿ ಕಡೆಪಕ್ಷ ಶೌಚಾಲಯವನ್ನು ಕಟ್ಟಿಸದ ಸರಕಾರ, ಅಮಿತಾಬಚ್ಚನ್‌ನ "ಎಬಿಸಿಎಲ್"ನಂಥ ಸಂಸ್ಥೆಗೆ ಲಾಭ ದೊರಕಿಸಲು ಸಜ್ಜಾದಾಗ ಪ್ರಗತಿಪರ ಮಹಿಳಾ ಸಂಘಟನೆಗಳಿಗೆ ಬೀದಿಗಿಳಿಯುವುದು ಅನಿವಾರ್ಯವಾಯಿತು. ಎಂ.ಎಸ್.ಎಸ್. ಮಹಿಳಾ ಜಾಗೃತಿ ಸಂಘಟನೆಯು ತೀವ್ರ ಹೋರಾಟಕ್ಕಿಳಿದದ್ದರ ಪರಿಣಾಮ ಸಂಘಟನೆಯ ಸದಸ್ಯ ಮಹಿಳೆಯರು ಜೈಲುವಾಸವನ್ನು ಅನುಭವಿಸಬೇಕಾಯ್ತು. ಎ.ಆಯ್.ಜೆ.ಎಂ.ಎಸ್. ಸಂಘಟನೆಯಂತೂ ಅಖಿಲ ಭಾರತದ ಹೋರಾಟಕ್ಕೆ ಕರೆ ಕೊಟ್ಟಿತು. ಬೆಂಗಳೂರಿನಲ್ಲಿ ಹತ್ತು ಸಾವಿರದಷ್ಟು ಮಹಿಳೆಯರನ್ನು ಸೇರಿಸಿ ಸರಕಾರವನ್ನು ಎಚ್ಚೆತ್ತುಕೊಳ್ಳುವಂತೆ ಮಾಡಿದರು. ಸುಭಾಷ್ಚಂದ್ರ ಭೋಸ್ ಅವರೊಂದಿಗೆ ಆಯ್.ಎನ್.ಎ.ನಲ್ಲಿ ಕ್ಯಾಪ್ಟನ್ ಆಗಿದ್ದ ಡಾ॥ ಲಕ್ಷ್ಮೀಸೈಗಲ್ ಮತ್ತು ಸುಭಾಷಿಣಿ ಅಲಿಯಂಥ ಕೆಚ್ಚೆದೆಯ ಮಹಿಳೆಯರು ಹೋರಾಟದ ಮುಂದಾಳತ್ವ ವಹಿಸಿದ್ದು ಬಲ ಬಂದಂತಾಗಿತ್ತು. ಇವರೊಂದಿಗೆ ಅಂದಿನ ಹೋರಾಟದಲ್ಲಿ ಭಾಗಿಯಾಗಿದ್ದ ನೂರಾರು ಮಹಿಳೆಯರನ್ನು ಸರಕಾರ ಬಂಧಿಸಿತ್ತು. ಈ ಚಳುವಳಿಯ ಪೂರ್ವದಲ್ಲಿ ಹೋರಾಟ ಕುರಿತು ಪ್ರಚಾರಾಂದೋಲನ ನಡೆದಿತ್ತು. ಪ್ರಚಾರಾಂದೋಲನ ಕುರಿತಂತೆ ಅಂದಿನ ಮುಖ್ಯಮಂತ್ರಿಯಾಗಿದ್ದ ಜೆ.ಎಚ್. ಪಟೇಲ್ ಮತ್ತು ಮಹಿಳಾ, ಮಕ್ಕಳ ಕಲ್ಯಾಣ ಇಲಾಖೆಯ ಮಂತ್ರಿಯಾಗಿದ್ದ ಲೀಲಾವತಿ ಪ್ರಸಾದ್ ಇವರು ಮಹಿಳೆಯರನ್ನು ಕುರಿತು ಅಪಮಾನದ ಹೇಳಿಕೆ ನೀಡಿದ್ದರು. ಸಂಘಟಕರು ಈ ಹೇಳಿಕೆಯನ್ನು ಖಂಡಿಸಿದರಲ್ಲದೇ ನಾಡಿನಾದ್ಯಂತ ವ್ಯಾಪಕ ಹೋರಾಟವನ್ನು ನಡೆಸಿದರು. ಹೀಗೆ ಎದ್ದು ಬಂದ ಮಹಿಳಾ ಹೋರಾಟದ ಪ್ರಖರತೆಯಲ್ಲಿ ಎ.ಬಿ.ಸಿ.ಎಲ್. ಸಂಸ್ಥೆಯು ಅಪಾರ ನಷ್ಟವನ್ನು ಅನುಭವಿಸಬೇಕಾಯ್ತು. ವಿಶ್ವಸುಂದರಿ ಸ್ಪರ್ಧೆಯನ್ನು ಆ ಹೊತ್ತು ಕೋಮುವಾದಿ ಸಂಘಟನೆಗಳೂ ಪ್ರತಿಭಟಿಸಿದ್ದವಾದರೂ ಅವರ ಖಂಡನೆಯು ಸಾಂಪ್ರದಾಯಿಕ ಸನಾತನ ನಂಬಿಕೆಗಳನ್ನೇ ಎತ್ತಿಹಿಡಿದಿದ್ದವು. ಕೋಮುವಾದಿ ಬಿಂಬಿತ ಪುರುಷ ಪ್ರಧಾನ ಮೌಲ್ಯಗಳೇ ಅಲ್ಲಿ ಬಿಂಬಿತವಾಗಿದ್ದವು. ನಿಜವಾದ ಚಳವಳಿಕಾರರಿಗೆ ಒಂದೆಡೆ ವ್ಯಾಪಾರೀ ಸಂಸ್ಥೆ, ಇನ್ನೊಂದೆಡೆ ಸಾಂಪ್ರದಾಯಿಕ ಧೋರಣೆ ಎರಡರ ವಿರುದ್ಧವೂ ಹೋರಾಟ ರೂಪಿಸಿಕೊಳ್ಳುವ ಜರೂರಿ ಇತ್ತು.

ಬಳ್ಳಾರಿ ಜಿಲ್ಲೆಯ ವಣೇನೂರು ಎಂಬ ಗ್ರಾಮದ ದಲಿತ ಮಹಿಳೆಯೊಬ್ಬಳು, ಇಬ್ಬರು ವಿಜಾತಿ ಪ್ರೇಮಿಗಳನ್ನು ಬೆಂಬಲಿಸಿದ್ದಳು ಎಂಬ ಕಾರಣಕ್ಕಾಗಿ ಮೇಲ್ಜಾತಿಯ ಪುರುಷರು ಅವಳನ್ನು ಬೆತ್ತಲೆಗೊಳಿಸಿ ಮೆರವಣಿಗೆ ಮಾಡಿಸಿತ್ತು. ದಲಿತ ಮಹಿಳೆ ಯರಮ್ಮನನ್ನು ಭಾರತದ ಬಾವುಟದಡಿಯ ಕಂಬಕ್ಕೆ ತಾಸುಗಟ್ಟಲೆ ಕಟ್ಟಿ ಹಾಕಿದ್ದರು. ಆಗ ಜನವಾದಿ ಮಹಿಳಾ ಸಂಘಟನೆ ಪ್ರಕರಣವನ್ನು ಕೈಗೆತ್ತಿಕೊಂಡು ಪ್ರಜಾಸತ್ತಾತ್ಮಕ ಮಾನದಂಡಗಳಡಿ ಬಿರುಸಿನ ಹೋರಾಟ ಮಾಡಿತು.

ಮಾಧ್ಯಮಗಳಲ್ಲಿ ಅಶ್ಲೀಲತೆ ಮತ್ತು ಕ್ರೌರ್ಯವನ್ನು ಪ್ರದರ್ಶಿಸುವುದು, ಮಹಿಳೆಯರನ್ನು, ಅಗ್ಗದ ಸರಕಿನಂತೆ ಬಿಂಬಿಸುವುದು, ಗ್ರಾಹಕ ಸರಕಾಗಿಸಿ ಅಶ್ಲೀಲ ಜಾಹಿರಾತುಗಳಲ್ಲಿ ಮಹಿಳೆಯರನ್ನು ಹಿಡಿದಿಡುವುದು ಈ ಮುಂತಾದ ಸ್ತ್ರೀ ವಿರೋಧಿ ವಿದ್ಯಮಾನಗಳ ವಿರುದ್ಧ ಕರ್ನಾಟಕದಲ್ಲಿ ಹತ್ತಾರು ಹೋರಾಟಗಳು ನಡೆದಿವೆ. ಮಹಿಳಾ ಸಾಂಸ್ಕೃತಿಕ ಸಂಘಟನೆ, ಅಖಿಲ ಭಾರತ ಜನವಾದಿ ಮಹಿಳಾ ಸಂಘಟನೆ, ಭಾರತ ವಿದ್ಯಾರ್ಥಿ ಫೆಡರೇಶನ್ ವಿದ್ಯಾರ್ಥಿನಿಯರ ಉಪ ಸಮಿತಿ, ಪ್ರಜ್ಞಾ ಕಾನೂನು ಸಲಹಾ ಸಮಿತಿ ಮುಂತಾದ ಸಂಘಟನೆಗಳು ಮಾಧ್ಯಮಗಳ ವಿರುದ್ಧ ನಿರಂತರ ಚಳುವಳಿ ನಡೆಸಿವೆ ಮತ್ತು ಈ ಹೊತ್ತಿಗೂ ನಡೆಸುತ್ತಿವೆ.

ಜಾಗತೀಕರಣದ ತರುವಾಯ ವರದಕ್ಷಿಣೆ ಎಂಬ ಪಿಡುಗಿನ ರಾಕ್ಷಸಿ ತಾಂಡವ ನೃತ್ಯವೂ ಇನ್ನಷ್ಟ ಕ್ರೂರವಾಗಿ ಹಬ್ಬಿಕೊಳ್ಳುತ್ತಿದೆ. ವರದಕ್ಷಿಣೆ ಸಮಸ್ಯೆಯ ವಿರುದ್ಧ ಸ್ವಾತಂತ್ರೋತ್ತರ ಸಂದರ್ಭದಲ್ಲಿ ಹಲವಾರು ನಿಟ್ಟಿನಿಂದ ಹೋರಾಟಗಳು ಎದ್ದು ಬಂದಿವೆ. ಆದರೂ ಈ ಹೋರಾಟಗಳ ಫಲ ಅಷ್ಟು ತೃಪ್ತಿಕರವಾಗಿಲ್ಲ. ಹೀಗಿರುವಾಗಲೂ ಮಹಿಳಾ ಪರ ನಿಲುವುಳ್ಳ ಹೋರಾಟಗಾರರು ಈ ಕುರಿತು ನಿರಾಶರಾಗಿಲ್ಲ ಎಂಬುದೇ ಸಮಾಧಾನದ ಸಂಗತಿ. ಸ್ತ್ರೀ ಚಿಂತಕಿಯರು ವರದಕ್ಷಿಣೆ ವಿರುದ್ಧದ ಹೋರಾಟವನ್ನು ಆಯಾ ಕಾಲಮಾನಕ್ಕೆ ತಕ್ಕಂತೆ ಜಾರಿಂ ಬಲ್ಲಿಟ್ಟಿದ್ದಾರೆ. ತುಮಕೂರು ಜಿಲ್ಲೆಯಲ್ಲಿ ಪ್ರಜ್ಞಾವಂತರೆಲ್ಲ ಸೇರಿ ವರದಕ್ಷಿಣೆ ವಿರೋಧಿ ಸಮಿತಿಯೊಂದನ್ನು ರಚಿಸಿಕೊಂಡು ನಿರಂತರ ಚಟುವಟಿಕೆಗಳಲ್ಲಿ ತೊಡಗಿಸಿಕೊಂಡಿದ್ದಾರೆ. ಗುಲ್ಬರ್ಗಾದಲ್ಲಿ ಜನವಾದಿ ಮಹಿಳಾ ಸಂಘಟನೆ, ಬಿ.ಜಿ.ವಿ.ಎಸ್, ಕನ್ನಡ ಸಾಹಿತ್ಯ ಪರಿಷತ್ತು, ಸಮುದಾಯ ಸಂಘಟನೆ ಮತ್ತು ಗುಲ್ಬರ್ಗಾ ವಿಶ್ವವಿದ್ಯಾಲಯ ಮಹಿಳಾ ಅಧ್ಯಯನ ಕೇಂದ್ರ ಇವರೆಲ್ಲರೂ ಸೇರಿಕೊಂಡು ಜಂಟಿಯಾಗಿ ವರದಕ್ಷಿಣೆ ವಿರೋಧಿ ಆಂದೋಲನಕ್ಕೆ ಕರೆ ಕೊಟ್ಟಿದೆ. ಈ ಕುರಿತು ಹಲವಾರು ಸಭೆಗಳನ್ನು ನಡೆಸಿ ಸಾವಿರಾರು ಯುವಜನತೆಯನ್ನು ಅಣಿ ನೆರೆಸಿ ಪ್ರತಿಜ್ಞಾವಿಧಿ ಸ್ವೀಕರಿಸುವ ಕಾರ್ಯಕ್ರಮವನ್ನು ಹಮ್ಮಿಕೊಂಡಿತ್ತು.

ಜಗತ್ತಿನಲ್ಲಿಯೇ ಲಿಂಗಭೇದ ನೀತಿಯಿಂದಾಗಿ ಹೆಣ್ಣು ಮಕ್ಕಳ ಪ್ರಮಾಣವು ದಿನದಿಂದ ದಿನಕ್ಕೆ ಕುಸಿಯುತ್ತಿರುವುದು ಬೆಳಕಿಗೆ ಬಂದಿದೆ. ವಿಜ್ಞಾನ–ತಂತ್ರಜ್ಞಾನಗಳು ನಭೋಮಂಡಲದತ್ತ ಚಿಮ್ಮುತ್ತಿದ್ದರೂ ಮಹಿಳೆಯ ಕುರಿತು ಇರುವ ಪಾಳೇಗಾರಿ ನಂಬಿಕೆಗಳಲ್ಲಿ ಮಾತ್ರ ಬದಲಾವಣೆಯಾಗಿಲ್ಲ. ಈ ಸತ್ಯವನ್ನು ಕುಸಿಯುತ್ತಿರುವ ಸ್ತ್ರೀಯರ

ಸಂಖ್ಯೆಯೇ ಸಾಬೀತುಗೊಳಿಸಿದೆ. ಚಿಗುರುವ ಮುನ್ನವೇ ಚಿವುಟುವ ಕ್ರೂರ ಮನಸ್ಸುಗಳಿಗೆ ಕಡಿವಾಣ ಹಾಕಲು ಕರ್ನಾಟಕದಲ್ಲಿ "ಹೆಣ್ಣು ಭ್ರೂಣ ಹತ್ಯೆ ವಿರೋಧಿ" ಆಂದೋಲನಗಳು ಬೆಳೆದು ಬರುತ್ತಿವೆ. ಮಂಡ್ಯ ಮತ್ತು ಬೆಂಗಳೂರು ಜಿಲ್ಲೆಯಲ್ಲಿ ವಿಮೋಚನಾ ಸಂಸ್ಥೆಯು ತುಂಬಾ ಪರಿಣಾಮಕಾರಿ ಚಟುವಟಿಕೆ ನಡೆಸುತ್ತಿದೆ. ಸಮೀಕ್ಷೆ, ವಿಚಾರ ಸಂಕೀರ್ಣ, ಆಂದೋಲನ ಹೀಗೆ ಜೊತೆ ಜೊತೆಯಾಗಿ ಹಲವು ಮಗ್ಗಲುಗಳಿಂದ ಈ ಚಳುವಳಿ ದಿನಗಳೆದಂತೆ ದಾಂಗುಡಿಯಿಡುತ್ತದೆ. ಗುಲ್ಬರ್ಗಾ ಜಿಲ್ಲೆಯಲ್ಲಿ ಪ್ರಜ್ಞಾ ಕಾನೂನು ಸಲಹಾ ಸಮಿತಿ, ಜನವಾದಿ ಮಹಿಳಾ ಸಂಘಟನೆ ಮತ್ತು ನಗರದ ಎಂ.ಎಸ್.ಆಯ್ ಪದವಿ ಮಹಾವಿದ್ಯಾಲಯ ಈ ಮೂರು ಜಂಟಿಯಾಗಿ ಜಿಲ್ಲೆಯಾದ್ಯಂತ ವ್ಯಾಪಕ "ಹೆಣ್ಣು ಭ್ರೂಣ ಹತ್ಯಾ ವಿರೋಧಿ" ಆಂದೋಲನ ನಡೆಸಿವೆ. ಈ ನಿಟ್ಟಿನಲ್ಲಿ ನಾಡಿನಾದ್ಯಂತ ಜಾಗೃತಾ ಆಂದೋಲನಗಳು ಜರುಗುತ್ತಿವೆ.

ಮಹಿಳೆಯರ ಮೇಲೆ, ಅದರಲ್ಲೂ ದಲಿತ ಮತ್ತು ಅಲ್ಪಸಂಖ್ಯಾತ ಮಹಿಳೆಯರ ಮೇಲೆ ನಡೆಯುವ ಹಿಂಸೆ, ದೌರ್ಜನ್ಯ, ತಾರತಮ್ಯ ಖಂಡಿಸಿ ಆಯಾ ಸಂದರ್ಭಕ್ಕೆ ತಕ್ಕಂತೆ ಅಲ್ಲಲ್ಲಿ ಮಹಿಳಾ ಚಳುವಳಿಗಳು ನಡೆದಿವೆ, ನಡೆಯುತ್ತಿವೆ. ಸಾರಾಯಿ ವಿರುದ್ಧದ ಕೂಗುಗಳು ಅಲ್ಲಲ್ಲಿ ಪ್ರಖರಗೊಳ್ಳುತ್ತಿವೆ. ಈ ದಿಸೆಯಲ್ಲಿ ಸ್ವಸಹಾಯ ಗುಂಪುಗಳು, ಸ್ತ್ರೀಶಕ್ತಿ ಸಂಘಗಳು ಗಮನಾರ್ಹ ರೂಪದಲ್ಲಿ ಕಾರ್ಯತತ್ಪರವಾಗುತ್ತಿವೆ. ಕರ್ನಾಟಕದ ಗಡಿ ಭಾಗದಲ್ಲಿ ಪಾಳೇಗಾರಿ ವ್ಯವಸ್ಥೆಯು ಹೇರಿದ ಧಾರ್ಮಿಕ ನಂಬಿಕೆಗೆ ಬಲಿಯಾಗಿ ತಳ ಸಮುದಾಯದ ಜನತೆ ದೇವದಾಸಿ ಪದ್ಧತಿಯನ್ನು ಆರ್ಥಿಕ ದುರ್ಬಲತೆ ಕಾರಣವಾಗಿಯೂ ಮುಂದುವರೆಸಿಕೊಂಡು ಬರುತ್ತಿದ್ದಾರೆ. ಇಂಥ ಅನಿಷ್ಟಕಾರಿ ದೇವದಾಸಿ ಪದ್ಧತಿಯ ನಿರ್ಮೂಲನೆಗಾಗಿ ಕ್ರಿಯಾಶೀಲ ಸಂಘಟನೆಗಳು ಕೆಲವು ಅರ್ಥಪೂರ್ಣ ಕಾರ್ಯಕ್ರಮಗಳನ್ನು ನಡೆಸುತ್ತಿವೆ. ಅವುಗಳ ಪೈಕಿ ಅಥಣಿಯ ದೇವದಾಸಿ ಕಲ್ಯಾಣ ಸಂಘವು ಈ ಕುರಿತು ತಳಮಟ್ಟದ ಪರಿಹಾರೋಪಾಯ ಹಮ್ಮಿಕೊಳ್ಳುತ್ತಿದ್ದು, ದೇವದಾಸಿ ಮಹಿಳೆಯರನ್ನು ಪ್ರಮುಖ ವಾಹಿನಿಗೆ ತರುವ ಪ್ರಯತ್ನ ಮಾಡುತ್ತಿದೆ. ಗುಲ್ಬರ್ಗಾ ಜಿಲ್ಲೆಯ ಚಿಂಚನಸೂರಿನಲ್ಲಿ ದೇವದಾಸಿ ಮಹಿಳೆಯರ ಅಭಿವೃದ್ಧಿಗಾಗಿ ಜನವಾದಿ ಮಹಿಳಾ ಸಂಘಟನೆ ಸಹ ಕೆಲಸ ಮಾಡುತ್ತಿದೆ. ಆದರೆ ಈ ಎಲ್ಲ ಚಟುವಟಿಕೆಗಳು ದೇವದಾಸಿ ಪದ್ಧತಿ ಹಿಮ್ಮೆಟ್ಟಿಸುವಿಕೆಗೆ ಏನೇನೂ ಸಾಕಾಗುತ್ತಿಲ್ಲ ಎಂಬುದೇ ನೋವಿನ ಸಂಗತಿ. ಇಲ್ಲಿ ಸ್ಥೂಲವಾಗಿ ಮೇಲ್ನೋಟಕ್ಕೆ ಕಾಣಸಿಗುವ ಕೆಲವು ಚಳುವಳಿಗಳನ್ನು ಹೆಕ್ಕಿಕೊಡಲು ಪ್ರಯತ್ನಿಸಿದ್ದೇನೆ. ಇದರಾಚೆಗೂ ಈ ನೆಲದಲ್ಲಿ ಇನ್ನೂ ಅಗಣಿತ ಹೋರಾಟದ ಗಾಥೆಗಳಿವೆ. ಈ ಹೊತ್ತು ಸ್ತ್ರೀ ಶಕ್ತಿ ಸಂಘಗಳಂತೂ ದುಡಿಯುವ ಬಡ ಮಹಿಳೆಯರ ನಡುವೆ ಜ್ಞಾನದ ದೀಪ ಹೊತ್ತಿಸುವ ಪ್ರಯತ್ನ ಮಾಡುತ್ತಿವೆ. ಈ ಮಹಿಳೆಯರು ಸಾಮೂಹಿಕ ಸಂಘಟನಾ ಶಕ್ತಿಯನ್ನು ಕ್ರೋಢಿಕರಿಸಿಕೊಂಡು ಸಮಾಜದೊಂದಿಗೆ ಕೈ ಜೋಡಿಸಿಕೊಂಡು ನಾಗರಿಕ ಸೌಲಭ್ಯಗಳಾದ ನೀರು, ರಸ್ತೆ, ಶೌಚಾಲಯ, ರೇಷನ್ ಕಾರ್ಡ್, ವಸತಿ, ಬಸ್ಸು, ವಿದ್ಯುತ್ ಇತ್ಯಾದಿಗಳಿಗಾಗಿ ಚಳುವಳಿ ನಡೆಸುತ್ತಿದ್ದಾರೆ. ಉಳಿತಾಯದ ಹಣದಿಂದ ಸ್ವಯಂ ಉದ್ಯೋಗದತ್ತ ತುಸುವಾದರೂ ವಾಲುತ್ತಿದ್ದಾರೆ. ಈ ಮೂಲಕ ಒಂದಷ್ಟು ಆತ್ಮವಿಶ್ವಾಸ ಹುರಿಗೊಳಿಸಿಕೊಂಡು ಕುಟುಂಬದೊಳಗಿನ ದೌರ್ಜನ್ಯದ ಮೊನಚುಗಳನ್ನು ಪ್ರಶ್ನಿಸುವ

ಹಂತಕ್ಕೆ ಬಂದಿದ್ದಾರೆ. ತನ್ಮೂಲಕ ಸಮಾಜದಲ್ಲಿ ತಮ್ಮ ಇರುವಿಕೆಯನ್ನು ಅರಿವಾಗಿಸುತ್ತಿದ್ದಾರೆ.

ಕೌಟುಂಬಿಕ ಹಿಂಸೆ ತಡೆ ಮಸೂದೆ ಜಾರಿಗಾಗಿ, ಶಾಸನ, ಸಂಸತ್ ಸಭೆಗಳಲ್ಲಿ ಮಹಿಳೆಯರಿಗೆ ಪ್ರತಿಶತ ಮುವ್ವತ್ಮೂರು ಮಹಿಳಾ ಮೀಸಲಾತಿ ಮಸೂದೆ ಜಾರಿಗಾಗಿ ಒತ್ತಾಯಿಸಿಯೂ ಮಹಿಳೆಯರು ಹೋರಾಟ ನಡೆಸಿದ್ದಾರೆ. ಈ ಹೋರಾಟಗಳ ಪ್ರತಿಫಲವಾಗಿ ಇಂದು ಕೌಟುಂಬಿಕ ಹಿಂಸೆ ತಡೆ ಮಸೂದೆಯು ಪಾರ್ಲಿಮೆಂಟಿನಲ್ಲಿ ಪಾಸಾಗಿ ಕಾಯ್ದೆಯಾಗಿದೆ. ಮಹಿಳಾ ಮೀಸಲಾತಿ ಮಸೂದೆಗಾಗಿ ಒತ್ತಾಯಿಸಿ ನಡೆದ ಹೋರಾಟದಲ್ಲಿ ಜನವಾದಿ ಮಹಿಳಾ ಸಂಘಟನೆಯ ಸದಸ್ಯರು ಜೈಲುವಾಸವನ್ನೂ ಅನುಭವಿಸಿದ್ದಾರೆ. ಇಂದಿಗೂ ಕೇಸುಗಳನ್ನು ಎದುರಿಸುತ್ತಿದ್ದಾರೆ.

ಇದೆಲ್ಲವೂ ದಮನಿತ ಮಹಿಳಾ ವರ್ಗದ ಗಾಥೆಯಾಗಿದ್ದೇನೋ ಸರಿ. ಆದರೆ ಸಾಮಾಜಿಕ ವ್ಯವಸ್ಥೆ ಬದಲಿಸದ ಹೊರತು ಯಾವುದೇ ಶೋಷಣೆಯಿಂದ ವಿಮೋಚನೆ ಇಲ್ಲ. ಸಾಮಾಜಿಕ ವ್ಯವಸ್ಥೆಯ ಬದಲಾವಣೆಯಾದರೂ ಸಮಗ್ರ ಹೋರಾಟದ ಮೂಲಕವೇ ಸಂಭವಿಸುತ್ತದೆ. ಈ ಹಿನ್ನೆಲೆಯಲ್ಲಿ ಸಮಗ್ರ ಆಯಾಮಗಳೊಂದಿಗೆ ತಲಸ್ಪರ್ಶಿ ಚಳುವಳಿ ಎದ್ದು ಬರಬೇಕಿದೆ. ಭಾರತದ ಮಹಿಳೆಯೂ ಪಾಳೇಗಾರಿ ಶೋಷಣೆಯೊಂದಿಗೆ ಜಾಗತಿಕ ಮಟ್ಟದ ವ್ಯಾಪಾರೀ ಮೂಲದ ಶೋಷಣೆಗೂ ಬಲಿಯಾಗುತ್ತಿದ್ದಾಳೆ. ಒಂದೆಡೆ ಲೈಂಗಿಕ ಕಿರುಕುಳ, ಕೌಟುಂಬಿಕ ದೌರ್ಜನ್ಯ, ಅತ್ಯಾಚಾರ, ಮಾನಸಿಕ ಕಿರುಕುಳಕ್ಕೆ ಬಲಿಯಾಗುವುದು ಇವಂತೂ ಇದ್ದೇ ಇದೆ. ಇನ್ನೊಂದೆಡೆ ಭಾರತದ ಮೂಲಭೂತವಾದ, ಕೋಮುವಾದ, ಹೆಚ್ಚುತ್ತಿರುವ ಅಂಧಶ್ರದ್ಧೆ, ಅವೈಜ್ಞಾನಕತೆ, ಸಂಪ್ರದಾಯಿಕ ಕ್ರಿಯಾಚರಣೆ ಇತ್ಯಾದಿಗಳು ಮಹಿಳೆಯರನ್ನು ನುಂಗಿ ನೊಣೆಯುತ್ತಿವೆ. ಮಗದೊಂದೆಡೆ ಭಾರತದಂತಹ ಮೂರನೇ ಜಗತ್ತಿನ ಪ್ರಗತಿ ಶೀಲ ದೇಶಗಳು ಎದುರಿಸುತ್ತಿರುವ ಮತ್ತು ಪ್ರಭುತ್ವ ತನ್ನ ಸ್ವಾರ್ಥಕ್ಕಾಗಿ ಆಹ್ವಾನಿಸಿರುವ ಖಾಸಗೀಕರಣ, ಉದಾರೀಕರಣ, ಜಾಗತೀಕರಣಗಳು ಸೃಷ್ಟಿಸುತ್ತಿರುವ ಅಪಾಯಗಳನ್ನು ಮಹಿಳೆಯರು ಎದುರಿಸಬೇಕಾಗಿದೆ. ಈ ಜಾಗತೀಕರಣದ ವಿಷಜ್ವಾಲೆಗಳು ಎಲ್ಲೆಲ್ಲೂ ವ್ಯಾಪಿಸಿಕೊಂಡು ಭಾರತದ ಐಕ್ಯತೆಗೆ, ಸಾರ್ವಭೌಮಕ್ಕೆ ಕುತ್ತು ಬಂದಿದೆ. ಆಳುವ ಧಣಿಗಳು ಅಮೇರಿಕ ಮತ್ತದರ ಏಳು ಶ್ರೀಮಂತ ಗೆಳೆಯ ರಾಷ್ಟ್ರಗಳು ಒಡ್ಡಿದ ಆಮಿಷಕ್ಕೆ ಬಲಿ ಬಿದ್ದು ದೇಶದ ಆಂತರಿಕ ಆರ್ಥಿಕ ವ್ಯವಸ್ಥೆಯನ್ನು ಸಂಪೂರ್ಣ ದಿವಾಳಿಯೆಬ್ಬಿಸಿವೆ. ತತ್ಪರಿಣಾಮವಾಗಿ ಭಾರತದಲ್ಲಿ ನಿರುದ್ಯೋಗ, ಬಡತನ, ಕೋಮು ದಂಗೆಗಳು, ಮುನ್ನಿಲ್ಲದಂತೆ ವ್ಯಾಪಿಸುತ್ತಿವೆ. ಈ ಎಲ್ಲ ಉರಿವ ಜ್ವಾಲೆಗೆ ಮೊದಲು ಮಹಿಳೆಯರು ಬಲಿಯಾಗುತ್ತಾರೆ ಎಂಬುದು ಶತ ಸಿದ್ಧ. ಕಾರ್ಖಾನೆಗಳು ನೆಲ ಕಚ್ಚುತ್ತಿವೆ. ಒಕ್ಕಲುತನ ಅಪಾಯದಲ್ಲಿದೆ. ಸಾರ್ವಜನಿಕ ವಲಯಗಳು ಉಳ್ಳವರ ತೆಕ್ಕೆಗೆ ಜಾರಿಕೊಂಡಿವೆ. ಮಾನವರ ಬದಲು ಯಂತ್ರಗಳು ಕೆಲಸದ ಕ್ಷೇತ್ರವನ್ನು ಪ್ರವೇಶಿಸಿವೆ. ಹೀಗಾಗಿ ಗೇಣು ಹೊಟ್ಟೆಯನ್ನು ಅಂಗೈಯಲ್ಲಿ ಹಿಡಿದು ತುತ್ತಿನ ಚೀಲ ತುಂಬಿಸಿಕೊಳ್ಳಲು ಊರಿಂದೂರಿಗೆ ಅಲೆಯುತ್ತಿರುವವರಲ್ಲಿ ಮಹಿಳಾ ಸಂಖ್ಯೆ ದೊಡ್ಡ ಪ್ರಮಾಣದಲ್ಲಿದೆ. ಎಲ್ಲಿಯೂ

ಕೆಲಸ ಸಿಗದೆ ದೇಹವನ್ನೇ ಮಾರಟಕ್ಕಿಡುವ ಪರಿಸ್ಥಿತಿಗೆ ಅನಿವಾರ್ಯವಾಗಿ ಮಹಿಳೆಯರು ಒಡ್ಡಿಕೊಳ್ಳುತ್ತಿದ್ದಾರೆ. ವೇಶ್ಯಾವೃತ್ತಿ, ಬಾಲವೇಶ್ಯಾವೃತ್ತಿ ಹೆಚ್ಚುತ್ತಿರುವುದು ಕೂಡಾ ಜಾಗತೀಕರಣದ ಕೊಡುಗೆಯೇ ಆಗಿದೆ. ಈ ಜ್ವಲಂತ ಸಮಸ್ಯೆಗಳಿಂದ ವಿಮುಖಗೊಳಿಸಿ ಜನತೆಯನ್ನು ಧರ್ಮಾಂಧರನ್ನಾಗಿ ಮಾಡುವ ಕೋಮುವಾದಿಗಳು ದೇಶದುದ್ದಕ್ಕೂ ಹೆಡೆ ಎತ್ತುತ್ತಿದ್ದಾರೆ. ಪರಿಣಾಮ ಮಹಿಳೆಯರ ಅಧಃಪತನ.

ಜಾಗತಿಕ ವಿದ್ಯಮಾನಗಳೆಲ್ಲ ಭಾರತವನ್ನು ಪ್ರಭಾವಿಸುತ್ತಿರುವಾಗ ಮಹಿಳೆಯರು ಅಂತಾರಾಷ್ಟ್ರೀಯ ಕಣ್ಣೋಟದೊಂದಿಗೆ ತಮ್ಮ ಹೋರಾಟಗಳನ್ನು ಹೆಣೆಯಬೇಕಿದೆ. ಜಾತಿ ಭೇದದ ವಿರುದ್ಧ, ವರ್ಗ, ವರ್ಣ, ಲಿಂಗ ಭೇದದ ವಿರುದ್ಧ, ಅದರೊಟ್ಟಿಗೆ ಕೋಮುವಾದ, ಮೂಲಭೂತ, ಹಿಂಸಾವಾದಗಳ ವಿರುದ್ಧ ಚಳುವಳಿಗಳನ್ನು ರೂಪಿಸಿಕೊಳ್ಳಬೇಕಿದೆ. ಒಟ್ಟು ಮಹಿಳಾ ಸಂಕುಲಕ್ಕೆ ಎಲ್ಲೆಲ್ಲಿಂದಲೋ ಅಪಾಯ ತಂದೊಡ್ಡುತ್ತಿರುವ ಸಾಮ್ರಾಜ್ಯಶಾಹಿ ನೀತಿಯ ವಿರುದ್ಧವೂ ಭಾರತದ ಮಹಿಳೆಯರು ಚಳುವಳಿಯ ಬಾವುಟ ಎತ್ತಿಹಿಡಿಯಬೇಕಿದೆ. ಹಾಗೇ ನೋಡಿದರೆ ಪ್ರತಿಭಟನೆಯೆನ್ನುವುದು ಮಹಿಳೆಯರ ಸ್ಥಾಯಿಭಾವ. ಈ ಭಾವವನ್ನು ಸಹಸ್ರಪಟ್ಟು ಬಲದೊಂದಿಗೆ ಕ್ರೋಢೀಕರಿಸಿಕೊಂಡು ಅಸಮಾನ ವ್ಯವಸ್ಥೆಯ ಬದಲಾಯಿಸುವವರೆಗೂ ಚಳುವಳಿ ನಿಲ್ಲುವಂತಿಲ್ಲ.

ಮಹಿಳೆ, ಶಿಕ್ಷಣ – ಅಭಿವೃದ್ಧಿ

ವಚಿಸಿ ಅನುಭವಿಯಾಗದವ ಪಿಶಾಚಿಯಯ್ಯಾ;
ವಚಿಸಿ ಅನುಭವಿಯಾದವ ಪಂಡಿತನಯ್ಯಾ
ವಿದ್ಯೆಯೆಂಬುದು ಅಭ್ಯಾಸಿಕನ ಕೈವಶ
ಅವಿದ್ಯೆಯೆಂಬುದು ಸರ್ವರ ಕೈವಶ
ವಿದ್ಯಾವಿದ್ಯೆಯನರಿತು ಜಗದ್ವೇದ್ಯನಾಗಬಲ್ಲಡೆ
ಮಹಾಪಂಡಿತ ನೋಡಾ ಕಪಿಲಸಿದ್ಧಮಲ್ಲಿಕಾರ್ಜುನಾ,

ಇದು "ಹೆಣ್ಣು ಹೆಣ್ಣಲ್ಲ, ಹೆಣ್ಣು ಮಾಯೆಯಲ್ಲ, ಹೆಣ್ಣು ರಕ್ಕಸಿಯಲ್ಲ, ಹೆಣ್ಣು ಸಾಕ್ಷಾತ್ ಕಪಿಲಸಿದ್ಧಮಲ್ಲಿಕಾರ್ಜುನ ಎಂದು ಸಾರಿದ ಸ್ತ್ರೀವಾದಿ ಚಿಂತಕ ಸಿದ್ಧರಾಮನ ವಚನ. 12ನೇ ಶತಮಾನದ ಸಾಮಾಜಿಕ ಚಳುವಳಿಯ ನೇತಾರರಲ್ಲಿ ಒಬ್ಬನಾಗಿದ್ದ ಸೊನ್ನಲಿಗೆಯ ಸಿದ್ಧರಾಮನು ಬಸವಾದಿ ಶರಣರ ಸಮಾನತೆಯ ಕನಸುಗಳಿಗೆ ಗಾಢವಾದ ಬಣ್ಣ ತುಂಬಿದಾತ. ಸ್ತ್ರೀ ಪುರುಷರ ಮಧ್ಯೆ ನಿರ್ಮಿಸಲಾಗಿದ್ದ ಎಲ್ಲ ಬಗೆಯ ಅಸಮಾನತೆ, ಅಸಹನೆಗಳನ್ನು ಧಿಕ್ಕರಿಸಿ ನಿಸರ್ಗಧರ್ಮವನ್ನು ಪ್ರತಿಪಾದಿಸಿದ ಮಾನವೀಯ ಸಂತ. ಸಿದ್ಧರಾಮನು ಮನುಷ್ಯರಾದಿಯಾಗಿ ಒಟ್ಟು ಸಮಷ್ಠಿ ಬದುಕನ್ನು ಕುರಿತು ಚಿಂತನೆ ಹರಿಸುತ್ತಾನೆ. ಮನುಷ್ಯರ ಮಧ್ಯೆ ಪರಸ್ಪರ ತಿಳುವಳಿಕೆ, ಪ್ರೀತಿ, ವಿಶ್ವಾಸ ಅನ್ಯೋನ್ಯತೆಗಳು ಮೂಡುವಂತಾಗಲು ಶಿಕ್ಷಣ ಅತ್ಯಂತ ಅವಶ್ಯ. ಶಿಕ್ಷಣದ ಉನ್ನತ ಸ್ಥಿತಿಯೇ ವಿದ್ಯೆ. "ವಿದ್ಯೆ" ಎಂಬ ಶಬ್ದ ಅಕ್ಷರಧ್ಯಯನ, ಅಧ್ಯಾಪನ, ಓದು, ಬರಹ, ಮನನ, ನಿಧಿಧ್ಯಾಸ, ಇತ್ಯಾದಿ ಎಲ್ಲ ಪ್ರಕ್ರಿಯೆಯನ್ನು ಒಳಗೊಂಡ ಒಂದು ಪರಿಪೂರ್ಣ ಸ್ಥಿತಿಯನ್ನು ಧ್ವನಿಸುತ್ತದೆ.

ವಚಿಸಿ ಎಂದರೆ ವಾಚಿಸಿ ಅರ್ಥಾತ್ ಓದು–ಬರಹಗಳನ್ನು ಮೈಗೂಡಿಸಿಕೊಂಡು ಎಂದು ಅರ್ಥವಾಗಬೇಕು. ಶಿಕ್ಷಣ ಪಡೆದುಕೊಂಡು ಲೋಕಜ್ಞಾನ ಮತ್ತು ಸ್ವಯಂಜ್ಞಾನ ಮೈಗೂಡಿಸಿಕೊಂಡವರು ಅನುಭಾವಿ ಎನಿಸಿಕೊಂಡರೆ. ಈ ರೀತಿ ಓದು–ಬರಹಗಳಿಂದ ವಂಚಿತನಾದವ ಅನನುಭವಿಯಾಗಿ ಸಂಸ್ಕಾರ ಹೀನನು, ಅಜ್ಞಾನಿ, ಮೂಢ ಎಂದೆಲ್ಲಾ ಕರೆಸಿಕೊಳ್ಳುತ್ತಾನಷ್ಟೇ. ಹಾಗಾದರೆ ವಿದ್ಯೆ ಅರ್ಥಾತ್ ಶಿಕ್ಷಣವೇ ಬದುಕನ್ನು ಹಸನುಗೊಳಿಸುವ ಸಶಕ್ತ ಮಾಧ್ಯಮ, ಅಸ್ತ್ರ ಏನೆಲ್ಲಾ ಆಗಿರಲಿಕ್ಕು ಸಾಕು. ಇಂಥ ಶಿಕ್ಷಣವಾದರೂ ಹುಟ್ಟಿನಿಂದ, ವಂಶಪಾರಂಪರ್ಯವಾಗಿ, ಜನ್ಮಜನ್ಮಾಂತರಗಳ ಕರ್ಮದ ಫಲವಾಗಿ ಲಭಿಸುವಂಥದ್ದಲ್ಲ. ಶಿಕ್ಷಣವು ಸತತಭ್ಯಾಸ, ನಿರಂತರ ಅನುಸಂಧಾನ, ಅವಿರತ ಶ್ರಮ ಮತ್ತು ಅಸೀಮ ಇಚ್ಛಾಶಕ್ತಿಯ ಮೂಲಕ ಕೈವಶವಾಗುತ್ತದೆ. ಶಿಕ್ಷಣವು ಅಭ್ಯಾಸಿಗನ ಕೈವಶ ಎಂಬುದು ತಾರ್ಕಿಕವಾಗಿ ಒಪ್ಪತಕ್ಕದ್ದೇ.

ಆದರೆ ವಾಸ್ತವಿಕವಾಗಿ ಭಾರತದಂಥ ಶ್ರೇಣಿಕೃತ ವ್ಯವಸ್ಥೆ ಅನುಸರಿಸಿಕೊಂಡು ಬಂದಿರುವ ಸಮಾಜದಲ್ಲಿ ಶಿಕ್ಷಣ ಎಲ್ಲರಿಗೂ ದಕ್ಕಲೇ ಇಲ್ಲ. ನಮ್ಮ ಪರಂಪರಾಗತ ಔಪಚಾರಿಕ ವ್ಯವಸ್ಥೆಯಲ್ಲಿ ಮೇಲ್ಜಾತಿ ಮತ್ತು ಮೇಲ್ವರ್ಗದವರಿಗೆ ಮಾತ್ರ ಅಕ್ಷರಭ್ಯಾಸ ತನ್ಮೂಲಕ ಜ್ಞಾನಾರ್ಜನೆ ಪ್ರಾಪ್ತವಾಗುತ್ತಿತ್ತು. ಬ್ರಾಹ್ಮಣ, ಕ್ಷತ್ರಿಯ, ವೈಶ್ಯ, ಶೂದ್ರವೆಂಬ ಅತಾರ್ಕಿಕ, ಅಮಾನವೀಯ ವಿಂಗಡಣೆಗಳು ಇವತ್ತಿಗೂ ಈ ದೇಶದಲ್ಲಿ ಜನಾಂಗೀಯ ಭೇದ ಮತ್ತು ಕ್ರೂರ ಜಾತಿಪದ್ಧತಿಗೆ ದಾರಿ ಮಾಡಿಕೊಟ್ಟಿವೆ. ಸನಾತನವಾದಿ ಪಟ್ಟಭದ್ರರು ಇಂದು ಈ ತೆರನ ಶ್ರೇಣಿಕೃತ ತಾರತಮ್ಯವನ್ನು ಎಷ್ಟೇ ಆದರ್ಶಿಕರಿಸಿ ಸಮರ್ಥಿಸಿಕೊಂಡರೂ ಅದು ಜಾತಿ ವ್ಯವಸ್ಥೆಗೆ ನಾಂದಿ ಹಾಡಿದ ತಂತ್ರ ಎಂಬುದರಲ್ಲಿ ಎರಡು ಮಾತಿಲ್ಲ. ಸನಾತನ ಜಾತಿ ವ್ಯವಸ್ಥೆಯ ಕರಾಳ ಮುಖಗಳ ದೊಡ್ಡ ಇತಿಹಾಸವೇ ಇದೆ. ಅದೆಲ್ಲ ಇಲ್ಲಿ ಅಪ್ರಸ್ತುತ. ಇಲ್ಲಿ ಮುಖ್ಯವಾಗಿ ಈ ಶ್ರೇಣಿಕೃತ ವ್ಯವಸ್ಥೆಯಡಿಯಲ್ಲಿ ಒಟ್ಟು ಮಹಿಳೆಯರನ್ನು ಶೂದ್ರರೆಂದು ಪರಿಗಣಿಸಿ ಅವರಿಗೆ ಶಿಕ್ಷಣ ಕೊಡಮಾಡಲಿಲ್ಲ ಎಂಬ ಸಂಗತಿ ಮಾತ್ರ ನಮಗೆ ಪ್ರಸ್ತುತ.

ಭಾರತದ ಐದು ಸಾವಿರ ವರ್ಷಗಳಷ್ಟು ದೀರ್ಘವಾದ ಚರಿತ್ರೆಯಲ್ಲಿ ಮಹಿಳೆಯರು ದಲಿತಾತಿ ದಲಿತರೆಂಬ ಹೀನಸ್ಥಿತಿಗೆ ತಳಲ್ಪಟ್ಟು ಅಕ್ಷರಲೋಕದಿಂದ ವಂಚಿತರಾದದ್ದು ಪ್ರಖರ ಸತ್ಯ. ವೇದಕಾಲದಲ್ಲಿ ಮಹಿಳೆಯರಿಗೆ ಪುರುಷನಷ್ಟೇ ಸರಿಸಮಾನವಾದ ಅವಕಾಶವಿತ್ತು. ಅವಳಿಗೂ ವೇದಾಧ್ಯಯನ ಮಾಡುವ ಹಕ್ಕಿತ್ತು. ಉದಾಹರಣೆಗೆ ಮೈತ್ರೇಯಿ, ಗಾರ್ಗಿ, ಲೋಪಮುದ್ರೆ, ಇತ್ಯಾದಿ ಬೆರಳೆಣಿಕೆಯಷ್ಟು ಮಹಿಳೆಯರನ್ನು ಹೆಸರಿಸುವುದು ಇದೆ. ಇದು ಶುದ್ಧ ಅವಾಸ್ತವ ಮತ್ತು ಸತ್ಯದ ಒಂದು ಪಾರ್ಶ್ವನೋಟ ಮಾತ್ರ. ಈ ಮೇಲಿನ ಮಹಿಳೆಯರು ಮುಖ್ಯವಾಗಿ ಋಷಿ ಪತ್ನಿಯರು. ಅಷ್ಟಕ್ಕೂ ಅವರು ಪಾರಮಾರ್ಥಜ್ಞಾನದ ಹಕ್ಕಿಗಾಗಿ ತಮ್ಮ ತಮ್ಮ ಗಂಡಂದಿರು, ಗುರುಗಳೊಂದಿಗೆ ವಾದಕ್ಕೆ ಇಳಿದವರೇ ಆಗಿದ್ದರು. ಪುರಾಣ ಕಥೆಗಳ ಸತ್ಯಾಸತ್ಯತೆ ಏನೇ ಇರಲಿ. ಋಷಿ ಪತ್ನಿಯರಲ್ಲದ, ರಾಜ ಮನೆತನದವರಲ್ಲದ ಸಾಮಾನ್ಯ ವರ್ಗದ ಮಹಿಳೆಯರ ಬದುಕು ಮಾತ್ರ ಇವತ್ತಿಗೂ ಇತಿಹಾಸದ ತೆಕ್ಕೆಗೆ ಸಿಕ್ಕಿಯೇ ಇಲ್ಲ ಎಂಬುದು ಗಮನಿಸಬೇಕಾದ ಸಂಗತಿ. ಜನಸಂಖ್ಯೆಯ ಬಹುಭಾಗದಷ್ಟಿರುವ ಮಹಿಳೆಯರು ಯಾವ ಕಾಲಕ್ಕಾದರೂ ಶಿಕ್ಷಣ ಸೌಲಭ್ಯದಿಂದ ಗಾವುದ ದೂರವೇ ಉಳಿಸಲ್ಪಟ್ಟು ದಮನಿತ ಸ್ಥಿತಿಯಲ್ಲಿ ಬದುಕುತ್ತ ಬಂದಿದ್ದಾರೆ.

ಪ್ರಾಚೀನ ಕಾಲದಲ್ಲಿ ಮಹಿಳೆಯರ ಸ್ಥಿತಿಗತಿ ಕುರಿತು ಮಾತನಾಡುವಾಗಲೆಲ್ಲ ನಮ್ಮ ಔಪಚಾರಿಕ ಇತಿಹಾಸದ ಆಕರಗಳು ಕೊಡುವ ಋಷಿಪತ್ನಿ, ರಾಜಪತ್ನಿಯರ ವಿರಳ ಹೆಸರುಗಳು ವರ್ತಮಾನವನ್ನು ಮೋಸಗೊಳಿಸಬಲ್ಲವೇ ಹೊರತು ಸತ್ಯವನ್ನು ದಿಗ್ದರ್ಶಿಸುವುದಿಲ್ಲ. ರಾಯಲಿಸ್ಟಿಕ್ ಇತಿಹಾಸ ಯಾವತ್ತೂ ವಸಹಾತು ಅಕೆಡೆಮಿಕ್ ಕಣ್ಣೋಟದಿಂದಲೇ ಹೆಣೆಯಲ್ಪಟ್ಟಿರುವುದರಿಂದ ಅಂಥದರಿಂದ ಹೆಚ್ಚಿನದನೇನ್ನು ನಿರೀಕ್ಷಿಸಿಲು ಸಾಧ್ಯವಿಲ್ಲ. ಅನೌಪಚಾರಿಕ, ಮೌಖಿಕ ನೆಲೆಯಿಂದ ಇತಿಹಾಸ ಹೆಕ್ಕಿದಾಗ ಸಿಗುವ ಮಾಹಿತಿಗಳ ಪ್ರಕಾರ ಸ್ತ್ರೀಯರು ಮಕ್ಕಳನ್ನು ಹೆರುವ, ಕುಟುಂಬ ನಿಭಾಯಿಸುವ,

ಎಲ್ಲ ರೀತಿಯ ದುಡಿಮೆಗೆ ಮೈಯಾಗುವ ವಸ್ತುವಾಗಿ ಮಾತ್ರ ಪರಿಗಣಿತವಾಗಿದ್ದರು. ಈ ಕಾರಣವಾಗಿಯೇ ಮಹಿಳೆಯರ ಲೋಕ ಸಿಮೀತ ಮತ್ತು ನಿರ್ಬಂಧಿತವಾಗಿತ್ತು.

ಬ್ರಿಟಿಷರ ಆಗಮನ ಈ ದೇಶದ ಮಹಿಳೆಯರ ಮತ್ತು ದಲಿತರ ಪಾಲಿಗೆ ಒಂದು ಪುಟ್ಟ ಬೆಳಕಿನ ಕಿಂಡಿಯಾಗಿ ಕಾಣಿಸಿಕೊಂಡದ್ದು ಇತಿಹಾಸದ ಕ್ರೂರ ವ್ಯಂಗ್ಯ. ಏಕೆಂದರೆ ಕೆಲವು ದೇಶಿಯ ಚಳುವಳಿಗಾರರ ಒತ್ತಾಸೆ ಮತ್ತು ಬ್ರಿಟಿಷ ಅಧಿಕಾರಿಗಳ ಪ್ರಬಲ ಇಚ್ಛಾಶಕ್ತಿಯಿಂದಾಗಿ ಭಾರತದಲ್ಲಿ ಸಾರ್ವಜನಿಕ ಶಿಕ್ಷಣ ಪದ್ಧತಿ ಜಾರಿಗೆ ಬಂತು. ಇದೇ ವೇಳೆಯಲ್ಲಿ ರಾಜಾರಾಮ್ ಮೋಹನರಾಯ್, ಜ್ಯೋತಿಬಾ ಫಾಲೆ, ಅಹಲ್ಯಾತಾಯಿ ರಾಂಗ್ಲೇಕರ್ ಮುಂತಾದ ಸಮಾಜ ಸುಧಾರಕರ ಪ್ರಯತ್ನದಿಂದಾಗಿ ಸ್ತ್ರೀಯರಿಗೂ ಅಕ್ಷರದ ಬೆಳಕು ಸ್ವಲ್ಪ ಮಟ್ಟಿಗಾದರೂ ದಕ್ಕುವಂತಾಯ್ತು. ಅದರ ಪರಿಣಾಮವಾಗಿ ಬ್ರಿಟಿಷ ಸರಕಾರಿ ಆಡಳಿತ ಇರುವ ಕಡೆಗಳಲ್ಲಿ ಸ್ತ್ರೀಯರಿಗೆ ಶಾಲೆಗಳಲ್ಲಿ ಅವಕಾಶ ಮತ್ತು ಸ್ತ್ರೀಯರಿಗಾಗಿಯೇ ಶಾಲೆಗಳು ಪ್ರಾರಂಭವಾದವು. 1947ರ ಸ್ವತಂತ್ರ ದೊರೆತ ನಂತರವಂತೂ ಶಿಕ್ಷಣ ಮಾನವರ ಮೂಲಭೂತ ಹಕ್ಕು ಎಂದು ಪ್ರತಿಪಾದಿಸಲ್ಪಟ್ಟು ಆರು ವರ್ಷದ ಮಕ್ಕಳಿಗೆ ಕಡ್ಡಾಯವಾಗಿ ಶಾಲೆ ಕಲಿಸುವ ಪದ್ಧತಿ ಬೆಳೆಯಿತು. ಈ ಅಕ್ಷರಾಂದೋಲನ ಭಾರತೀಯರ ಬದುಕಿನಲ್ಲಿ ದೊಡ್ಡ ಮಟ್ಟದ ಬದಲಾವಣೆಗೆ ನಾಂದಿಯಾಯಿತು. ವಿದ್ಯೆ ಪಡೆದ ಮಹಿಳೆಯರು ಮೊದಲ ಬಾರಿಗೆ ತಮ್ಮ ಸ್ಥಿತಿ–ಗತಿ ಮತ್ತು ಹಕ್ಕುಗಳ ಬಗೆಗೆ ಚಿಂತಿಸುವಂತಾಯ್ತು. ಮಹಿಳೆಯರನ್ನು ನುಂಗಿ ನೊಣೆಯುತ್ತಿದ್ದ ವರದಕ್ಷಿಣೆ ಸಮಸ್ಯೆ, ವೈಧವ್ಯ, ಬಂಜೆತನ, ಬಹುಪತ್ನಿತ್ವ ಆಸ್ತಿಯಲ್ಲಿ ಹಕ್ಕಿಲ್ಲದಿರುವಿಕೆ, ಮೌಢ್ಯ, ಕಂದಾಚಾರ ಇತ್ಯಾದಿ ಪುರುಷ ಪ್ರಧಾನ ವ್ಯವಸ್ಥೆ ಕೊಡ ಮಾಡಿದ ಅನಿಷ್ಠಗಳ ವಿರುದ್ಧ ವಿದ್ಯಾವಂತ ವರ್ಗ ಮಾತನಾಡಲು ಪ್ರಾರಂಭಿಸಿತು. ಹಾಗೇ ನೋಡಿದರೆ ಬುದ್ಧನ ಕಾಲಕ್ಕೆ ಥೇರಿಯರು, 12ನೇ ಶತಮಾನದಲ್ಲಿ ಅಕ್ಕಮಹಾದೇವಿ, ಗೊಗ್ಗವ್ವೆ ಮುಂತಾದ ಶರಣೆಯರು, ಅಲ್ಲಲ್ಲಿ ಬಿಡಿ ಸಾಧಕಿಯರು ಮಹಿಳಾ ಶೋಷಣೆ ಕುರಿತು ತಮ್ಮ ನೆಲೆಯಲ್ಲಿಯೇ ಪ್ರತಿಭಟನೆ ಮಾಡಿದ್ದಾರೆ. ಮೂಲಭೂತ ಹಕ್ಕುಗಳಿಗಾಗಿ ಪ್ರಶ್ನೆಗಳನ್ನು ಎತ್ತಿದ್ದಾರೆ. ಲಿಂಗತಾರತಮ್ಯ ಬೋಧಿಸುವ ಕ್ರೂರ ಫಿಲಾಸಫಿಯನ್ನೇ ಧಿಕ್ಕರಿಸಿದ್ದಾರೆ. ಆದರೆ ಆಧುನಿಕ ಶಿಕ್ಷಣದ ಮೂಲಕ ಹರಿದು ಬಂದ ಲಿಂಗಸಮಾನತೆಯ ಪರಿಕಲ್ಪನೆ ಜಾಗತಿಕ ಮಟ್ಟದಲ್ಲಿಯೇ ವಿಸ್ತೃತ ಮತ್ತು ಕ್ರೋಢೀಕೃತ ಹೋರಾಟದ ರೂಪ ತಳೆದದ್ದು ಬಹು ಮುಖ್ಯವಾದ ಸಂಗತಿಯಾಗಿದೆ.

ಶಿಕ್ಷಣ ಎಲ್ಲ ಬಗೆಯ ತಿಳುವಳಿಕೆ ನೀಡುವ ಮಾಧ್ಯಮ ಅಷ್ಟೇ ಅಲ್ಲ ದಮನಿತರು ತಮ್ಮ ಹಕ್ಕಿನ ಬಗ್ಗೆ ಧ್ವನಿ ಎತ್ತಲು ಬೇಕಾದ ಶಕ್ತಿಯನ್ನು ಕೊಡುವ ಆಸ್ತ್ರವೂ ಆಗಿದೆ. ಆದ್ದರಿಂದಲೇ ಭಾರತದ ಸಂವಿಧಾನವು ಶಿಕ್ಷಣವು ಪ್ರತಿಯೊಬ್ಬರ ಮೂಲಭೂತ ಹಕ್ಕು ಎಂದು ಹೇಳುತ್ತದೆ. ಪ್ರಜಾಪ್ರಭುತ್ವ ಮಾದರಿಯನ್ನು ಅನುಸರಿಸುವ ಸರಕಾರವು ತನ್ನ ದೇಶದ ಪ್ರಜೆಗಳಿಗೆ ಕಡ್ಡಾಯ ಶಿಕ್ಷಣ ನೀಡುವುದನ್ನು ಆದ್ಯತೆಯಾಗಿ ಪರಿಗಣಿಸಬೇಕಾಗುತ್ತದೆ. ಇದು ಭಾರತದ ಪ್ರಜಾಸತ್ತಾತ್ಮಕ ಪರಿಕಲ್ಪನೆಯು ಕಟ್ಟಿಕೊಂಡಿರುವ ಆದರ್ಶ. ಆದರೆ ಪ್ರಾಯೋಗಿಕವಾಗಿ ಸ್ವಾತಂತ್ರ ಸಿಕ್ಕು 60 ಸಂವತ್ಸರಗಳು ಗತಿಸಿದರೂ ಇವತ್ತಿಗೂ ಎಲ್ಲರಿಗೂ ಶಿಕ್ಷಣ ನೀಡಲು ಸಾಧ್ಯವಾಗಿಲ್ಲ ಎಂದರೆ; ಅದು ದೇಶವನ್ನು

ಆಳುತ್ತಿರುವವರ ಸೋಲು. ಇನ್ನೊಂದೆಡೆ ಹುಸಿ ಡೆಮಾಕ್ರಸಿ ವಾದಿಗಳ ಬಣ್ಣವನ್ನು ಇದು ಬಯಲು ಮಾಡುತ್ತದೆ.

2001 ಜನಗಣತಿಯ ಪ್ರಕಾರ ಭಾರತದ ಸಾಕ್ಷರತೆಯ ಪ್ರಮಾಣ 80.30% ಇದರಲ್ಲಿ ಪುರುಷರ ಸಾಕ್ಷರತೆಯ ಪ್ರಮಾಣ 86.70 ಸ್ತ್ರೀಯರ ಸಾಕ್ಷರತೆ ಪ್ರಮಾಣ 73.20%. ಈ ಅಂಕಿಸಂಖ್ಯೆಗಳು ಪುರುಷ ಪ್ರಧಾನ ವ್ಯವಸ್ಥೆಯ ಕ್ರೂರ ಮುಖಗಳನ್ನು ಎತ್ತಿ ತೋರಿಸುತ್ತದೆ. ಈ ಅಂಕಿಸಂಖ್ಯೆಗಳನ್ನು ಇನ್ನು ಸೂಕ್ಷ್ಮವಾಗಿ ವಿಶ್ಲೇಷಿಸಿ ನೋಡಿದರೆ ಗ್ರಾಮೀಣ ಪ್ರದೇಶದ ಸಾಕ್ಷರ ಪ್ರಮಾಣ ನಗರ ಪ್ರದೇಶಕ್ಕಿಂತ ತುಂಬಾ ಕಡಿಮೆ ಇದೆ. ಮೇಲ್ವರ್ಗ, ಮೇಲ್ಜಾತಿಯ ಸಾಕ್ಷರ ಪ್ರಮಾಣಕ್ಕಿಂತ ಕೆಳವರ್ಗ ಕೆಳಜಾತಿಯ ಸಾಕ್ಷರ ಪ್ರಮಾಣವು ಗಣನೀಯವಾಗಿ ಇಳಿಕೆಯಲ್ಲಿದೆ. ಹಿಂದುಳಿದ ಪ್ರದೇಶದ ಕೆಲವೊಂದು ಹಳ್ಳಿಗಳಲ್ಲಿ ಇವತ್ತಿಗೂ ಒಬ್ಬಿಬ್ಬರು ಮಹಿಳಾ ಪದವೀಧರರು ಸಿಗುವುದಿಲ್ಲ ಎಂದರೆ ನಾವ್ಯಾರೂ ಗಾಬರಿಯಾಗಬೇಕಿಲ್ಲ. ಇವತ್ತಿಗೂ ನಮ್ಮ ಪರಂಪರಾಗತ ಸಮಾಜ ಮಹಿಳೆಯರಿಗೆ ಶಿಕ್ಷಣ ಕೊಡುವುದನ್ನು ಆದ್ಯತೆ ಎಂದು ಪರಿಗಣಿಸುವುದೇ ಇಲ್ಲ. ದೇಶದ ಒಟ್ಟು ಮಹಿಳೆಯರ ಜನಸಂಖ್ಯೆ, ಅದರಲ್ಲಿಯೂ ಶಿಕ್ಷಣದಲ್ಲಿ ಮಹಿಳೆಯರ ಪಾಲುದಾರಿಕೆ, ಉನ್ನತ ಶಿಕ್ಷಣದಲ್ಲಿ, ತಾಂತ್ರಿಕ ಶಿಕ್ಷಣದಲ್ಲಿ ಮಹಿಳೆಯರ ಪಾಲು. ಗ್ರಾಮೀಣ ಮಹಿಳೆಯರ ಪಾಲು, ಅದರಲ್ಲೂ ಬಡ, ದಲಿತ, ಹಿಂದುಳಿದ ಮಹಿಳೆಯರ ಪಾಲುದಾರಿಕೆ ಹೀಗೆ ವಿಂಗಡಿಸಿ ನೋಡಿದರೆ ದೊಡ್ಡ ನಿರಾಸೆಯೇ ಕಾದಿದೆ.

ಇಂದು ಉನ್ನತ ಹುದ್ದೆ ಮತ್ತು ಸ್ಥಾನಮಾನಗಳಲ್ಲಿ ಮಹಿಳೆಯರು ಬಹುಸಂಖ್ಯೆಯಲ್ಲಿ ಪಾಲ್ಗೊಳ್ಳುತ್ತಿರುವಂತೆ ಭಾಸವಾಗುತ್ತಿದ್ದರೂ ವಾಸ್ತವ ಪರಿಸ್ಥಿತಿ ಬೇರೆಯೇ ಇದೆ. ಈಗ ನಮ್ಮ ಮುಂದೆ ಎರಡು ಪ್ರಶ್ನೆಗಳಿವೆ. ಒಂದು ಎಲ್ಲ ಮಹಿಳೆಯರಿಗೆ ಸಮಾನವಾದ ಗುಣಮಟ್ಟದ ಶಿಕ್ಷಣ ಸಿಗಬೇಕು. ಎರಡನೆಯದು ಮಹಿಳೆಯರಿಗೆ ಎಂಥ ಶಿಕ್ಷಣ ಸಿಗಬೇಕು? ಎಂಬುದು. ಪ್ರಸ್ತುತದಲ್ಲಿ ಮಹಿಳೆಯರಿಗೆ ಅಲ್ಪಸ್ವಲ್ಪವಾದರೂ ಸಿಗುತ್ತಿರುವ ಪರಂಪರಾಗತ ಶಿಕ್ಷಣವು ನಿಜವಾಗಿಯೂ ಮಹಿಳೆಯರನ್ನು ಸಬಲೀಕರಣಗೊಳಿಸುತ್ತಿದೆಯೇ ಎಂದು ಕೇಳಿದರೆ; ತುಂಬಾ ಸ್ಪಷ್ಟವಾಗಿ ಇಲ್ಲ ಎಂದೇ ಹೇಳಬೇಕಾಗುತ್ತದೆ. ಇಂದು ನಮಗೆ ದೊರೆಯುತ್ತಿರುವುದೆಲ್ಲ ಪುರುಷ ಪ್ರಧಾನ ವ್ಯವಸ್ಥೆಯ ಮೌಲ್ಯಗಳು ರೂಢಿಸಿರುವ ಸ್ತ್ರೀ ವಿರೋಧಿ ನೆಲೆಗಳೇ ಆಗಿವೆ. ಹೀಗಾಗಿಯೇ ವಿದ್ಯಾವಂತ ಮಹಿಳೆಯರು ಸಂಬಳ ಪಡೆಯುವ ಹುದ್ದೆಯಲ್ಲಿರುವಾಗಲೂ ಅವರ ಮೇಲೆ ಶೋಷಣೆ ತಪ್ಪುತ್ತಿಲ್ಲ. ಲಿಂಗಸಂವೇದನಾಶೀಲ ಶಿಕ್ಷಣವನ್ನು ನಮಗೆ ಈ ಕ್ಷಣಕ್ಕೂ ಕೊಡಲು ಸಾಧ್ಯವಾಗುತ್ತಿಲ್ಲ. ಎಂತಲೇ ಸ್ಥಳೀಯ ಸರಕಾರಿ ಆಡಳಿತ ಯಂತ್ರ ಮತ್ತು ಪಂಚಾಯತ್ ವ್ಯವಸ್ಥೆಯಲ್ಲಿ ಹೆಚ್ಚಿನ ಸಂಖ್ಯೆಯಲ್ಲಿ ಮಹಿಳೆಯರು ತೊಡಗಿಸಿಕೊಳ್ಳುತ್ತಿರುವಾಗಲೂ ಅವರು ಸ್ತ್ರೀಪರ ಕಾನೂನು, ಸೌಲಭ್ಯ, ಅವಕಾಶ ಒಟ್ಟಾರೆ ಸ್ತ್ರೀಪರ ಪಾಲಸಿ ತರಲು ಸಾಧ್ಯವಾಗುತ್ತಿಲ್ಲ. ಗ್ರಾಮೀಣ ಪ್ರದೇಶದ ಚುನಾಯಿತ ಮಹಿಳೆಯರು ಒಂದೋ ತಮ್ಮ ಮನೆಯ ಗಂಡಸರ ಮುಖವಾಣಿಯೋ ಅಥವಾ ನಾಮ್‌ಕೆ ವಾಸ್ತೆ ಸದಸ್ಯರೋ ಆಗಿರುತ್ತಾರೆ. ಇದಕ್ಕಿಂತ ಮುಂದುವರೆದು ಅಲ್ಪಸ್ವಲ್ಪ ಶಿಕ್ಷಣ ಪಡೆದ ಮಹಿಳೆಯರಾದರೂ ಪುರುಷಕೇಂದ್ರಿತ ನೆಲೆಯಿಂದಲೇ ಆಡಳಿತವನ್ನು

ನಡೆಸಿರುತ್ತಾರೆ. ಮಹಿಳಾ ಅಸ್ಮಿತತೆ, ಸ್ತ್ರೀಪರ ವೈಜ್ಞಾನಿಕ ತಿಳುವಳಿಕೆ ಇಲ್ಲದೆ ಅವರು ಶುದ್ಧ ಡಮ್ಮಿಗಳಾಗಿರುತ್ತಾರೆ. ಮಹಿಳೆಯರು ತಮ್ಮ ಹೆಣ್ತನ, ತಾಯ್ತನಗಳ ಜೈವಿಕ, ನೈಸರ್ಗಿಕ ಪರಿಧಿ, ಪರಿವ್ಯಾಪ್ತಿಗಳನ್ನು ಅರ್ಥೈಸಿಕೊಂಡಾಗಲೇ ಅವರಿಗೆ ಸ್ತ್ರೀಪರ ದೃಷ್ಟಿ – ಧೋರಣೆ ಪ್ರಾಪ್ತವಾದೀತು. ಆದರೆ ನಮ್ಮ ಔಪಚಾರಿಕ ಶಿಕ್ಷಣ ಪದ್ಧತಿಯಲ್ಲಿ ಇಂಥ ಸ್ತ್ರೀ ಸಂವೇದನಾಶೀಲ ಪಠ್ಯ, ಬೋಧನೆ, ಅಥವಾ ಕೋರ್ಸು ಇಲ್ಲವೇ ಇಲ್ಲ. ನಾವು ಬಾಳುತ್ತಿರುವ ಸಮಾಜದಲ್ಲಿಯೂ ಲಿಂಗ ತಾರತಮ್ಯ ರಹಿತ ಸಮಾನತಾ ಚಿಂತನೆ ಧಾರೆಯೂ ಗೋಚರವಾಗುತ್ತಿಲ್ಲ. ಹೀಗಾಗಿ ನಮ್ಮ ಚುನಾಯಿತ ಮಹಿಳೆಯರು ಲೆಕ್ಕಕ್ಕೆ ಸಿಗುವ ತಲೆಗಳಾಗಿ ಅಂತೆಯೇ ಜಾತಿರಾಜಕಾರಣದ ಪಿಡುಗಾಗಿ ಪರಿಣಮಿಸುತ್ತಿದ್ದಾರೆ. ಮಹಿಳೆಯರಿಗೆ ಅಕ್ಷರಜ್ಞಾನ ಮತ್ತು ಸ್ತ್ರೀಪರ ವಿಷಯಜ್ಞಾನ ಎರಡೂ ಏಕಕಾಲಕ್ಕೆ ದೊರೆಯುವಂತಾಗಬೇಕು. ಇದಕ್ಕಾಗಿ ಸರಕಾರ ಸ್ತ್ರೀಯರಿಗೆ ವಿಶೇಷವಾದ ಹೊಸ ಕೋರ್ಸುಗಳು, ಹೊಸ ಬಗೆಯ ಅಧ್ಯಯನ ಕ್ರಮ, ಪರೀಕ್ಷಾ ಪದ್ಧತಿ ಮುಂತಾಗಿ ಸ್ತ್ರೀ ಆಸ್ಮಿತತೆ ಮೆರೆಯುವ ಶಿಕ್ಷಣವನ್ನು ಜಾರಿಯಲ್ಲಿ ತರಬೇಕು. ಪದವಿಯಾಧಾರಿತ ಶಿಕ್ಷಣ ಬೇಕಾಗಿಲ್ಲ. ಜ್ಞಾನಾಧಾರಿತ ಶಿಕ್ಷಣ ಬೇಕು. ಪದವಿ–ಹುದ್ದೆ–ಸಂಬಳ ಈ ಅಸಾಂಗತ್ಯವನ್ನು ತಪ್ಪಿಸಿ ಕೌಶಲ್ಯ–ಹುದ್ದೆ–ಸ್ವಾವಲಂಬಿತನ ಮುಂತಾಗಿ ಈ ಕ್ಷಣದ ತುರ್ತಿನೊಂದಿಗೆ ಮುಖಾಮುಖಿಯಾಗಬಲ್ಲ ಶಿಕ್ಷಣ ಕೊಡಬೇಕು. ಒಟ್ಟು ಶಿಕ್ಷಣವನ್ನು ಲಿಂಗಸಂವೇದನೆಗೊಳಿಸುವುದು ಒಂದು ಬಗೆಯಾದರೆ, ಮಹಿಳೆಯರಿಗಾಗಿಯೇ ಹೊಸ ಕಾಲದ ದರ್ದಿಗೆ ಸ್ಪಂದಿಸುವಂತಹ ಕೋರ್ಸುಗಳನ್ನು ತೆಗೆಯುವುದು ಇನ್ನೊಂದು ಅವಶ್ಯಕತೆ ಇದೆ. ಮಹಿಳೆಯರು ಕಾನೂನು ರೀತಿಯಲ್ಲಿ ತಮಗೆ ದಕ್ಕಿರುವ ಅವಕಾಶಗಳನ್ನು ಬಳಸಿಕೊಂಡು ಮಹಿಳಾಪರ ನೀತಿ ನಿರೂಪಣೆ (ಪಾಲಸಿ) ಮಾಡುವಂತಾಗಬೇಕು.

ಉದಾಹರಣೆಗಾಗಿ ಗ್ರಾಮ ವ್ಯಾಪ್ತಿಯಲ್ಲಿ ಮಹಿಳಾ ಶೌಚಾಲಯ ಎಂಬ ಒಂದೇ ಪುಟ್ಟ ಉದಾಹರಣೆಯನ್ನು ಗಮನಿಸೋಣ. ಗ್ರಾಮ ಪಂಚಾಯತ ಮಟ್ಟದಲ್ಲಿ ಮಹಿಳಾ ಶೌಚಾಲಯಕ್ಕೆಂದು ಕೋಟಿಗಟ್ಟಲೇ ಹಣ ಮಂಜೂರು ಆಗುತ್ತಲೆ ಇರುತ್ತದೆ. ಫಲಾನುಭವಗಳಿಗೆ ಮಾತ್ರ ಅದರಲ್ಲಿ ಐದ್ಹತ್ತು ಪರ್ಸೆಂಟೇಜ್ ಕೂಡಾ ಮುಟ್ಟಲು ಸಾಧ್ಯವಾಗುತ್ತಿಲ್ಲ. ಏಕೆಂದರೆ ಎಲ್ಲ ಹಂತದಲ್ಲೂ ಆಯ್ಕೆಯಾಗಿರುವ ಮಹಿಳಾ ಪ್ರತಿನಿಧಿಗಳಿಗೆ ಶೌಚಾಲಯದ ಅವಶ್ಯಕತೆ, ಅದರ ಸಾಧ್ಯತೆ, ಜನಸಾಮಾನ್ಯರಿಗೆ ಕ್ಷುಲ್ಲಕವೆನಿಸುವ ಆದರೆ ಮಹಿಳಾ ಆರೋಗ್ಯದ ಮೇಲೆ ಗಂಭೀರ ದುಷ್ಪರಿಣಾಮ ಬೀರುವ ಈ ಸಮಸ್ಯೆಯ ಅರಿವೇ ಇಲ್ಲ. ಈ ರೀತಿಯ ಅರಿವಿಲ್ಲದಿರುವಿಕೆಯನ್ನು ಮಹಿಳಾ ಲೋಕದ ದೌರ್ಬಲ್ಯವೆಂದು ಪರಿಗಣಿಸಬೇಕಾಗಿಲ್ಲ. ಮಹಿಳೆಯರು ತಮ್ಮ ಸಂಕೀರ್ಣ ಸಮಸ್ಯೆಯ ಕುರಿತು ಅರಿವು ಪಡೆದುಕೊಳ್ಳಲು ಸಾಧ್ಯವಾಗದ ಕ್ರೂರ ವ್ಯವಸ್ಥೆಯ ಮಧ್ಯೆ ಬಾಳುತ್ತಿದ್ದಾರೆ. ಪುರುಷ ಪ್ರಧಾನ ವ್ಯವಸ್ಥೆಯು ತನ್ನದಲ್ಲದ ನಂಬಿಕೆಗಳನ್ನೆ ಪೋಷಿಸಿಕೊಂಡು ಬರುವಂತೆ ಮಹಿಳೆಯರನ್ನು ಹುಸಿ ಮೌಲ್ಯಗಳಡಿಯಲ್ಲಿ ಬಂಧಿಸಿದೆ. ಇಂಥ ವ್ಯವಸ್ಥೆಯಲ್ಲಿ ಬದುಕುತ್ತಿರುವ ಮಹಿಳಾಲೋಕ ಪುರುಷಕೇಂದ್ರಿತ ನೆಲೆಯಲ್ಲಿಯೇ ತನ್ನ ಒಳಿತನ್ನು ಭ್ರಮಿಸುತ್ತ ಹೋಗುತ್ತಿದೆ. ಗಂಡಸರ ಕಣ್ಣಿನಿಂದಲೇ

ಬದುಕನ್ನು ಕಟ್ಟಿಕೊಳ್ಳುತ್ತಿರುವ ಅವರು ತಮ್ಮ ಸುತ್ತ ತಾವೇ ಹುತ್ತ ಕಟ್ಟಿಕೊಂಡು ನರಳುತ್ತಿದ್ದಾರೆ. ಮಹಿಳೆಯರಿಗೆ ಶಾಸನ ಸಭೆಯಲ್ಲಿ 33% ಮೀಸಲಾತಿಬೇಕು ಎಂಬ ಮಸೂದೆ ಮಂಡಿಸುವಾಗ ಮಹಿಳಾ ಮೀಸಲಾತಿ ಮತ್ತಾವುದೇ ಕುಂಟುನೆಪವೊಡ್ಡಿ ಮಹಿಳೆಯರಿಂದಲೇ ಅದನ್ನು ವಿರೋಧಿಸುವ ಕುತಂತ್ರವೂ ನಡೆಯುತ್ತಿರುತ್ತದೆ. ಇದಕ್ಕೆಲ್ಲಾ ಮಹಿಳೆಯರಿಗೆ ತಮ್ಮ ಪರವಾಗಿರುವ ಶಿಕ್ಷಣದ ಅವಕಾಶವಿಲ್ಲದಿರುವುದೇ ಕಾರಣವಾಗಿದೆ. ಆದ್ದರಿಂದ ಮಹಿಳೆಯರಿಗೆ ಮೂಲಭೂತವಾಗಿ ಶಿಕ್ಷಣ ಲಭ್ಯವಾಗಬೇಕು, ಅದೂ ಸ್ತ್ರೀ ಅಸ್ಮಿತತೆ ಮೆರೆಯುವ ವಿಶಿಷ್ಟ ಶಿಕ್ಷಣ ಬೇಕು. ಹೀಗಾಗಲು ನೀತಿ ನಿರೂಪಣೆಯಲ್ಲಿ ಹೆಚ್ಚು ಮಹಿಳೆಯರು ಭಾಗವಹಿಸುವಿಕೆ, ಭಾಗವಹಿಸುವ ಮೂಲಕ ಸ್ತ್ರೀಪರ ಪಾಲಸಿಯ ಜಾರಿ ಸಾಧ್ಯ.

ಸ್ವತಂತ್ರ ನಾಡಿನಲ್ಲಿ ಮಹಿಳಾ ದಾಸ್ಯತ್ವಕ್ಕೆ ವಿಮೋಚನೆ ದೊರಕಿದೆಯೇ

ಬ್ರಿಟಿಷರು ಭಾರತಕ್ಕೆ ಆಗಸ್ಟ್ 1947ರ ಮುಂಜಾನೆ ಸೂರ್ಯೋದಯದೊಂದಿಗೆ ಸ್ವಾತಂತ್ರ ಕೊಡಬೇಕೆಂದು ನಿರ್ಧರಿಸಲಾಗಿತ್ತು. 15ರ ಮುಂಜಾನೆ ಶುಭ ಮುಹೂರ್ತವಿಲ್ಲ ಎಂಬ ಮೂಢನಂಬಿಕೆ ಕಾರಣವಾಗಿ 14ರ ನಡುರಾತ್ರಿಯಲ್ಲಿ ದೇಶಿ ಮುಖಂಡರು ರಾಜಕೀಯ ಹಸ್ತಾಂತರ ರೂಪದಲ್ಲಿ ಸ್ವಾತಂತ್ರ್ಯವನ್ನು ಪಡೆದುಕೊಂಡರು. ಜನತೆ ಗಾಢ ನಿದ್ರೆಯಲ್ಲಿ ಒರಗಿರುವಾಗ ದೇಶವೆಂಬ ದೇಶಕ್ಕೆ ಎಚ್ಚರವಿರದ ಸ್ಥಿತಿಯಲ್ಲಿ ಬ್ರಿಟಿಷ್ ಸಾಮ್ರಾಜ್ಯಶಾಹಿ ತನ್ನ ಅಧಿಕಾರವನ್ನು ಕೆಲವೊಂದು ಮುತ್ಸದಿಗಳ ಕೈಗೆ ವರ್ಗಾಯಿಸಿತು. ವೈಜ್ಞಾನಿಕವಾಗಿ ವಾರ, ತಿಥಿ, ನಕ್ಷತ್ರ, ಮುಹೂರ್ತ ಎಂಬ ಕಲ್ಪನೆಗಳಿಗೆ ಏನೇನೂ ಅರ್ಥವಿಲ್ಲವೆಂಬುದು ಸಾಬೀತಾಗಿದ್ದರೂ ಈ ನೆಲದ ಧರ್ಮದುರಂಧರರು ಅದನ್ನು ಮೀರುವ ಸ್ಥಿತಿಯಲ್ಲಿ ಇರಲಿಲ್ಲ. ಸ್ವಾತಂತ್ರ್ಯ ಹಗಲು ಸಿಕ್ಕಿತು ಅಥವಾ ನಡುರಾತ್ರಿಯಲ್ಲಿ ಸಿಕ್ಕಿತು ಎಂಬುದು ಮುಖ್ಯ ಅಲ್ಲ. ಆದರೆ ಯಾವ ಕಾರಣಕ್ಕಾಗಿ ಮೊದಲು ನಿರ್ಧರಿಸಿದ ಸಮಯ ಬದಲು ಮಾಡಲಾಯಿತು ಎಂಬುದು ಚಿಂತನಕ್ಕೆ ಕಾರಣವಾಗುತ್ತದೆ. ಪರಮಮೌಢ್ಯದ ಜಾಡಿನಲ್ಲೆ ಈ ನಾಡಿಗೆ ಸ್ವಾತಂತ್ರ್ಯ ಬಂತು ಎಂಬುದೇ ಇವತ್ತಿಗೂ ಖೇದ ಹುಟ್ಟಿಸುವ ಸಂಗತಿ.

ಎಲ್ಲಿ ಮತಿ ನಿರಂಕುಶವಾಗಿ ಯೋಚಿಸಬಲ್ಲದೊ? ಎಲ್ಲಿ ಜನತೆ ಭಯರಹಿತ ಮುಕ್ತತೆಯಲ್ಲಿ ಬದುಕಬಲ್ಲುದೊ ಅದು ಸ್ವಾತಂತ್ರ. ಇಂಥ ನಿರ್ಭಯ ಮತ್ತು ಸರ್ವತ್ರ ಸ್ವತಂತ್ರ ಜೀವನಶೈಲಿಯು ಭೂಮಿ ಮೇಲಿನ ಪ್ರತಿ ಜೀವಕಣಕ್ಕೂ ನೆಮ್ಮದಿ ಮತ್ತು ಶಾಂತಿಯನ್ನು ಒದಗಿಸಬಲ್ಲುದು. ಆದರೆ ಭಾರತ ಇಂದು ಈ ಸ್ಥಿತಿಯಲ್ಲಿದೆಯೇ ಎಂಬುದನ್ನು ನೋಡಿಕೊಂಡಾಗ ಗಲಿಬಿಲಿಗೆ ಒಳಗಾಗುತ್ತೇವೆ. ವೈಚಾರಿಕ ಮತ್ತು ವೈಜ್ಞಾನಿಕ ಪ್ರಜ್ಞೆ ಮೊಳೆಯದಿರುವ ಜನತೆಗೆ ತನ್ನ 'ಸ್ವಾತಂತ್ರ' ಎಂದರೆ ಏನು? ಎಂಬುದೇ ಸ್ಪಷ್ಟವಾಗಿ ಗೊತ್ತಿಲ್ಲದಿರುವಾಗ ದೇಶದ ಸ್ವಾತಂತ್ರ ಎನ್ನುವುದು ಅರ್ಥರಹಿತ ಎನಿಸುತ್ತದೆ. ಭಾರತೀಯರ ಬುದ್ಧಿ ಭಾವನೆಗಳು ಇವತ್ತಿಗೂ ಅಪರಂಪಾರ ದಾಸ್ಯತ್ವದಲ್ಲಿ ಹೂತು ಹೋಗಿವೆ. ಹೀಗೆಂದೇ ಪ್ರಸ್ತುತ ವ್ಯವಸ್ಥೆಯಲ್ಲಿರುವ ದೋಷ, ದೌರ್ಬಲ್ಯಗಳಿಗೆ ತಾರ್ಕಿಕ ಮತ್ತು ತಾತ್ವಿಕ ಪರಿಹಾರಗಳನ್ನು ಕಂಡುಕೊಳ್ಳದೇ ದೈವ, ಧರ್ಮ, ಪಾಪ, ಕರ್ಮವೆಂದು ಪ್ರಲಾಪಿಸುವ ಹಂತದಲ್ಲಿದ್ದೇವೆ. 'ತನ್ನತನ'ದ ಅರಿವಿರದ ಜನತೆಗೆ ದೊರೆತ ಸ್ವಾತಂತ್ರ ಎಂಬುದು ಬಿಳಿತೊಗಲಿನವರ ಕೈಯಿಂದ ಕಂದುಬಣ್ಣದ ಮನುಷ್ಯರ ಕೈಗೆ ವರ್ಗಾಯಿಸಿದ ಅಧಿಕಾರ ಮಾತ್ರ ಎಂಬಂತಾಯಿತು. ಸ್ವತಂತ್ರ ಪೂರ್ವದ ಭಾರತದಲ್ಲಿರುವ ಬಡತನ, ಅಜ್ಞಾನ, ಜಾತಿಪದ್ಧತಿ, ಅರೆ ಪಾಳೇಗಾರಿ ಕುತಂತ್ರ,

ರಾಜಕೀಯ ಸ್ವಾರ್ಥ, ಕ್ರೌರ್ಯಗಳೆಲ್ಲವೂ ಸ್ವತಂತ್ರ ನಂತರವೂ ಮುಂದುವರಿದುಕೊಂಡು ಬಂದವು. ಹೀಗಾಗಿ ಹಳೆಯ ತಲೆಮಾರಿನವರಿಗೆ ಕೇಳಿದರೆ ತಮ್ಮನ್ನು ಆಳುವವರು ಬ್ರಿಟಿಷರೋ? ದೇಶಿಯರೋ? ಯಾರಾದರೇನು ಬದುಕುವ ಮಾರ್ಗದಲ್ಲಿ ಮಾತ್ರ ಏನೇನು ವ್ಯತ್ಯಾಸವಿಲ್ಲ ಎಂಬಂತಹ ಕ್ಲೀಷೆ ನಿರ್ಮಾಣವಾಗಿದೆ. ತೀರ ಸ್ಪಷ್ಟವಾಗಿ ಹೇಳಬಹುದಾದರೆ ಬ್ರಿಟಿಷ್ ಸಾಮ್ರಾಜ್ಯಶಾಹಿ ಪತನದೊಂದಿಗೆ ಪ್ರಜಾಪ್ರಭುತ್ವವೆಂಬ ಸೋಗಿನಡಿಯಲ್ಲಿ ದೇಶೀ ಸಾಮ್ರಾಜ್ಯಶಾಹಿಯ ನಿರ್ಮಾಣವಾಯಿತು. ಸಾಮ್ರಾಜ್ಯವಾದದ ಎಲ್ಲ ಅವಲಕ್ಷಣಗಳನ್ನು ಭರಪೂರ ತುಂಬಿಕೊಂಡಿರುವ ಈ ನಾಡಿನಲ್ಲಿ ಸಾಮಾನ್ಯ ಜನತೆ ಯಾವತ್ತೂ ನಿರ್ಭಯವಾಗಿ ಮುಕ್ತರೂಪದಲ್ಲಿ ಬದುಕಲು ಸಾಧ್ಯವಾಗುತ್ತಿಲ್ಲ. ಒಟ್ಟು ಪ್ರಜೆಗಳ ಬದುಕು ಪ್ರಶ್ನಾತೀತ ದುರ್ವಸ್ಥೆಯಲ್ಲಿ ಮಡುಗಟ್ಟಿನಿಂತಿರುವಾಗ ಶತಮಾನಗಳುದ್ದಕ್ಕೂ ದ್ವಿತೀಯ ದರ್ಜೆಯ ಪ್ರಜೆಯಾಗುಳಿದಿರುವ ಮಹಿಳೆಯರ ಬದುಕನ್ನು ಕುರಿತು ಮಾತಾಡುವುದೇ ಅರ್ಥಹೀನ ಎಂಬಂತಾಗಿದೆ.

ಐದು ಸಾವಿರ ವರ್ಷಗಳುದ್ದಕ್ಕೂ ಭಾರತದಲ್ಲಿ ಮಹಿಳೆಯರು ಪ್ರಥಮ ದಲಿತರು. ಇವತ್ತಿಗೂ ಈ ಸ್ಥಿತಿ ಸುಧಾರಿಸಿದೆ ಎಂದು ಹೇಳಲು ಧೈರ್ಯ ಬರುತ್ತಿಲ್ಲ. ಏಕೆಂದರೆ ಮೊನ್ನಿನ ಸಂಸತ್ತಿನಲ್ಲಿ 33% ಮಹಿಳಾ ಮೀಸಲಾತಿ ಮಸೂದೆ ಪಾಸ್ ಆಗಲು ಸಾಧ್ಯವಾಗದಿರುವಂಥ ಸ್ಥಿತಿಯ ನಿರ್ಮಾಣವಿತ್ತಲ್ಲ ಅದು ಈ ದೇಶದ ಅರ್ಧ ಜನಸಂಖ್ಯೆಯಷ್ಟಿರುವ ಸ್ತ್ರೀಯರು ನಿದ್ದೆಗೆಡಲು ಕಾರಣವಾಗುತ್ತದೆ. ಸ್ವಾತಂತ್ರ ಎಂಬುದೇ ಆ ದೇಶದ ಎಲ್ಲ ಪ್ರಜೆಗಳ ಸಮಾನ ಬದುಕುವ ಹಕ್ಕು ಎಂದು ಪರಿಗಣಿಸಿದರೂ, ಮಹಿಳೆಯರಿಗೆ ಸಮಾನ ರಾಜಕೀಯ ಹಕ್ಕಾದರೂ ದೊರಕಿಸಲು ಸಾಧ್ಯವಾಗಿದೆಯೇ? ಎಂಬ ಪ್ರಶ್ನೆಗೆ ಪ್ರಭುತ್ವ ಉತ್ತರ ಹೇಳಿತೆ? ಸದರಿ ಮಸೂದೆ ಪಾಸ್ ಮಾಡದಿರಲು ವಿವಿಧ ರಾಜಕೀಯ ಪಕ್ಷಗಳು ನೀಡಿರುವ ಕಾರಣಗಳು ಕೂಡಾ ಅಷ್ಟೇ ಅತಾರ್ಕಿಕ ಮತ್ತು ಬಾಲಿಶವಾಗಿದ್ದವು. ಎಲ್ಲಕ್ಕಿಂತ ಹೆಚ್ಚಾಗಿ ಪ್ರಚಂಡ ಕುತಂತ್ರತನದಿಂದ ಕೂಡಿದ್ದವು ಎಂಬುದನ್ನು ಗಮನಿಸಬೇಕು. ಪುರುಷ ಮಾಡಬಹುದಾದ ಎಲ್ಲ ಎಲ್ಲ ಕೆಲಸ ಕಾರ್ಯಗಳನ್ನು ಸ್ತ್ರೀಯರು ಮಾಡಬಹುದು ಮತ್ತು ಮಾಡಿ ತೋರಿಸಿದ್ದಾರೆ. ಗಗನಯಾತ್ರೆಯಿಂದ ವಿಜ್ಞಾನಿ, ತಂತ್ರಜ್ಞಾನಿ, ಸಾಹಸಿ ಏನೆಲ್ಲ ಕ್ಷೇತ್ರಗಳಲ್ಲಿ ಅವಕಾಶ ಸಿಕ್ಕಾಗಲೆಲ್ಲ ಸ್ತ್ರೀಯರು ಅದ್ಭುತ ಸಾಧನೆ ಮಾಡಿ ತೋರಿಸಿದ್ದಾರೆ. ಜಗತಿನಾದ್ಯಂತ ಇದಕ್ಕೆ ವೆಗ್ಗಳ ಉದಾಹರಣೆಗಳಿವೆ. ಹೀಗಿರುವಾಗಲೂ ಸ್ತ್ರೀಯರನ್ನು ರಾಜಕೀಯ ಅವಕಾಶಗಳಿಂದ ದೂರವಿಡುವ ಮೂಲಕ ಅವಳ ಅಸೀಮ ಕಾರ್ಯಕೌಶಲ್ಯ ಮತ್ತು ಅಪಾರ ಪರಿಶ್ರಮಶೀಲತೆಯನ್ನು ಪೋಲು ಮಾಡಲಾಗುತ್ತಿದೆ.

ಬದಲಾಗುತ್ತಿರುವ ಸಂದರ್ಭದಲ್ಲಿ ಸಂಕೀರ್ಣ ಸಾಮಾಜಿಕ ವ್ಯವಸ್ಥೆಯಡಿಯಲ್ಲಿ ಮಹಿಳಾ ದಾಸ್ಯತ್ವದ ವಿಮೋಚನೆ ಎಂಬುದು ಹಲವಾರು ಸವಾಲುಗಳಿಗೆ ಒಡ್ಡಿಕೊಳ್ಳಬೇಕಾಗುತ್ತದೆ. ಹಿಂದೊಂದು ಕಾಲವಿತ್ತು. ನರಮಾನವರ ಬುದ್ಧಿ ಇನ್ನು ಬೆಳೆಯದಿರುವ, ನಾಗರೀಕತೆ ತನ್ನ ಕರಾಳ ಹಸ್ತವನ್ನು ಚಾಚದಿರುವ ಹೊತ್ತಿನಲ್ಲಿ ಒಂದು ಶರೀರದಿಂದ ಇನ್ನೊಂದು ಶರೀರ ಅಥವಾ ಜೀವ ಹೊರಬರುವ ಕ್ರಿಯೆಯೇ

ಅನಂತ ವಿಸ್ಮಯ ಮತ್ತು ಗಾಬರಿಗೆ ಕಾರಣವಾಗಿತ್ತು. ಇಂಥ ಕ್ರಿಯೆಯೊಂದರ ನೈಸರ್ಗಿಕ ಜವಾಬ್ದಾರಿ ಹೊತ್ತಿರುವ ಕಾರಣಕ್ಕಾಗಿಯೇ ಮಹಿಳೆ ಕುಟುಂಬದ ಮುಖ್ಯಸ್ಥಳ ಸ್ಥಾನ ಪಡೆದುಕೊಂಡಳು. ನಿಸರ್ಗದ ಸಹಜತೆ ಮತ್ತು ಸಂತಾನದ ಶ್ರೇಯೋಭಿವೃದ್ಧಿಯ ಅಂಗವಾಗಿ ರೂಪಿಸಲ್ಪಟ್ಟ ಮಾತೃಪ್ರಧಾನ ವ್ಯವಸ್ಥೆಯು ಕೆಲವು ಕಾಲದವರೆಗೆ ಅಭಾದಿತವಾಗಿ ಬೆಳೆದುಕೊಂಡು ಬಂದಿತ್ತು. ಮಾತೃಪ್ರಧಾನ ಹಂತದಲ್ಲಿ ಸ್ತ್ರೀಯರೇ ಅತ್ಯಂತ ಬಲಶಾಲಿಯಾದ ಮತ್ತು ಪರಿಶ್ರಮಪೂರ್ವಕ ಕೆಲಸಗಳನ್ನು ಪೂರೈಸುತ್ತಿದ್ದರು. ಕುಟುಂಬದ ಆರ್ಥಿಕ, ಧಾರ್ಮಿಕ, ಸಾಮಾಜಿಕ, ಸಾಂಸ್ಕೃತಿಕ, ನೈಸರ್ಗಿಕ ಎಲ್ಲ ವಿದ್ಯಮಾನಗಳಲ್ಲಿ ಸಹಜವೆಂಬಂತೆ ಸ್ತ್ರೀಯರು ಪ್ರಧಾನ ಪಾತ್ರ ವಹಿಸುತ್ತಿದ್ದರು. ಶಾರೀರಿಕವಾಗಿ, ಮಾನಸಿಕವಾಗಿ ಇಂಥದೊಂದು ಸಧೃಢ ಹಂತದಲ್ಲಿರುವ ಸ್ತ್ರೀಯರು ನೋಡು ನೋಡುವಷ್ಟರಲ್ಲಿ ಪುರುಷ ಪ್ರಧಾನ ವ್ಯವಸ್ಥೆಯ ಸ್ವಾರ್ಥಿ ಕುತಂತ್ರಕ್ಕೆ ಬಲಿಯಾಗಿ ಚಿತ್ತಾರದ ಚೆಲುವೆಯರಾಗಿ, ರಾಣಿವಾಸದ ಪೆಂಡಿರುಗಳಾಗಿ ಭೋಗದ ಬುತ್ತಿಯಾದರು.

ಸಂತಾನೋತ್ಪತ್ತಿಯಂಥ ಅದ್ಭುತ ಕ್ರಿಯಾಶಕ್ತಿಗೆ ಕಾರಣವಾದ ಕನ್ಯತ್ವವೇ ಅವಳಿಗೆ ಶಾಪವಾಗಿ ಪರಿಣಮಿಸುವಂತೆ ಮಾಡಲಾಯಿತು. ಕನ್ಯತ್ವ, ಬಸುರಿ, ಬಾಣಂತಿಯಂಥ ಅವಸ್ಥೆಗಳನ್ನೇ ಅವಳ ದೌರ್ಬಲ್ಯವೆಂದು ಬಿಂಬಿಸುತ್ತ ಮೊದಲು ಅವಳನ್ನು ಮಾನಸಿಕ ದಾಸ್ಯತ್ವಕ್ಕೆ ತಳ್ಳಲಾಯಿತು. ಈ ಮಾನಸಿಕ ದಾಸ್ಯತ್ವವೇ ಇತರ ಎಲ್ಲ ಧಾರ್ಮಿಕ, ಸಾಮಾಜಿಕ, ರಾಜಕೀಯ, ಸಾಂಸ್ಕೃತಿಕ ದಾಸ್ಯತ್ವಕ್ಕೆ ಹೊರಳಿಕೊಂಡು ಪುರುಷನ ಅಭಾದಿತ ದಬ್ಬಾಳಿಕೆಗೆ ಕಾರಣವಾಯಿತು. ಶತಮಾನದ ಶೋಷಣೆ ಎಲ್ಲೆಲ್ಲೂ ಪ್ರಶ್ನಿತವಾಗದೆ ಆಗೊಂದು, ಈಗೊಂದು ಎಂಬಂತೆ ಎತ್ತಲ್ಪಟ್ಟ ಬಂಡಾಯದ ಧ್ವನಿಗಳನ್ನು ತುಂಬಾ ಚಾಲಾಕಿನಿಂದ ದಮನಿಸಲ್ಪಟ್ಟು ಯಥಾಸ್ಥಿತಿ ಮುಂದುವರೆದುಕೊಂಡು ಬಂದಿತು. ಭೂಪದರಿನೊಳಗಿನ ತಾಕಲಾಟ, ಸಂಘರ್ಷಗಳು ಒಂದಿಲ್ಲೊಂದು ದಿನ ಕಾಲಲಬ್ಧಿಗೆ ಬಂದು ಲಾವಾರಸವಾಗಿ ಸ್ಫೋಟಗೊಳ್ಳುವಂತೆ ಆಧುನಿಕ ಕಾಲದಲ್ಲಿ ಅಸಂಖ್ಯ ದಮನಿತ, ಶೋಷಿತ ಜನಾಂಗ ಜಗತಿನಾದ್ಯಂತ ಸ್ಫೋಟಗೊಂಡಿದೆ. ಆಧುನಿಕ ಕಾಲ ಹೊಸ ಮನ್ವಂತರಕ್ಕೆ ನಾಂದಿ ಹಾಡಿದೆ. ಜಗತ್ತಿನುದ್ದಕ್ಕೂ ಹಲವಾರು ದೇಶಗಳಲ್ಲಿ ತುಳಿತಕ್ಕೊಳಗಾದ ಜನತೆ ಪ್ರಥಮ ಬಾರಿಗೆ ಎಂಬಂತೆ ತಮ್ಮ ನೋವಿಗೆ ಧ್ವನಿ ಕೊಡುವ ಮೂಲಕ ಶೋಷಕರ ವಿರುದ್ಧ ಬಂಡು ಹೂಡಿದ್ದಾರೆ. ಪ್ರತಿಫಲವಾಗಿ ಮಹಿಳಾ ಕಾರ್ಮಿಕರು ನ್ಯೂಯಾರ್ಕಿನಂಥ ಮಹಾನಗರಗಳಲ್ಲಿ ಸಂಘಟಿತರಾಗಿ ಸಮಾನ ವೇತನಕ್ಕಾಗಿ ಹೋರಾಟ ಮಾಡುವಂತಾಯಿತು. ಸಿಮೋನ್.ದ. ಬೋವಾರಂಥ ಹೋರಾಟಗಾರ್ತಿಯರ ನಿರಂತರ ಸಾಧನೆ ಮತ್ತು ಸಂಘಟಿತ ಶಕ್ತಿಯ ಕಾರಣದಿಂದಾಗಿ ಜಗತಿನಾದ್ಯಂತ ಸ್ತ್ರೀವಾದ ಎಂಬುದಕ್ಕೆ ಎಡೆ ದೊರೆತಂತಾಯಿತು.

ಪ್ರಜಾಪ್ರಭುತ್ವವಾದಿ ನೆಲೆಯುಳ್ಳ ದೇಶಗಳಲ್ಲಿ ಸ್ತ್ರೀಯರಿಗೆ ಮತದಾನ ಹಕ್ಕು ಇದೆ. ಸಂಘ–ಸಂಸ್ಥೆಯನ್ನು ಸ್ಥಾಪಿಸುವ ಹಕ್ಕು ಇದೆ. ಇಚ್ಛಿತ ಉದ್ಯೋಗವನ್ನು ಪಡೆಯಬಹುದು. ಹಲವಾರು ಕ್ಷೇತ್ರಗಳಲ್ಲೂ ಮುನ್ನುಗ್ಗಿ ಹಣ ಸಂಪಾದಿಸಬಹುದು.

ಆದರೆ ಈ ಕೆಲವು ಅವಕಾಶಗಳಿಂದಲೆ ಸ್ತ್ರೀ ದಾಸ್ಯತ್ವದ ಸಂಪೂರ್ಣ ವಿಮೋಚನೆಯಾಗಿದೆ ಎಂದು ಭಾವಿಸಲಾದಿತೆ? ಶತಮಾನಗಳಿಂದ ಅಡುಗೆ ಮನೆಯ ನಾಲ್ಕು ಗೋಡೆಯೊಳಗೆ ಬಂಧಿಸಲ್ಪಟ್ಟವಳು ಹೊರ ಜಗತ್ತಿಗೆ ದೈಹಿಕವಾಗಿ ಕಾಲಿಟ್ಟಿದ್ದಾಳೆ ಎಂಬುದೇನೋ ನಿಜ. ಆದರೆ ಮಾನಸಿಕವಾಗಿ ಅವಳು ಇಂದು ತಲುಪಿರಬಹುದಾದ ಸ್ಥಿತಿ ಮತ್ತು ಪುರುಷಸಮಾಜ ಸ್ತ್ರೀಲೋಕವನ್ನು ನೋಡುವ ದೃಷ್ಟಿ ಈ ಎರಡನ್ನು ಜಾಗತಿಕ ಮಟ್ಟದ ಬಿಕ್ಕಟ್ಟುಗಳ ಹಿನ್ನೆಲೆಯಲ್ಲಿ ಚರ್ಚಿಸುವ ಪ್ರಮೇಯಗಳು ಇಂದು ನಮ್ಮೆದಿರುಗಿವೆ. ಮೂಲಭೂತವಾಗಿ ಶ್ರೇಣಿಕೃತ ಜಮೀನ್ದಾರೀ ವ್ಯವಸ್ಥೆಯನ್ನು ಅನುಚಾನವಾಗಿ ಒಪ್ಪಿಕೊಂಡು ಬರುತ್ತಿರುವ ಭಾರತದಂಥ ರಾಷ್ಟ್ರಗಳಲ್ಲಿ 'ಸ್ತ್ರೀತ್ವ' ಎನ್ನುವುದೇ ಹಲವು ಕಾರಣಗಳಿಗಾಗಿ ಹತ್ತಿಕಲ್ಪಟ್ಟ ಅವಸ್ಥೆಯಾಗಿದೆ. ಧಾರ್ಮಿಕ ಕಂದಾಚಾರಗಳ ಗೊಂಡಾರಣ್ಯದಲ್ಲಿ ವಾಸಿಸುತ್ತಿರುವ ಈ ನೆಲದಲ್ಲಿ ಆರ್ಥಿಕ ಹಕ್ಕೊಂದೆ ಮಹಿಳೆಯರನ್ನು ದಾಸ್ಯತ್ವದಿಂದ ಬಿಡುಗಡೆ ಮಾಡಲು ಸಾಧ್ಯವಾಗುವುದಿಲ್ಲ. ದುಡಿದು ಹಣ ಸಂಪಾದಿಸಿದ ಮಾತ್ರಕ್ಕೆ ಅವಳ ಮೇಲಾಗುತ್ತಿರುವ ಶೋಷಣೆ ಸಂಪೂರ್ಣ ಇಲ್ಲವಾಗುವುದೆಂದಾಗಲಿ, ಆರ್ಥಿಕವಾಗಿ ಸಂಪೂರ್ಣ ಸ್ವಾತಂತ್ರ ದೊರಕಿದೆ ಎಂದಾಗಲಿ ಇಲ್ಲವೇ ಇಲ್ಲ. ಹಾಗೇ ನೋಡಿದರೆ ಮನೆಯಲ್ಲಿರುವ ಗೃಹಿಣಿಯರಿಗಿಂತ ಹೊರಗೆ ದುಡಿದು ಸಂಪಾದಿಸುತ್ತಿರುವ ಸ್ತ್ರೀಯರೇ ಇಂದು ಹೆಚ್ಚು ಶೋಷಣೆಗೆ, ಮಾನಸಿಕ ಗೊಂದಲಕ್ಕೆ ಬಲಿಯಾಗುತ್ತಿರುವುದನ್ನು ಗಮನಿಸಬಹುದು. ಜಾತಿವಾದಿ ವ್ಯವಸ್ಥೆಯಲ್ಲಿ ಆರ್ಥಿಕ ಸಮಸ್ಯೆ ತನ್ನಷ್ಟಕ್ಕೆ ಸ್ವತಂತ್ರ್ಯವಾಗಿರದೇ, ಅದು ಧಾರ್ಮಿಕ ಮತ್ತು ಸಾಮಾಜಿಕ, ಮನೋ ವೈಜ್ಞಾನಿಕ ಪಾತಳಿಗೂ ತಳಕು ಹಾಕಿಕೊಂಡು ತುಂಬಾ ಸಂಕೀರ್ಣವಾಗಿರುತ್ತದೆ. ಆದ್ದರಿಂದಲೇ ಇವತ್ತಿಗೂ ಭಾರತದಲ್ಲಿ ಮಹಿಳೆಯರು ಪುರುಷ ನಿರ್ಮಿತ ಮೌಲ್ಯಗಳಲ್ಲೇ ಹೆಚ್ಚು ಹೆಚ್ಚು ಸುಖಿಸುವ ಧಾವಂತಕ್ಕೆ ಒಳಗಾಗುತ್ತಿದ್ದಾರೆ. ಉಪವಾಸ, ವ್ರತ, ಮಡಿ–ಮೈಲಿಗೆ, ಹರಕೆ, ಜಪ, ತಪ ಮುಂತಾದ ಮೌಢ್ಯಗಳು ಅಕ್ಷರಸ್ಥ ಮತ್ತು ಅನಕ್ಷರಸ್ಥ ಎರಡೂ ಸಮುದಾಯಗಳಲ್ಲೂ ಸಮಾಸ ಸ್ತರದಲ್ಲಿವೆ. ಎಷ್ಟೋ ಸಲ ಪದವಿ ಪಡೆದ ಬುದ್ಧಿವಂತರೇ ಇಂಥ ಕಂದಾಚಾರಗಳತ್ತ ಹೆಚ್ಚು ವಾಲುವುದು ಇದೆ. ಇದು ದೇಶದ ಬೌದ್ಧಿಕ ದಾರಿದ್ರ್ಯ ತೋರಿಸುತ್ತದೆ.

ಈ ಬೌದ್ಧಿಕ ದಾರಿದ್ರ್ಯದ ಕಾರಣಗಳು ತುಂಬಾ ಆಳದಲ್ಲಿವೆ. ಅವುಗಳನ್ನು ಕೆದಕುವುದು ಕೂಡಾ ಆಘಾತಕಾರಿ ಎನ್ನುವಂತಾಗಿದೆ. ಶತಮಾನಗಳ ಹಿಂದಿನ ಪುರೋಹಿತಶಾಹಿ, ಜಮೀನ್ದಾರಿ ವರ್ಗ ವ್ಯವಸ್ಥೆ ಪುನರ್ ಸ್ಥಾಪಿತಗೊಳ್ಳತೊಡಗಿದೆ. ದೇಶಕ್ಕೆ ದೊರೆತ ಸ್ವಾತಂತ್ರ ಬಾಯಿ ಮಾತಿನಲ್ಲಿ ಮಾತ್ರ ಕಾಣಿಸಿಕೊಂಡು ನಿಜವಾದ ಅರ್ಥದಲ್ಲಿ ಜನತೆಯ ಬದುಕಿನಲ್ಲಿ ಅದು ಸಾಕಾರಗೊಂಡಿಲ್ಲ. ದಮನಿತ, ಶೋಷಿತ, ಅಲ್ಪ ಸಂಖ್ಯಾತ ಮತ್ತು ಸ್ತ್ರೀಯರಿಗೆ ಸಿಗುತ್ತಿರುವ ಶಿಕ್ಷಣ ತೀರ ಕಡಿಮೆ ಪ್ರಮಾಣದಲ್ಲಿದೆ. ಕನಿಷ್ಟ ಊಟ, ವಸತಿ, ಆರೋಗ್ಯದಂಥ ಸೌಲಭ್ಯಗಳನ್ನು ಎಲ್ಲರಿಗೂ ಒದಗಿಸಲು ಸಾಧ್ಯವಾಗಿಲ್ಲ. ಹೀಗಾಗಿ ಇವತ್ತಿಗೂ ಸ್ತ್ರೀಯರ ಸಾಕ್ಷರತೆ ಪ್ರಮಾಣ ಕೆಳಮಟ್ಟದಲ್ಲಿದೆ. ಕ್ರಿ.ಶ. 1951ರಲ್ಲಿ ಸ್ತ್ರೀಯರ ಸಾಕ್ಷರತೆ ಪ್ರಮಾಣ 8.86 ರಷ್ಟಿದ್ದರೆ ಕ್ರಿ.ಶ. 2002ರ ಹೊತ್ತಿಗೆ ಅದರ ಪ್ರಮಾಣ 57ರಷ್ಟು ಮಾತ್ರ ಮುಟ್ಟಲು ಸಾಧ್ಯವಾಗಿದೆ. ಅಂದರೆ

ಇವತ್ತಿಗೂ ಒಟ್ಟು ಸಂಖ್ಯೆಯಲ್ಲಿ ಅರ್ಧದಷ್ಟು ಮಹಿಳೆಯರು ಅಕ್ಷರದಿಂದ ವಂಚಿತರಾಗಿದ್ದಾರೆ. ಸಾಕ್ಷರತೆಯ ಪ್ರಮಾಣ ಗ್ರಾಮ ಮತ್ತು ನಗರಗಳ ನಡುವೆ ಗಣನೀಯ ವ್ಯತ್ಯಾಸದಲ್ಲಿದೆ. ನಗರ ಪ್ರದೇಶಗಳಲ್ಲಿ ಸ್ತ್ರೀ ಸಾಕ್ಷರತೆ ಪ್ರಮಾಣ ಶೇಕಡಾ 65.66 ರಷ್ಟಿದ್ದರೆ ಗ್ರಾಮಗಳಲ್ಲಿ ಈ ಪ್ರಮಾಣ ಶೇಕಡ 30.58 ಮಾತ್ರವಿದೆ. ಅಂದರೆ ಗ್ರಾಮಗಳಲ್ಲಿ ಪ್ರತಿಶತ 70%ರಷ್ಟು ಮಹಿಳೆಯರು ನಿರಕ್ಷರಿಗಳಾಗಿದ್ದಾರೆ. ಹೀಗಾಗಿಯೇ ಗ್ರಾಮ ಪಂಚಾಯತ ಮಂಡಲ ಪಂಚಾಯತಗಳಲ್ಲಿನ ಮಹಿಳಾ ಪ್ರತಿನಿಧಿಗಳು ಹೆಸರಿಗೆ ಮಾತ್ರ ಸದಸ್ಯೆಯರು, ಉಳಿದಂತೆ ಅವರ ಗಂಡನೊ, ಮಗನೊ, ಮಾವನೊ ಅಧಿಕಾರ ಚಲಾಯಿಸಲು ಇವತ್ತಿಗೂ ಸಾಧ್ಯವಾಗುತ್ತಿದೆ.

ಕನಿಷ್ಟ ಅಕ್ಷರ ಜ್ಞಾನ ಮತ್ತು ಸಾಮಾನ್ಯಮಟ್ಟದ ವೈಜ್ಞಾನಿಕ ತಿಳಿವಳಿಕೆ ಇಲ್ಲದಂಥ ದೇಶದಲ್ಲಿ ಬದುಕುತ್ತಿರುವ ಮಹಿಳೆಯರಿಗೆ ಕೊಡಮಾಡುವ ರಾಜಕೀಯ ಹಕ್ಕುಗಳು ನೆಪಮಾತ್ರವಾಗುತ್ತವೆ. ಇವತ್ತಿಗೂ ಮತದಾನ ಸಂದರ್ಭದಲ್ಲಿ ಮನೆಯ ಪುರುಷ ಯಜಮಾನನ ಇಚ್ಛೆಯನುಸಾರವಾಗಿಯೇ ಓಟು ಹಾಕಲಾಗುತ್ತದೆ. ಚುನಾಯಿತರಾದ ಸ್ತ್ರೀಯರಿಗಂತೂ ತಮ್ಮ ಅಧಿಕಾರ ಚಲಾವಣೆಯ ಬಗ್ಗೆ ಸಾಮಾನ್ಯ ಪರಿಕಲ್ಪನೆಯೂ ಮೂಡಿರುವುದಿಲ್ಲ. ಆದ್ದರಿಂದಲೇ ಶೇಕಡ 33 ಮಹಿಳಾ ಮೀಸಲಾತಿ ಮಸೂದೆಗಳು ಹಿಂದುಳಿದ ಮತ್ತು ಸ್ತ್ರೀ ಸಮುದಾಯದವರಿಂದಲೆ ವಿರೋಧಿಸಲ್ಪಡುವಂಥ ನಾಟಕಕ್ಕೆ ಒಳಗಾಗುತ್ತವೆ. ಸಮಾನ ರಾಜಕೀಯ ಹಕ್ಕು ಎಂಬುದು ತುಟಿಯಂಚಿನ ಅನುಕಂಪವಾಗಿ ಉಳಿಯುತ್ತದೆ. ಹಾಗೇ ನೋಡಿದರೆ ಭಾರತದಲ್ಲಿ ಇಂದು ನಿಜವಾದ ಪ್ರಜಾಪ್ರಭುತ್ವ ಅನುಸರಿಸಲು ಸಾಧ್ಯವಾಗಿದೆಯೇ ಎಂದು ಆತ್ಮ ವಿಮರ್ಶೆ ಮಾಡಿಕೊಳ್ಳಬೇಕಾದ ಅವಶ್ಯಕತೆ ಇದೆ.

ಈ ಎಲ್ಲ ನಮ್ಮದೆ ಅವಾಂತರಗಳ ಮಧ್ಯೆ ಜಾಗತೀಕರಣವೆಂಬ ಪೆಡಂಭೂತ ಇನ್ನಿಲ್ಲದಂತೆ ಆವರಿಸಿಕೊಳ್ಳುತ್ತಿದೆ. ವಿಶ್ವಮಾರುಕಟ್ಟೆಯ ಮುಕ್ತ ವ್ಯಾಪಾರಿ ವ್ಯವಸ್ಥೆಯಲ್ಲಿ ಭಾರತದಂಥ ಬಡರಾಷ್ಟ್ರಗಳು ಬಂಡವಳಿಗನಿಗೆ ಅನಾಯಸವಾಗಿ ಒದಗಿ ಬರುವ ಸರಕಾಗುತ್ತವೆ. ವಿಶ್ವಬ್ಯಾಂಕು ಕೊಡ ಮಾಡುವ ಅಪರಿಮಿತ ಸಾಲಕ್ಕೆ ಈ ದೇಶದ ನೆಲ, ಜಲ, ಗಾಳಿ, ಮಣ್ಣು, ಮನುಷ್ಯರೆಲ್ಲ ಒತ್ತೆ ಇಡಲ್ಪಡುತ್ತಾರೆ. ದಿನ ಬೆಳಗಾದರೆ ದೇಶದುದ್ದಕ್ಕೂ ಕಾಣಿಸಿಕೊಳ್ಳುತ್ತಿರುವ ಖಾಸಗೀಕರಣವು ವಿದ್ಯುತ್, ಸಾರಿಗೆ, ಬ್ಯಾಂಕು, ವಿಮೆ, ಔದ್ಯೋಗಿಕ ಕಂಪನಿ ಎಲ್ಲ ಎಲ್ಲ ಕ್ಷೇತ್ರಗಳಲ್ಲಿ ವ್ಯಾಪಿಸಿಕೊಳ್ಳುತ್ತಿರುವುದನ್ನು ಗಮನಿಸಿದರೆ ಈ ಮಾತು ಮನವರಿಕೆಯಾಗುತ್ತದೆ.

ಹಿಂದೊಮ್ಮೆ ಮಹಾಭಾರತ ಪ್ರಸಂಗದಲ್ಲಿ ಜೂಜುಕೋರ ಧರ್ಮರಾಯ ಪಗಡೆಯಾಟದಲ್ಲಿ ಮೊದಲು ತನ್ನ ಸಂಪತ್ತು ಅನಂತರ ರಾಜ್ಯಕೋಶ, ಕೊನೆಗೆ ರಾಜ್ಯ ಎಲ್ಲವನ್ನು ಪಣಕಿಟ್ಟು ಸೋಲುತ್ತಾನೆ. ಈ ಎಲ್ಲವುಗಳು ದಿವಾಳಿಯಾದ ನಂತರ ತೀರ ಕೊನೆಗೆ ಪಣಕ್ಕೆ ಹಚ್ಚಲು ಏನೂ ಉಳಿದಿಲ್ಲದಿರುವಾಗ ರಾಜ್ಯನೀತಿಗೆ ಅನುಸಾರವಾಗಿ ಮಾಡಿಕೊಂಡ ಹೆಂಡತಿಯನ್ನೇ ಪಣಕ್ಕಿಟ್ಟು ಅಲ್ಲಿಗೆ ಧರ್ಮಧುರಂದರತೆಯನ್ನು ಪರಾಕಾಷ್ಟೆಗೆ ಮುಟ್ಟಿಸುತ್ತಾನೆ. ಪ್ರಾಯಶಃ

ವಿಶ್ವಮಾರುಕಟ್ಟೆಯಲ್ಲಿ ಭಾರತ ತನ್ನದೆಲ್ಲವನ್ನು ಒತ್ತೆ ಇಡುವಾಗ ಮತ್ತೆ ಇತಿಹಾಸ ಮರುಕಳುಸುತ್ತದೆ. ವ್ಯತ್ಯಾಸವಿಷ್ಟೇ ಅಂದು ಧರ್ಮರಾಯ ತನ್ನ ಕುಲನಾರಿಯನ್ನು ಕೊನೆಗೆ ಪಣಕ್ಕೆ ಹಚ್ಚಿದರೆ ಇಂದಿನ ನಮ್ಮವರು ಭಾರತೀಯ ಸ್ತ್ರೀಯರನ್ನೇ ಮೊದಲು ಬಂಡವಾಳವಾಗಿ ದಾಳಕ್ಕೆ ಹಚ್ಚುತ್ತಿದ್ದಾರೆ. ದಿನದಿನಕ್ಕೂ ಹೆಚ್ಚಾಗುತ್ತಿರುವ ಮಲ್ಟಿ ನ್ಯಾಷನಲ್ ಕಂಪನಿಯ ಜಾಹಿರಾತುಗಳು, ಗ್ಲಾಮರಸ್ ಲೋಕದ ಹತ್ತಾರು ಸಾಧ್ಯತೆಗಳು ಮಹಿಳೆಯ ಇಂಚು ಇಂಚನ್ನು ಮಾರಾಟಕ್ಕೆ ಇಡುತ್ತಿವೆ. ಮಾಡೆಲಿಂಗ್, ಸೇಲ್ಸ್‌ಗರ್ಲ್ಸ್, ಕಾಲ್‌ಗರ್ಲ್ಸ್, ಹೋಟೆಲ್ಲುಗಳ ಸ್ವಾಗತಿಕಾರಣಿಯರು, ಸಿನಿಮಾ, ಟಿ.ವಿ. ಮಾಧ್ಯಮಗಳ ವೆಗ್ಗಳ ಅವಕಾಶಗಳು ಹಳೇಕಾಲದ ದೇವದಾಸಿ ಪದ್ಧತಿಗಿಂತಲೂ ಕ್ರೂರವಾಗಿವೆ. ಈ ಎಲ್ಲ ದಂಧೆಗಳು ಸ್ತ್ರೀಯರಿಗೆ ಆರ್ಥಿಕ ಸ್ವಾಯತ್ತತೆಯನ್ನು ಒದಗಿಸುವ ನಾಟಕವಾಡುತ್ತಲೆ ಅವರನ್ನು ಆತ್ಮಗ್ಲಾನಿಯತ್ತ ನೂಕುತ್ತಿವೆ. ವಿಶ್ವದ ಮಾರುಕಟ್ಟೆಗೆ ತೀರ ಪ್ರಾಂಪ್ಟ ಮತ್ತು ಅಗ್ಗದ ಬಂಡವಾಳವೆಂದರೆ ಸ್ತ್ರೀಯರ ಅಂಗೋಪಾಂಗಗಳು ಮಾತ್ರ.

ಮಿಸ್‌ವರ್ಲ್ಡ್ ಮತ್ತು ಮಿಸ್ ಯೂನಿವರ್ಸಲ್‌ನಂಥ ಆಮಿಷಗಳು ಭಾರತೀಯ ಯುವತಿಯರನ್ನು ಏನೇನೂ ಕ್ರಿಯಾತ್ಮಕವೆನಿಸಿದ ಅಪ್ಪಟ ದೇಹ ಪ್ರದರ್ಶನದಂಥ ಆಮಿಷಗಳಿಗೆ ಒಡ್ಡುತ್ತಿವೆ. ಜಾಗತಿಕ ಮಾರುಕಟ್ಟೆಯ ಇಂಥ ಪಿಡುಗು ಒಂದೆಡೆಯಾದರೆ ಇನ್ನೊಂದೆಡೆ ಗ್ರಾಮಗಳಲ್ಲಿನ ಒಕ್ಕಲುತನ ದಿವಾಳಿ ಎದ್ದಿದೆ. ಯಂತ್ರಗಳು ಎಲ್ಲೆಂದರಲ್ಲಿ ನುಸುಳಿಕೊಂಡು ಕೂಲಿಯ ಅವಕಾಶ ಕುಗ್ಗಿಸುತ್ತಿವೆ. ಯುವಕರಿಗೆ ಕೆಲಸವಿಲ್ಲ. ಖಾಸಗೀಕರಣದಿಂದಾಗಿ ಶಿಕ್ಷಣ, ಆರೋಗ್ಯ, ಸಂಚಾರಿಯಂಥ ಸೌಲಭ್ಯಗಳು ಸಂಪೂರ್ಣ ದುಬಾರಿಯಾಗಿ ಸಾಮಾನ್ಯ ಜನತೆ ಅವುಗಳಿಂದ ಶಾಶ್ವತವಾಗಿ ದೂರ ಸರಿಸಲ್ಪಡುತ್ತಿದ್ದಾರೆ. ವಿಶ್ವಬ್ಯಾಂಕಿನ ಧಣಿಯ ಯೋಜನೆಗನುಸಾರವಾಗಿ ಎಲ್ಲ ವಿಧದ ಸಬ್ಸಿಡಿಗಳು ನಿಂತು ಹೋಗಿವೆ. ಇವುಗಳಿಂದಾಗಿ ಹಳ್ಳಿಗಳಲ್ಲಿನ ಪುರುಷರಲ್ಲಿ ಹಿಂದೆಂದಿಗಿಂತಲೂ ತೀವ್ರವಾಗಿ ಅನ್ಯಮನಸ್ಕತೆ ಕಾಣಿಸಿಕೊಂಡು ದುರ್ವ್ಯಸನ, ದುಶ್ಚಟಗಳು ತಾಂಡವವಾಡುತ್ತಿವೆ. ಇದರ ಪರಿಣಾಮ ನೇರವಾಗಿ ಮಕ್ಕಳು ಮತ್ತು ಸ್ತ್ರೀಯರ ಮೇಲಾಗುತ್ತಿದೆ. ಗೇಣುದ್ದ ಹೊಟ್ಟೆ ತುಂಬಿಸಿಕೊಳ್ಳಲು ಗ್ರಾಮಗಳ ಅನಕ್ಷರಸ್ತ ಸ್ತ್ರೀಯರು ಮಾರುದ್ದ ಮೈ ಮಾರಿಕೊಳ್ಳುವ ಅನಿವಾರ್ಯತೆಗೆ ಪಕ್ಕಾಗುತ್ತಿದ್ದಾರೆ. ಮೊನ್ನೆ ಮೊನ್ನೆ ಪೇಪರಿನಲ್ಲಿ ಪ್ರಕಟವಾದ ಮುಂಬೈ ಮಹಾಶಹರದ ಕತ್ತಲು ತುಂಬಿದ ಗಲ್ಲಿಗಳಲ್ಲಿ ವೇಶ್ಯಾವಾಟಿಕೆ ನಡೆಸುತ್ತಿರುವ 37 ಹದಿ ಹರೆಯದ ಕನ್ನಡ ತರುಣಿಯರನ್ನು ಪೊಲೀಸರು ರಾಯಚೂರ ನಗರಕ್ಕೆ ಕರೆ ತಂದಿರುವ ಪ್ರಸಂಗವನ್ನು ಇಲ್ಲಿ ನೆನಪಿಸಿಕೊಳ್ಳಬಹುದು.

ಗ್ರಾಮಗಳಲ್ಲಿನ ದಲಿತ ಮತ್ತು ಬಡ ಸ್ತ್ರೀಯರು ಇವತ್ತಿಗೂ ಯಾವುದೇ ವಿಧದಲ್ಲಿ ದಾಸ್ಯ ಮುಕ್ತವಾಗಿಲ್ಲ. ತಮ್ಮ ಗಂಡಸರ ಅಸಹಾಯಕತೆ ಮತ್ತು ಚಟಗಳ ಕಾರಣವಾಗಿ ಬಡತನ ಮತ್ತು ಅಪರಿಹಾರ್ಯ ಸಮಸ್ಯೆಗಳ ಸುಳಿಯಲ್ಲಿ ನುಜ್ಜು ಗುಜ್ಜಾಗಿದ್ದಾರೆ. ನಗರದ ಮಧ್ಯಮ ವರ್ಗದ ಸ್ತ್ರೀಯರು ಆರ್ಥಿಕವಾಗಿ ಸ್ವತಂತ್ರರಾದಂತೆ ಕಂಡರೂ ಅದು ಸತ್ಯ ಸಂಗತಿಯಲ್ಲ. ಅವರು ದುಡಿತದ ಹೆಸರಿನಲ್ಲಿ ಇಮ್ಮಡಿ ಶೋಷಣೆಗೆ ಬಲಿಯಾಗಿ ತಮ್ಮದೆ ಕಂದಾಚಾರ ಮತ್ತು ಮಾನಸಿಕ ದ್ವಂದ್ವಗಳ ಹಳವಂಡಗಳಲ್ಲಿ ಹೂತು ಹೋಗಿದ್ದಾರೆ. ಇನ್ನು ತೀರ ಮೇಲ್ಜಾತಿಯ ಶ್ರೀಮಂತ ವರ್ಗದ ಸ್ತ್ರೀಯರು

ಗ್ಲಾಮರಸ್ ಲೋಕದ ಸರಕುಗಳಾಗಿ ಪುರುಷಶಾಹಿಯ ವಿಕಾರ ವಿಕೃತಿಗಳಿಗೆ ಬಲಿಯಾಗುತ್ತಿದ್ದಾರೆ. ಈ ನಡುವೆ ಭ್ರಷ್ಟ ರಾಜಕಾರಣದ ಉದ್ದೇಶಿತ ಸೃಷ್ಟಿಯಾದ ಕೋಮುದಳ್ಳುರಿ ದೇಶದ ಮೂಲೆ ಮೂಲೆಗೂ ಹಬ್ಬಿಕೊಂಡು ಗುಂಪು ಗಲಭೆಗಳಲ್ಲಿ ಸಾರ್ವಜನಿಕ ಅತ್ಯಾಚಾರಗಳು ಎಗ್ಗಿಲ್ಲದಂತೆ ನಡೆಯುತ್ತಿವೆ. ಹೆಚ್ಚುತ್ತಿರುವ ಧಾರ್ಮಿಕ ದಂಗೆಗಳಿಂದಾಗಿ ಸ್ತ್ರೀಯರು ಮತ್ತೆ ಮನೆ ಬಿಟ್ಟು ಹೊರಬರಲು ಹೆದರುವಂತಹ ವಾತಾವರಣ ನಿರ್ಮಾಣವಾಗುತ್ತಿದೆ. ಅಕ್ಕಪಕ್ಕದ ಮನೆಯ ಸ್ತ್ರೀಯರು ಪರಸ್ಪರ ಗುಮಾನಿಯಿಂದ ನೋಡಿಕೊಳ್ಳುವಂತಾಗಿದೆ. ಈ ಎಲ್ಲವುಗಳು ಸ್ತ್ರೀಯರ ಪ್ರಜ್ಞೆಯನ್ನು ಎಂದಿಗಿಂತಲೂ ತೀವ್ರವಾಗಿ ಘಾಸಿಗೊಳಿಸುತ್ತಿವೆ.

ಧರ್ಮವೆಂಬ ಕೂರಲಗು

ಚಿತ್ರನಟಿ ಜಯಮಾಲಾ ಶಬರಿಮಲೈ ಅಯ್ಯಪ್ಪ ಸ್ವಾಮಿ ದೇವಸ್ಥಾನವನ್ನು ಪ್ರವೇಶಿಸಿದ್ದೇನೆಂದು ಹೇಳಿಕೆ ಇತ್ತಾಗ ಅಲ್ಲಿನ ಪುರೋಹಿತರು ಕೆಂಡಮಂಡಲವಾಗುತ್ತಾರೆ. ಅವಳನ್ನು ಶಿಕ್ಷಿಸಬೇಕೆಂದೂ, ದೇವಾಲಯ ಅಪವಿತ್ರವಾಯಿತೆಂದೂ ಬೊಬ್ಬೆ ಹಾಕುತ್ತಾರೆ. ಇನ್ನೊಂದೆಡೆ ಯಶಸ್ವಿ ಟೆನ್ನಿಸ್ ಆಟಗಾರ್ತಿ ಸಾನಿಯಾ ಮಿರ್ಜಾಳು ಆಟವಾಡುವಾಗಲೂ ತುಂಡು ಸ್ಕರ್ಟ್ ಹಾಕಬಾರದು. ಸ್ತ್ರೀಯರು ಮೈ ಕಾಣಿಸುವಂತೆ ಬಟ್ಟೆ ಧರಿಸುವುದು ಇಸ್ಲಾಂಗೆ ವಿರುದ್ಧ ಎಂದು ಮೌಲ್ವಿಗಳು ಫತ್ವಾ ಹೊರಡಿಸುತ್ತಾರೆ. ಮಗದೊಂದೆಡೆ ಖುಷ್ಬೂರಂಥ ನಟಿಯರು ಸಾಂದರ್ಭಿಕವಾಗಿ ಮಾತನಾಡುವಾಗ ಹೇಳಿರುವ ವಿವಾಹಪೂರ್ವ ಲೈಂಗಿಕ ಸಂಬಂಧಗಳ ಕುರಿತು ಹಿಂದುತ್ವವಾದಿಗಳು ಸಂಸ್ಕೃತಿಯ ವಿನಾಶವೆಂದು ಅರಚಾಡುತ್ತಾರೆ. ಇನ್ನೊಂದೆಡೆ ಮುಸ್ಲಿಂ ಮಹಿಳೆಯರು ರಾಜಕಾರಣದಲ್ಲಿ ಅಥವಾ ಸಾರ್ವಜನಿಕ ರಂಗದಲ್ಲಿ ಪ್ರವೇಶಿಸುವುದು ನಿಷಿದ್ಧವೆಂದು ಫರಮಾನು ನೀಡುತ್ತಾರೆ. ಉತ್ತರದ ಕೆಲವು ರಾಜ್ಯಗಳಲ್ಲಿ ಇವತ್ತಿಗೂ ಆಗಾಗ ಸತಿ ಪದ್ಧತಿಯ ಆಚರಣೆಗಳು ಖುಲ್ಲಂಖುಲ್ಲಾ ನಡೆಸಿಕೊಂಡು ಬರಲಾಗುತ್ತದೆ. ಕೆಲವು ಸಾಂಪ್ರದಾಯಿಕ ಶಿಕ್ಷಣ ಸಂಸ್ಥೆಗಳಲ್ಲಿ ವಿದ್ಯಾರ್ಥಿನಿಯರು ಸೀರೆ ಮತ್ತು ಚೂಡಿದಾರವನ್ನಲ್ಲದೆ ಉಳಿದ ಡ್ರೆಸ್‌ಗಳನ್ನು ಧರಿಸಬಾರದೆಂದು ನಿಯಮಾವಳಿ ರೂಪಿಸಲಾಗುತ್ತದೆ. ಇಂಥ ಇನ್ನು ಹತ್ತಾರು ವಿಧಿ ನಿಷೇಧಗಳು ಇವತ್ತಿಗೂ ಎಗ್ಗಿಲ್ಲದೆ ನಡೆದುಕೊಂಡು ಬರುತ್ತಿವೆ ಎಂಬ ಸಂಗತಿಯು ಪ್ರಜ್ಞಾವಂತರನ್ನು ತಲೆತಗ್ಗಿಸುವಂತೆ ಮಾಡುತ್ತವೆ. ಇವು ರೋಗಗ್ರಸ್ಥ ಮನಸ್ಸಿನ ನಡಾವಳಿಕೆಗಳೇ ಹೊರತು ಮತ್ತೇನೂ ಅಲ್ಲ,

ಆಧುನಿಕೋತ್ತರ ಸಂದಿಗ್ಧ ಸ್ಥಿತಿಯಲ್ಲಿ ಮಹಿಳಾ ಲೋಕ ಒಂದೆಡೆ ಅಡುಗೆ ಮನೆ, ಬಾಣಂತಿ ಕೋಣೆ ಬಿಟ್ಟು ಹೊರಗೆ ಕಾಲಿಟ್ಟಿದ್ದಾಳೆ ಎನ್ನುತ್ತಿರುವಾಗಲೇ ಹೊಸ ಬಗೆಯ ಕ್ರೌರ್ಯ ಮತ್ತು ಹಿಂಸೆಗೆ ತುತ್ತಾಗುತ್ತಿದ್ದಾಳೆ. ಖಂಡಿತ ಈ ಹೊತ್ತು ಶತಮಾನಗಳ ಹಿಂದಿನಂಥ ದಬ್ಬಾಳಿಕೆ, ಶೋಷಣೆ ಇರಲಿಕ್ಕಿಲ್ಲ. ಆದರೆ ಬದಲಾದ ಸಂದರ್ಭದ ವಿದ್ಯಮಾನಗಳಿಗೆ ಅನುಸರಿಸಿ ಶೋಷಣೆಯ ಸ್ವರೂಪ ಮತ್ತು ವ್ಯಾಪ್ತಿಯಲ್ಲಿ ಬದಲಾವಣೆಯಾಗಿದೆ ಎಂಬುದನ್ನು ಅರ್ಥ ಮಾಡಿಕೊಳ್ಳಬೇಕಿದೆ.

ಮಹಿಳೆಯರ ಸ್ಥಿತಿಗತಿಯಲ್ಲಿ ಸ್ಥಾನಪಲ್ಲಟಗಳು ಕಣ್ಣಿಗೆ ಕಾಣಿಸುವಷ್ಟು ನಿಖರವಾಗಿ ಕಾಣಿಸಿಕೊಂಡಿವೆ. ಸಾರ್ವಜನಿಕವಾದ ಎಲ್ಲ ಕ್ಷೇತ್ರಗಳಲ್ಲಿ, ಔದ್ಯಮಿಕ ರಂಗದಲ್ಲಿ, ಗೋಡೆಗಳಾಚೆಗಿನ ವರ್ತುಲಗಳಲ್ಲಿ ಇಂದು ಮಹಿಳೆಯರು ಢಾಳವಾಗಿಯೇ ಕಾಣಿಸಿಕೊಳ್ಳುತ್ತಿದ್ದಾರೆ. ಸಂಕೀರ್ಣ ವ್ಯಾಪಾರಿ ಜಗತ್ತಿಗೆ ಇಂದು ಮಹಿಳೆಯರ ಕೌಶಲ್ಯ ಮತ್ತು ಕಾರ್ಯಕ್ಷಮತೆಯು ಅನಿವಾರ್ಯ ಬೇಡಿಕೆಯಾಗಿದೆ. ಹೀಗೆಂದೇ ಅವಳು ಇಂದು ಪುರುಷರು ನಿರ್ವಹಿಸಬಹುದಾದ ಎಲ್ಲ ಕೆಲಸ ಕಾರ್ಯಗಳಲ್ಲಿ

ತೊಡಗಿಸಿಕೊಳ್ಳುತ್ತಿದ್ದಾಳೆ. ಆಧುನಿಕ ಬದುಕಿನ ಒತ್ತಡಗಳು, ಬದಲಾದ ಜೀವನ ಶೈಲಿ, ವ್ಯಾಪಾರಿಲೋಕ ಹುಟ್ಟಿಸುತ್ತಿರುವ ಅಗಣಿತ ಭೌತಿಕ ದಾಹಗಳು ಇವೆಲ್ಲವೂ ಇಂದು ಮಹಿಳೆಯರನ್ನು ಆರ್ಥಿಕ ವಹಿವಾಟಿನ ಲೋಕಕ್ಕೆ ಎಳೆದು ತರುತ್ತಿವೆ. ಹಣದ ರೂಪದಲ್ಲಿ ಅಥವಾ ಇನ್ನಿತರ ಯಾವುದೇ ಸಂಪತ್ತಿನ ವಹಿವಾಟದಲ್ಲಿ ಮಹಿಳೆ ತೊಡಗಿಸಿಕೊಳ್ಳದೇ ಇರಲು ಇಂದು ಸಾಧ್ಯವಿಲ್ಲ. ಅರ್ಥಾತ್ ಮನೆಯ ಒಳಗಿನ ಪರಂಪರಾಗತ ದುಡಿಮೆ ಮತ್ತು ಮನೆಯ ಹೊರಗಿನ ದುಡಿಮೆಯಲ್ಲಿ ಮಹಿಳೆಯರ ಪಾಲುದಾರಿಕೆಯಲ್ಲಿ ಇಂದು ಗಣನೀಯ ಪ್ರಮಾಣದಲ್ಲಿ ಹೆಚ್ಚಳವಾಗಿದೆ. ಹೆಚ್ಚಳವಾಗಿರುವ ಈ ದುಡಿಮೆಯ ಮೌಲ್ಯವನ್ನು ಪರಿಗಣಿಸಿಯೇ ವರ್ತಮಾನದ ಸಮಾಜವು ಮಹಿಳೆಯರ ಬದುಕಿನಲ್ಲಿ ಬದಲಾವಣೆಯಾಗಿದೆ. ಅವರು ಶೋಷಣಾ ವ್ಯವಸ್ಥೆಯಿಂದ ವಿಮೋಚನೆಗೊಂಡಿದ್ದಾರೆ ಎಂದು ಭಾವಿಸುತ್ತಿದೆ. ಬಂಡವಾಳಶಾಹಿ ಪರ ಅಭಿವೃದ್ಧಿ ಸೂಚ್ಯಾಂಕವೂ ಇಂಥ ಮಾನದಂಡಗಳ ಕಣ್ಣೋಟದಿಂದಲೇ ಮಹಿಳಾ ಬದುಕಿನ ಬಗೆಗೆ ಷರಾ ಬರೆಯುತ್ತದೆ.

ಆದರೆ ವಾಸ್ತವಿಕ ಬದುಕು ಬೇರೆಯೇ ಇದೆ. ಹಿಂದೆಂದಿಗಿಂತಲೂ ಆಧುನಿಕ ಸಮಾಜವು ಮಹಿಳೆಯರ ಬಗೆಗೆ ಹೆಚ್ಚು ಮಡಿವಂತಿಕೆಯನ್ನು ಅನುಸರಿಸುತ್ತಿದೆ. ಒಂದು ಕಡೆ ಆಧುನಿಕ ಸ್ತ್ರೀವಾದಿ ಮನೋಭಾವವನ್ನು ಹೆಚ್ಚು ವ್ಯಾಪಕಗೊಳಿಸಬೇಕೆಂದು ಪ್ರಯತ್ನ ನಡೆದಿರುವಾಗಲೇ ಇನ್ನೊಂದೆಡೆ ಸಂಸ್ಕೃತಿ ರಕ್ಷಣೆಯ ನೆಪದಲ್ಲಿ ಮಹಿಳೆಯರ ಮೇಲಿನ ಧಾರ್ಮಿಕ ದಿಗ್ಬಂಧನಗಳು ಹೆಚ್ಚುತ್ತಿವೆ. ಸಾಮ್ರಾಜ್ಯಶಾಹಿ ರಣನೀತಿಯ ಪರಿಣಾಮವಾಗಿ ಹುಟ್ಟಿಕೊಂಡಿರುವ ಭಯೋತ್ಪಾದನೆ ಹಾಗೂ ಬಂಡವಾಳಶಾಹಿ ಕುತಂತ್ರದ ಒಳತೋಟಿಯ ಪರಿಣಾಮವಾಗಿ ಹುಟ್ಟಿಕೊಂಡಿರುವ ಕೋಮುವಾದ, ಮೂಲಭೂತವಾದಗಳು ಮಹಿಳೆಯರನ್ನು ತಮ್ಮ ಪ್ರಯೋಗ ಪಶುಗಳನ್ನಾಗಿ ಮಾಡಿಕೊಳ್ಳುತ್ತಿವೆ. ಒಂದೆಡೆ ಜಾಗತಿಕ ಮಟ್ಟದಲ್ಲಿ ಮುಸ್ಲಿಂ ಭಯೋತ್ಪಾದಕ ಚಟುವಟಿಕೆಗಳು ಹೆಚ್ಚಾಗುತ್ತಿರುವಂತೆ ಅದೇ ಕೋಮಿನ ಮಹಿಳೆಯರ ಮೇಲಿನ ದಿಗ್ಬಂಧನಗಳು ಬರ್ಬರಿಕವಾಗಿ ಹೆಚ್ಚುತ್ತವೆ. ಅಂತೆಯೇ ಕೋಮುವಾದಿ ಶಕ್ತಿಗಳು ಬಲಿಷ್ಠಗೊಂಡಂತೆ ಭಾರತದಲ್ಲಿ ಸಂಸ್ಕೃತಿ ಉಳಿಸುವಿಕೆಯ ಅಮಲಿನಲ್ಲಿ ಮಹಿಳೆಯರ ಮೇಲೆ ಧಾರ್ಮಿಕ ಮಡಿವಂತಿಕೆಗಳು ಹೆಚ್ಚಾಗುತ್ತವೆ.

ಮತಾಂಧತೆಯು ಸೃಷ್ಟಿಸುವ ಧರ್ಮಗಳ ಪೈಪೋಟಿಯು ಆಯಾ ಮತಧರ್ಮದ ಮಹಿಳೆಯರನ್ನು ನುಂಗಿ ನೊಣೆಯುತ್ತದೆ. ಧಾರ್ಮಿಕ ಕಂದಾಚಾರಗಳಿಗೆ ಮೊದಲು ಬಲಿಪಶುವಾಗುವ ಮಹಿಳಾ ಲೋಕವು ಅದನ್ನು ತನ್ನ ಪರಮ ಸೌಭಾಗ್ಯವೆಂದು ತಿಳಿದುಕೊಳ್ಳುತ್ತಿರುವುದು ವರ್ತಮಾನದ ವಿಪರ್ಯಾಸವಾಗಿದೆ. ಹೈಟೆಕ್ ಯುಗದಲ್ಲಿಯೂ ಹೆಚ್ಚುತ್ತಿರುವ ಹೈಟೆಕ್ ಲಕ್ಷ್ಮೀಪೂಜೆ, ತರಹೆವಾರಿ 'ವ್ರತಗಳು', ಯೋಗ ತರಬೇತಿ ನೆಪದ ಧಾರ್ಮಿಕ ಕಟ್ಟಳೆಗಳು. ನಾಯಿಕೊಡೆಯಂತೆ ಹೆಚ್ಚುತ್ತಿರುವ ಹೈಟೆಕ್ ಬಾಬಾಗಳು, ಮಲ್ಟಿ ನ್ಯಾಷನಲ್ ಸ್ವಾಮೀಜಿಗಳು. ಅಂಥವರ ಸುತ್ತಲೂ ಮುತ್ತಿಕೊಳ್ಳುತ್ತಿರುವ ಸುಶಿಕ್ಷಿತ ಮಹಿಳಾಮಣಿಯರು. ಧರ್ಮ ದೇವರು ನಂಬಿಕೆಯನ್ನು ಬಂಡವಾಳ ಮಾಡಿಕೊಂಡಿರುವ ಮಾಧ್ಯಮಗಳು, ಅವುಗಳಲ್ಲಿ ಪ್ರಸಾರವಾಗುವ ಕಂದಾಚಾರ, ಮೌಢ್ಯಗಳು ಇವೆಲ್ಲವೂ

ಆಸ್ತಿಕ ಮನೋಭಾವದ ವ್ಯಭಿಚಾರವಾಗಿಯೇ ಕಾಣಿಸಿಕೊಳ್ಳುತ್ತಿವೆ. ಹಾಗೇ ನೋಡಿದರೆ ದೇವರು ಮತ್ತು ಧರ್ಮ ಇವೆರಡೂ ಎಂದಿಗೂ ಶುದ್ಧ ಸಾತ್ವಿಕ ನಂಬಿಕೆಯ ನೆಲೆಯಾಗಿ ಮೂರ್ತಗೊಂಡಿದ್ದು ತುಂಬಾ ಕಡಿಮೆ. ಆದರೆ ಅವು ವಿವೇಚನಾರಹಿತ ಅಮಲಾಗಿಯೋ, ಲೋಕಾತೀತ ಉನ್ಮಾದವಾಗಿಯೋ, ಅವಾಸ್ತವಿಕ ಕನವರಿಕೆಗಳಾಗಿಯೋ ಇದಿರಾದದ್ದೆ ಹೆಚ್ಚು. ಎಲ್ಲ ಮತಧರ್ಮಗಳು ಶುದ್ಧ ಆದರ್ಶವನ್ನು ಪ್ರತಿಪಾದಿಸುತ್ತವೆ ಹೊರತು ಸಮಾನತೆ ಕುರಿತು ಒತ್ತು ನೀಡುವುದೇ ಇಲ್ಲ. ಅವು ಆತ್ಮ–ಪರಮಾತ್ಮ, ಜೀವ–ಜಗತ್ತು–ಈಶ್ವರ; ಸಾಕಾರ–ನಿರಾಕಾರಗಳ ಬಗೆಗೆ ತಲೆ ಕೆಡಿಸಿಕೊಂಡಷ್ಟು ಭೂಮಿಯ ಮೇಲಿನ ಮನುಷ್ಯ ಬದುಕಿನ ಬಗೆಗೆ ವಿಚಾರಿಸಲೇ ಇಲ್ಲ. ಹೀಗೆಂದೇ ಸನಾತನ ವೈದಿಕ ಧರ್ಮಶಾಸ್ತ್ರದಲ್ಲಿರುವ ಸ್ತ್ರೀವಿರೋಧಿ, ದಲಿತವಿರೋಧಿ, ದುಡಿಮೆ ವಿರೋಧಿ ನೆಲೆಗಳನ್ನು ಉಳಿಸಿಕೊಳ್ಳುವ ಹುನ್ನಾರು ನಡೆಯುತ್ತದೆ. ಹಿಂದೂ ಧರ್ಮವಂತೂ ಯಾವತ್ತೂ ಮಹಿಳಾಪರ ಇರಲಿಲ್ಲ ಎನ್ನುವುದಕ್ಕೆ ಹತ್ತು ಹಲವು ಸಾಕ್ಷಿಗಳು ಇಂದಿಗೂ ಧರ್ಮ ಗ್ರಂಥಗಳ ರೂಪದಲ್ಲಿ ಪುನಃ ಪುನಃ ಮುದ್ರಣಗೊಳ್ಳುತ್ತಲೇ ಇವೆ. ಉದಾಹರಣೆಗಾಗಿ ಮನುಸ್ಮೃತಿಯ ಒಂದೆರಡು ಶ್ಲೋಕಗಳನ್ನು ಅವಲೋಕಿಸಬಹುದು.

ಅಸ್ವತಂತ್ರಾಃ ಸ್ತ್ರಿಯಃ ಕಾರ್ಯಾಪುರುಷ್ಯೈಃ ಸ್ವೈರ್ದಿವಾನಿಶಂ ।
ವಿಷಯೇಷು ಚ ಸಜ್ಜಂತ್ಯಃ ಸಂಸ್ಥಾಪ್ಯಾ ಆತ್ಮನೋ ವಶೇ ।

(ಅಧ್ಯಾಯ–9 ಶ್ಲೋಕ–2)

ಇದರ ತಾತ್ಪರ್ಯ ಹೀಗಿದೆ. ಹಗಲಿರಳೂ ಪತಿ, ಪಿತ, ಸುತ ಮೊದಲಾದ ಪುರುಷರು ಹೆಣ್ಣು ಮಕ್ಕಳನ್ನು ಅಧೀನದಲ್ಲಿ ಇಟ್ಟುಕೊಳ್ಳಬೇಕು. ಸಾಮಾನ್ಯವಾಗಿ ಸುಖ–ಭೋಗಾಧಿ ವಿಷಯಾಭಿಲಾಷೆಗಳಲ್ಲಿ ಪ್ರವರ್ತಿಸುವ ಸ್ತ್ರೀಯರನ್ನು ತಮ್ಮ ಅಂಕೆಯಲ್ಲಿ ಇರಿಸಿಕೊಳ್ಳಬೇಕು.

ಶಯ್ಯಾ ಸನಮಲಂಕಾರಂ ಕಾಮಂ ಕ್ರೋಧಮನಾರ್ಜವಂ ।
ದ್ರೋಹಭಾವಂ ಕುಚರ್ಯಾ ಚ ಸ್ತ್ರೀಭ್ಯೋ ಮನುರರಲ್ಪಯತ್ ॥

(ಅಧ್ಯಾಯ–9 ಶ್ಲೋಕ–12)

ಅರ್ಥ: ಶಯ್ಯೆ, ಆಸನ, ಅಲಂಕಾರ ಇವುಗಳ ಮೋಹ, ಕಾಮ, ಕ್ರೋಧ, ಅಪ್ರಮಾಣಿಕತೆ, ಪತಿ ದ್ರೋಹ, ಮತ್ತು ದುರ್ನಡತೆ ಇವು ಸಾಮಾನ್ಯವಾಗಿ ಸ್ತ್ರೀಯರಲ್ಲಿರುವ ಸ್ವಾಭಾವಿಕ ಗುಣಗಳೆಂದು ಮನುವು ಹೇಳುತ್ತಾನೆ.

ತಥಾ ಚ ಶ್ರುತಯೋ ಬಹ್ವ್ಯೋನಿಗೀತಾ ನಿಗಮೇಷ್ವತಿ ।
ಸ್ವಾಲಕ್ಷಣ್ಯ ಪರೀಕ್ಷಾರ್ಥಂ ತಾಸಾಂ ಶೃಣುತ ನಿಷ್ಕತೀಃ॥

ಅರ್ಥ : ಸ್ತ್ರೀಯರು ಸಾಮಾನ್ಯವಾಗಿ ಚಪಲಚಿತ್ತವುಳ್ಳವರು. ವ್ಯಭಿಚಾರ ಮನಸ್ಕರು ಎಂಬುದರ ಬಗ್ಗೆ ವೇದಗಳಲ್ಲಿಯೇ ಅನೇಕ ಪ್ರಮಾಣಗಳಿವೆ. ಅವರ ವ್ಯಭಿಚಾರ ಸ್ವಭಾವದ ಲಕ್ಷಣಗಳನ್ನು ಹಾಗೂ ಆ ವ್ಯಭಿಚಾರವೆಂಬ ಪಾಪಕ್ಕೆ ವಿಧಿಸಿದ ಪ್ರಾಯಶ್ಚಿತ್ತಗಳನ್ನು ಈಗ ಕೇಳಿರಿ. ಎಂದು ಮುಂದಿನ ಶ್ಲೋಕಗಳಲ್ಲಿ ಸ್ತ್ರೀಯರನ್ನು

ಶಿಕ್ಷಿಸುವ ವಿಧಾನ, ಪ್ರಾಯಶ್ಚಿತ್ತಕ್ಕಾಗಿ ಅವರು ಕೈಕೊಳ್ಳಬೇಕಾದ ವಿಧಿ ನಿಯಮಗಳನ್ನು ವಿವರಿಸಲಾಗಿದೆ.

ಯಾಜ್ಞವಲ್ಕ ಪ್ರಣೀತವೆಂದು ಹೇಳುವ ಬೃಹದಾರಣ್ಯಕೋಪನಿಷತ್‌ನ ಆರನೇ ಅಧ್ಯಾಯದ ನಾಲ್ಕನೇ ಬ್ರಾಹ್ಮಣದಲ್ಲಿನ ಏಳನೇ ಶ್ಲೋಕವು ಸಂತಾನ ಪಡೆಯುವುದಕ್ಕೆ ಪುರುಷನೊಬ್ಬ ತನ್ನ ಹೆಂಡತಿಯೊಂದಿಗೆ ನಡೆದುಕೊಳ್ಳಬೇಕಾದ ರೀತಿಯನ್ನು ವಿವರಿಸುತ್ತದೆ. ಅದು ಹೀಗಿದೆ:

ಸಾ ಚೇದಸ್ಮೈನ ದದ್ಯಾತ್, ಕಾಮಮೇನಾಮವಕ್ರೀಣೀಯಾತ್
ಸಾ ಚೇದಸ್ಮೈನ್ಯೆವ ದದ್ಯಾತ್, ಕಾಮಮೇನಾಂ ಯಷ್ಟ್ಯಾವಾ
ಪಾಣಿನಾ ವೋಪಹತ್ಯಾತಿಕ್ರಾಮೇತ್, ಇಂದ್ರಿಯೇಣ ತೇ
ಯಶಸಾ ಯಶ ಆದದ ಇತಿಃ ಏ ಭವತಿ ॥

ಅರ್ಥ: ಅವಳು ಇವನಿಗೆ ವಶಳಾಗದಿದ್ದರೆ ಇವನು (ಆಭರಣವೇ ಮೊದಲಾದ) ಇಷ್ಟ ವಸ್ತುಗಳಿಂದ ಅವಳನ್ನು ವಶಪಡಿಸಿಕೊಳ್ಳಬೇಕು. ಅವಳು ಇನ್ನೂ ಒಪ್ಪಿಕೊಳ್ಳದಿದ್ದರೆ ಅವಳನ್ನು ಕೋಲಿನಿಂದಾಗಲೀ, ಕೈಯಿಂದಾಗಲೀ ಯಥೇಷ್ಟವಾಗಿ ಹೊಡೆದು "ಇಂದ್ರಿಯ ರೂಪವಾದ ತನ್ನ ಯಶಸ್ಸಿನಿಂದ ನಿನ್ನ ಯಶಸ್ಸನ್ನು ತೆಗೆದುಕೊಳ್ಳುತ್ತೇನೆ ಎಂದು" ಶಪಿಸಬೇಕು. ಆಗ ಅವಳು ಯಶೋಹೀನಳೇ ಆಗುತ್ತಾಳೆ. ಎಂದು ಹೇಳಲಾಗಿದೆ. ಇಂಥ ಅವೈಜ್ಞಾನಿಕ ಅತಾರ್ಕಿತವಾದ ನೂರಾರು ನಿಲುವುಗಳಲ್ಲಿ ಸ್ತ್ರೀ ವಿರೋಧಿ ಧೋರಣೆ ಮಡುಗಟ್ಟಿ ನಿಂತಿದೆ. ವೈದಿಕ ಸಾಹಿತ್ಯದುದ್ದಕ್ಕೂ ಕೈಯಿಟ್ಟಲ್ಲಿ ಈ ತೆರನ ಸ್ಟೇಟ್‌ಮೆಂಟ್‌ಗಳು(ಉವಾಚಗಳು) ದೊರೆಯುತ್ತವೆ. ಹೀಗಿರುವಾಗಲೂ ಭಾರತೀಯ ತತ್ವಶಾಸ್ತ್ರವನ್ನು ಆಳವಾಗಿ ಅಧ್ಯಯನ ಮಾಡಿದ ಪ್ರಗಲ್ಭ ಪಂಡಿತರನೇಕರು ವೇದ, ಶಾಸ್ತ್ರ, ಸ್ಮೃತಿ, ಪುರಾಣಗಳಲ್ಲಿ ಎಲ್ಲೆಲ್ಲೂ ಚೆಲ್ಲುವರಿದಿರುವ ಇಂಥ ಶ್ಲೋಕವನ್ನು ಗೌಣಗೊಳಿಸುತ್ತಾರೆ. ಇಲ್ಲವೇ ಅವುಗಳನ್ನು ಉದಾತ್ತೀಕರಿಸುವ ಹವ್ಯಾಸಕ್ಕೆ ಇಳಿಯುತ್ತಾರೆ. ಭಾರತೀಯ ತತ್ವಶಾಸ್ತ್ರಕ್ಕೆ ಕ್ಯಾನ್ಸರಿನಂತಿರುವ ಮನುಸ್ಮೃತಿಯನ್ನು ಡಾ: ಬಾಬಾಸಾಹೇಬ ಅಂಬೇಡ್ಕರ್ ಅವರು ಅಲ್ಲಿರುವ ಮಾನವ ವಿರೋಧಿ ನಿಲುವಿನಿಂದಾಗಿಯೇ ಅದನ್ನು ಸುಟ್ಟು ಹಾಕುವ ಅನಿವಾರ್ಯತೆಗೆ ಇಳಿದಿದ್ದರು. ಸನಾತನವಾದುದೆಲ್ಲ ಶ್ರೇಷ್ಠವಾದದ್ದು. ಅದನ್ನು ಪ್ರಶ್ನಿಸುವ 'ಯಾ' ಧಿಕ್ಕರಿಸುವ ಹಕ್ಕು ಯಾರಿಗೂ ಇಲ್ಲ ಎಂದು ನಂಬಿಸಲಾಗಿದ್ದ ವ್ಯವಸ್ಥೆಯಿಂದ ಸಮಾಜ ಇಂದು ತುಂಬಾ ದೂರ ನಡೆದುಬಂದಿದೆ. ಶತಮಾನಗಳ ಸಂಘರ್ಷ ಮತ್ತು ನಿರಂತರ ಚಳುವಳಿಯ ಫಲವಾಗಿ ಇಂದು ದಮನಿತರು ಅಕ್ಷರ ಲೋಕಕ್ಕೆ ತೆರೆದುಕೊಂಡಿದ್ದಾರೆ. ಮಹಿಳೆಯರು, ದಲಿತರು, ಬಡವರು, ಶ್ರಮಿಕರು ಇಂದು ಓದಿನ ಮೂಲಕ ಹೊಸ ಆಲೋಚನಾಲಹರಿಗೆ ಒಡ್ಡಿಕೊಂಡು ಯಾವುದು ತಥ್ಯ? ಯಾವುದು ಮಿಥ್ಯ? ಎಂಬುದನ್ನು ಅರ್ಥಮಾಡಿಕೊಳ್ಳುವಷ್ಟು ಮುಂದುವರೆದಿದ್ದಾರೆ. ಆಶ್ಚರ್ಯವೆಂದರೆ ಇಂಥ ಸ್ಥಿತಿಯಲ್ಲಿಯೂ ಸಂಪ್ರದಾಯಶೀಲ ಪಂಡಿತರು ತಮ್ಮ ಮಾನವ ವಿರೋಧಿ ಸಿದ್ಧಾಂತಗಳನ್ನು ಸಮರ್ಥಿಸಿಕೊಳ್ಳುವ ಧೂರ್ತತನಕ್ಕೆ ಇಳಿಯುತ್ತಾರೆ. ಇತ್ತೀಚೆಗೆ ರಾಮಾ ಜೋಯಿಸರು ಬರೆದ 'ಮನಸ್ಮೃತಿಯಲ್ಲಿ

ಶಾಶ್ವತ ಜೀವನ ಮೌಲ್ಯಗಳು' ಎಂಬ ಕೃತಿಯನ್ನು ಗಮನಿಸಬಹುದು. ಕೃತಿಯುದ್ಧಕ್ಕೂ ರಾಮಾ ಜೋಯಿಸರು ಮನುಸ್ಮೃತಿಯನ್ನು ಉದಾತ್ತೀಕರಿಸುವ ಒಮ್ಮೊಮ್ಮೆ ವೈಭವೀಕರಿಸುವ ಧಾವಂತಕ್ಕೂ ಇಳಿದದ್ದು ಆಶ್ಚರ್ಯ ಮೂಡಿಸುತ್ತದೆ.

ಉದಾಹರಣೆಗೆ ಮನುಸ್ಮೃತಿಯಲ್ಲಿರುವ

ಪಿತಾ ರಕ್ಷಿತಿ ಕೌಮಾರೇ ಭರ್ತಾ ರಕ್ಷತಿ ಯೌವನೇ
ರಕ್ಷಂತಿ ಸ್ಥವಿರೇ ಪುತ್ರಾ ನ ಸ್ತ್ರೀ ಸ್ವಾತಂತ್ರ್ಯ ಮರ್ಹತಿ॥

(ಅಧ್ಯಾಯ–9 ಶ್ಲೋಕ–2)

ಎಂಬ ಈ ಜನಪ್ರಿಯ ಶ್ಲೋಕವನ್ನು ಅವರು ಸಮರ್ಥಿಸಿಕೊಳ್ಳುವ ಪರಿಗೆ ಯಾರಾದರೂ ತಲೆಬಾಗಲೇ ಬೇಕು. ಪ್ರಸ್ತುತ ಶ್ಲೋಕದ ಅರ್ಥವು ವೈದಿಕ ವಿದ್ವಾಂಸ "ಶೇಷ ನವರತ್ನ" ಅವರು ಅನುವಾದಿಸಿರುವಂತೆ "ಬಾಲ್ಯದಲ್ಲಿ ಸ್ತ್ರೀಯರನ್ನು ತಂದೆಯು ರಕ್ಷಿಸುತ್ತಾನೆ. ಯೌವ್ವನದಲ್ಲಿ ಗಂಡನು ರಕ್ಷಿಸುತ್ತಾನೆ. ಮುಪ್ಪಿನಲ್ಲಿ ಮಕ್ಕಳು ರಕ್ಷಿಸುತ್ತಾರೆ. ಆದುದರಿಂದ ಸ್ತ್ರಿಯು ಸ್ವತಂತ್ರವಾಗಿ ಇರಲು ಅರ್ಹಳಲ್ಲ" (ಅವಳಿಗೆ ರಕ್ಷಣೆ ಬೇಕೇಬೇಕು) ಎಂದಿದೆ.

ಆದರೆ ಈ ಶ್ಲೋಕವನ್ನು ಸಮರ್ಥಿಸಿಕೊಳ್ಳುವ ರಾಮಾ ಜೋಯಿಸರು ಹೇಳುವುದು ಹೀಗಿದೆ "ಶ್ಲೋಕದ ನಿಜವಾದ ಅರ್ಥ ಮತ್ತು ಉದ್ದೇಶವೇನೆಂದರೆ ಸ್ತ್ರೀಯರು ಅವರ ಜೀವನದ ಎಲ್ಲಾ ಹಂತಗಳಲ್ಲೂ ರಕ್ಷಣೆ ಪಡೆಯುವ ಹಕ್ಕುಳ್ಳವರಾಗಿರುತ್ತಾರೆ. ಈ ಕಾರಣದಿಂದಾಗಿಯೇ ಮಗಳು, ಹೆಂಡತಿ ಮತ್ತು ತಾಯಿ ಇವರಿಗೆ ರಕ್ಷಣೆ ನೀಡುವ ಜವಾಬ್ದಾರಿಯುತ ಕರ್ತವ್ಯವನ್ನು ತಂದೆ, ಗಂಡ ಮತ್ತು ಗಂಡು ಮಕ್ಕಳಿಗೆ ವಹಿಸಲಾಗಿದೆ.. ಆದ್ದರಿಂದ ಶ್ಲೋಕದ ನೈಜ ಉದ್ದೇಶವೆಂದರೆ ಮಗಳು, ಹೆಂಡತಿ ಮತ್ತು ತಾಯಿಯನ್ನು ರಕ್ಷಿಸುವ ಕರ್ತವ್ಯ ತಂದೆ, ಗಂಡ ಮತ್ತು ಗಂಡು ಮಕ್ಕಳದ್ದೆಂಬುದನ್ನು ಸಾರುವುದಾಗಿದೆಯೇ ವಿನಹ ಅವರನ್ನು ತಮ್ಮ ಅಧೀನದಲ್ಲಿಟ್ಟುಕೊಳ್ಳಬೇಕು ಅಥವಾ ಅವರ ಮೇಲೆ ದಬ್ಬಾಳಿಕೆ ನಡೆಸಬೇಕೆಂದಲ್ಲ. ಆದ್ದರಿಂದ ಆ ಶ್ಲೋಕವನ್ನು ಒಬ್ಬ ಸ್ತ್ರೀಯನ್ನು ಆಕೆಯ ಬಾಲ್ಯದಲ್ಲಿ ತಂದೆ, ಮದುವೆಯ ನಂತರ ಆಕೆಯ ಗಂಡ ಮತ್ತು ವೃದ್ಧಾಪ್ಯದಲ್ಲಿ ಆಕೆಯ ಗಂಡು ಮಕ್ಕಳು ಗುಲಾಮಳಂತೆ ನೋಡಬೇಕು ಮತ್ತು ಜೀವನ ಪರ್ಯಂತ ಆಕೆಗೆ ಸ್ವಾತಂತ್ರ್ಯಸಲ್ಲ ಎಂದು ಅರ್ಥೈಸುವುದು ಶುದ್ಧ ತಪ್ಪು ಮತ್ತು ವಕ್ರ ವ್ಯಾಖ್ಯಾನವಷ್ಟೇ" ಎಂದು ಬರೆದಿದ್ದಾರೆ. ಮತ್ತೂ ಮುಂದುವರೆದು ಅವರು "ಸ್ವಭಾವತಃ ಸ್ತ್ರೀ ಕೋಮಲೆ. ಆದ್ದರಿಂದ ಸ್ತ್ರೀಗೆ ರಕ್ಷಣೆ ಅನಿವಾರ್ಯವಾಗುತ್ತದೆ" ಎಂದೆಲ್ಲ ಉದಾತ್ತೀಕರಿಸುವ ಹವ್ಯಾಸಕ್ಕೆ ಇಳಿಯುತ್ತಾರೆ. ವೃತ್ತಿಯಲ್ಲಿ ನ್ಯಾಯಮೂರ್ತಿಯಾಗಿರುವ ಈ ರಾಮಾ ಜೋಯಿಸರು ಪ್ರವೃತ್ತಿಯಲ್ಲಿ ಮಾತ್ರ ಮನುವಿನ ಪರ ವಕಾಲತ್ತು ವಹಿಸಿ ಹೇಸಿಗೆ ಹುಟ್ಟಿಸುತ್ತಾರೆ. ಮೊಲಕ್ಕೆ ಕೋಡು ಹುಡುಕಿದಂತೆ ಇವರು ಮನುಸ್ಮೃತಿಯಲ್ಲಿ ಜೀವನ ಮೌಲ್ಯ ಹುಡುಕಾಡಲು ಒದ್ದಾಟ ನಡೆಸಿದ್ದಾರೆ.

ವೈದಿಕ ಧರ್ಮ ಮತ್ತು ವೈದಿಕ ಫಿಲಾಸಫಿಯನ್ನು ಪುನರ್ ಪ್ರತಿಷ್ಠಾಪಿಸುವ ಪ್ರಯತ್ನದ ಫಲವಾಗಿಯೇ ಇಂತಹ ವಾದ ಸರಣಿಗಳು ಹುಟ್ಟಿಕೊಳ್ಳುತ್ತವೆ. ಒಂದೆಡೆ ವೈದಿಕ ಧರ್ಮದ ಕಪಿಮುಷ್ಠಿ ಬಲಗೊಂಡಂತೆಯೇ ಇನ್ನೊಂದೆಡೆ ಮುಸ್ಲಿಂ ಮೂಲಭೂತವಾದ, ಕ್ರೈಸ್ತರ ಪ್ರಸಾರ–ಪ್ರಚಾರವಾದ, ಸಿಖ್‌ರ ಪ್ರತ್ಯೇಕತಾವಾದ ಹೀಗೆ ಎಲ್ಲ ಧರ್ಮಗಳ ರೇಜಿಮೆಂಟ್ ಬಲಿಷ್ಠಗೊಳ್ಳುತ್ತದೆ. ಪರಿಣಾಮವಾಗಿಯೇ ಸ್ತ್ರೀಯರಿಗೆ ದೇವಸ್ಥಾನ ಪ್ರವೇಶ ವಿರೋಧ, ಡ್ರೆಸ್ ನಿರ್ಬಂಧ, ಬುರ್ಖಾ ಪದ್ಧತಿ, ಮುಂತಾಗಿ ಎಲ್ಲ ಧರ್ಮಗಳಲ್ಲಿ ಧಾರ್ಮಿಕ ಕಂದಾಚಾರಗಳು ತೀವ್ರಗೊಳ್ಳುತ್ತಾ ಹೋಗುತ್ತವೆ. ಧರ್ಮವೆಂಬ ಹರಿತವಾದ ಖಡ್ಗ ಆಯಾ ಮತಧರ್ಮದ ಮಹಿಳೆಯರನ್ನು ಘಾಸಿಗೊಳಿಸುತ್ತಲೇ ಹೋಗುತ್ತದೆ.

ನಮ್ಮ ನಂಬಿಕೆಯ ಬೇರುಗಳಲ್ಲಿಯೇ ಅಸಮಾನತೆಯು ಮನೆ ಮಾಡಿಕೊಂಡಿದೆ. ಯಾವುದೇ ಒಂದು ಸಮಾಜದ ರಚನೆಯು ಆಯಾ ಜನತೆಯ ನಂಬಿಕೆಯ ಭಾಗವಾಗಿಯೇ ಅಭಿವೃದ್ಧಿಪಡಿಸಲಾಗಿರುತ್ತದೆ ತಾನೇ. ಅಂತೆಯೇ ನಿರ್ದಿಷ್ಟ ಸಮಾಜದ ಔಪಚಾರಿಕ ಧರ್ಮಗಳ ಫಿಲಾಸಫಿಯಾದರೂ ನಿರಪೇಕ್ಷವಾಗಿರುವುದಿಲ್ಲ. ಫಿಲಾಸಫಿಯು ಸ್ವಯಂ ಸ್ವತಂತ್ರವೂ, ಶುದ್ಧ ತಾತ್ವಿಕವೂ, ಶ್ರೇಷ್ಠ ಮಟ್ಟದ ದಾರ್ಶನಿಕ ಅನ್ವೇಷಣೆಯೂ ಆಗಿರುತ್ತದೆ ಎಂದು ಹೇಳುತ್ತಿರುವಾಗಲೂ ಅದು ಎಲ್ಲಿಯೋ ಒಂದು ಕಡೆ ಪ್ರಭುತ್ವಪೋಷಿತ ನೆಲೆಗಳೊಂದಿಗೆ ರಾಜಿ ಮಾಡಿಕೊಂಡಿರುತ್ತದೆ. ಜಾಗತಿಕ ಇತಿಹಾಸದುದ್ದಕ್ಕೂ ಪ್ರಭುತ್ವ ಮತ್ತು ಪುರೋಹಿತಶಾಹಿಗಳು ಅಂತರ್ ಸಂಬಂಧ ಏರ್ಪಡಿಸಿಕೊಂಡೇ ಅಸ್ತಿತ್ವ ಪಡೆದುಕೊಂಡಿವೆ. ವಿಶ್ವದ ಎಲ್ಲ ಧರ್ಮಗಳು ಹುಟ್ಟುವಾಗ ಶುದ್ಧ ತಾತ್ವಿಕ ಅನ್ವೇಷಣೆಯಾಗಿಯೇ ಮೂರ್ತಗೊಂಡಿರಬಹುದಾದರೂ ಅಸ್ತಿತ್ವ ಪಡೆದುಕೊಳ್ಳುವಾಗ ಮಾತ್ರ ಎಲ್ಲವೂ ಪವರ್ ಪಾಲಿಟಿಕ್ಸ್‌ನ ಭಾಗವಾಗಿಯೇ ಅಭಿವೃದ್ಧಿ ಹೊಂದಿವೆ ಎಂಬುದು ಚಾರಿತ್ರಿಕ ಸತ್ಯ. ಹೀಗಾಗಿಯೇ ಧರ್ಮವು ಒಂದೆಡೆ ಆದರ್ಶವನ್ನು ವೈಭವೀಕರಿಸುತ್ತಿರುವಂತೆಯೇ ಇನ್ನೊಂದಡೆ ವಿಧಿ–ನಿಷೇಧಗಳ ಅಡಿಯಲ್ಲಿ ನಿಸರ್ಗದ ಅಸೀಮ ಸಂಪತ್ತು ಮತ್ತು ಮಾನವ ಸಮುದಾಯಗಳ ದೈತ್ಯ ಪ್ರತಿಭೆಗಳನ್ನು ನಿಯಂತ್ರಿಸುತ್ತಲೇ ಇರುತ್ತದೆ. ನಿಸರ್ಗದಲ್ಲಿ ಹೆಣ್ಣು ಸಂಪತ್ತಿನ ಪ್ರವರ್ತಕಳೂ ಹೌದು. ಪೋಷಕಳು ಹೌದು. ಹೀಗೆಂದೆ ಎಲ್ಲ ಧರ್ಮಗಳು ಹೆಣ್ಣು ಮತ್ತು ಹೆಣ್ತನವನ್ನು ವೈಭವೀಕರಿಸುತ್ತಲೇ ಬಗ್ಗು ಬಡಿಯುವ ಹುನ್ನಾರಕ್ಕೂ ಇಳಿದಿವೆ. ಎಲ್ಲ ಧರ್ಮಗಳ ತಾತ್ವಿಕ ಧಾರೆಗಳು ಎಷ್ಟೇ ಉದಾತ್ತವಾಗಿದ್ದರೂ ಆಚರಣೆ, ಅನುಸಂಧಾನದ ಪ್ರಕ್ರಿಯೆಯಲ್ಲಿ ಮಹಿಳೆಯರ ಮೇಲೆ ಹೇರಿರುವ ವಿಧಿನಿಷೇಧಗಳು ಮಾತ್ರ ಯಾವತ್ತೂ ಸಮರ್ಥನೀಯವಲ್ಲ. ಸಾಮಾಜಿಕ ಸಂರಚನೆಯ ಅಸ್ತಿಭಾರವೆನಿಸಿಕೊಂಡಿರುವ ವಿವಾಹ, ಕುಟುಂಬದಂಥ ಸಂಸ್ಥೆಗಳು ಕೂಡ ಸ್ತ್ರೀಯರಿಗೆ ಹೊರಿಸಿರುವ ಜವಾಬ್ದಾರಿಗಳೇ ಬೇರೆ. ಅವು ಪುರುಷನಿಗೆ ಕೊಡ ಮಾಡಿದ ಸೌಲಭ್ಯಗಳೇ ಬೇರೆ. ಅಂತೆಯೇ ಇಂದಿನ ಆಧುನಿಕೋತ್ತರ ಜೀವನ ಶೈಲಿಯಾದರೂ ತನ್ನ ಪುರಾತನ ನಂಬಿಕೆಗಳಿಂದ ಒಂದಿಂಚೂ ದೂರಸರಿಯದೆ ಇವತ್ತಿಗೂ ಅದೇ ಮನೋಸ್ಥಿತಿಯನ್ನು ಉಳಿಸಿಕೊಂಡು ಬಂದಿದೆ. ಇದಕ್ಕೆ ಪುರಾವೆಯಾಗಿಯೇ ಮೇಲಿನ ಘಟನೆಗಳು ಸಂಭವಿಸುತ್ತಿವೆ.

ಇವತ್ತಿನ ವ್ಯಾಪಾರಿ ಲೋಕಕ್ಕೆ ಸ್ತ್ರೀಯರು ಸರಕು ಮಾತ್ರವಲ್ಲ. ಅವರು ತಾವಾಗಿಯೇ ತಮ್ಮನ್ನು ಬಂಡವಾಳವಾಗಿ ತೊಡಗಿಸಿಕೊಳ್ಳುವ ಅನಿವಾರ್ಯತೆಗೆ ಪಕ್ಕಾಗಿದ್ದಾರೆ. ಹೆಚ್ಚುತ್ತಿರುವ ಕುಟುಂಬದ ಜವಾಬ್ದಾರಿ, ಅವಕಾಶಗಳು ಒಡ್ಡುತ್ತಿರುವ ತಣಿಯದ ದಾಹ, ಹುಸಿ ಮಹತ್ವಕಾಂಕ್ಷೆಯ ಅಮಲು ಸ್ತ್ರೀಲೋಕವನ್ನು ದ್ವಂದ್ವಗಳಿಗೆ ಸಿಲುಕಿಸುತ್ತಿದೆ. ಸ್ತ್ರೀಯರು ಈ ಹೊತ್ತು ತಮ್ಮ ಮೇಲಾಗುತ್ತಿರುವ ದಮನ, ದಬ್ಬಾಳಿಕೆಯನ್ನು ಸ್ಪಷ್ಟಪಡಿಸಿಕೊಳ್ಳಲು, ಕರಾರುವಕ್ಕಾಗಿ ನಿರ್ವಚಿಸಿಕೊಳ್ಳಲು ಸಾಧ್ಯವಾಗದ ಸ್ಥಿತಿಗೆ ಬಂದು ತಲುಪಿರುವುದು ಈ ಶತಮಾನದ ಬಹುದೊಡ್ಡ ದುರಂತಗಳಲ್ಲೊಂದಾಗಿದೆ. ಈ ಸಂದರ್ಭದ ದುರ್ಲಾಭ ಪಡೆಯುತ್ತಿರುವ ವ್ಯಾಪಾರಿಲೋಕ ಎಲ್ಲ ಬಗೆಯ ತಾರತಮ್ಯಗಳಿಗೆ ಇಂಬಾಗಿ ನಿಲ್ಲುತ್ತಿದೆ. ವರ್ಗ, ವರ್ಣ, ಲಿಂಗ ತಾರತಮ್ಯಗಳು ಹಿಂದೆಂದಿಗಿಂತಲೂ ಸಂಕೀರ್ಣವಾಗಿ ಮತ್ತು ದಾರುಣವಾಗಿ ಅನುಸರಿಸಿಕೊಂಡು ಬರುತ್ತಿರುವುದನ್ನು ಗಮನಿಸಿದರೆ ಈ ಮಾತಿನ ತಥ್ಯ ಹೊಳೆದೀತು. ಬಡವರು ಮತ್ತು ಶ್ರೀಮಂತರ ಮಧ್ಯದ ಕಂದರವು ಹೆಚ್ಚು ಆಳವಾಗುತ್ತಿರುವಂತೆಯೇ ಸ್ತ್ರೀಯರ ಮಧ್ಯೆ ಪರಸ್ಪರ ವೈರುಧ್ಯಗಳು ಹೆಚ್ಚಾಗುತ್ತಿವೆ.

ಇದರ ಪರಿಣಾಮವಾಗಿಯೇ ಇಂದು ಸ್ತ್ರೀ ಲೋಕವು ವಿವಿಧ ಜಾತಿ, ಮತ, ಪಂಥಗಳಲ್ಲಿ ಹಂಚಿಹೋಗಿ, ವಿವಿಧ ವರ್ಗಗಳಲ್ಲಿಯೂ ವಿಂಗಡಿಸಲ್ಪಟ್ಟು ಛಿದ್ರ ಛಿದ್ರವಾಗುತ್ತಿದ್ದಾರೆ. ಸ್ತ್ರೀಯರ ಮೇಲಾಗುತ್ತಿರುವ ಶೋಷಣೆಯು ಭಿನ್ನ ಭಿನ್ನ ಸ್ತರಗಳಲ್ಲಿ ಹಂಚಿ ಹೋಗಿ ಒಂದು ಗುಂಪಿನ ಮಹಿಳೆಯರ ಸಮಸ್ಯೆಗೆ ಇನ್ನೊಂದು ಗುಂಪು ಸ್ಪಂದಿಸಲಾರದಂಥ ಸ್ಥಿತಿ ನಿರ್ಮಾಣವಾಗುತ್ತಿದೆ. ಮಹಿಳೆಯರ ಮಂದಿರ ಪ್ರವೇಶ ನಿಷೇಧದಂಥ ವಿದ್ಯಮಾನಗಳ ವಿರುದ್ಧ ಪ್ರಜ್ಞಾವಂತ ಮಹಿಳೆಯರು ಧ್ವನಿ ಎತ್ತುತ್ತಿರುವಾಗ; ಇನ್ನೊಂದು ಕಡೆ ಮಹಿಳಾ ಮಣಿಗಳ ತಂಡ ಧಾರ್ಮಿಕ ಭಜನೆ, ಪೂಜೆ, ಪುನಸ್ಕಾರ, ವ್ರತಾಚರಣೆಗಳಲ್ಲಿ ವ್ಯಸ್ತರಾಗಿ ಸಮಸ್ಯೆಯತ್ತ ಬೆನ್ನು ತೋರಿಸುವ ಅಸಹಾಯಕತೆಗೆ ಪಕ್ಕಾಗಿರುತ್ತಾರೆ. ಹೀಗಾಗಿ ಮಹಿಳಾಪರ ಚಳುವಳಿಗೆ ಒಂದು ಶಕ್ತಿಯಾಗಿ ಒದಗಿ ಬರಬೇಕಾದ ಪ್ರಗತಿಪರ ಆಲೋಚನಾಲಹರಿಗೆ ದೊಡ್ಡ ತಡೆಯುಂಟಾಗುತ್ತಿದೆ. ಎಲ್ಲಕ್ಕಿಂತ ಗಾಬರಿ ಹುಟ್ಟಿಸುವ ಸಂಗತಿ ಎಂದರೆ ಇಂದು ಅನಕ್ಷರಸ್ತ ಗ್ರಾಮೀಣ ಮಹಿಳೆಯರಿಗಿಂತ ಅಕ್ಷರಸ್ಥ ನಗರ ಕೇಂದ್ರಿತ ಮಹಿಳೆಯರು ಅದರಲ್ಲೂ ಉನ್ನತ ಪದವಿಗೇರಿದ ಮಧ್ಯಮ, ಮೇಲ್ಮಧ್ಯಮ ವರ್ಗದ ಮಹಿಳೆಯರು ಹೆಚ್ಚು ಕರ್ಮಠರಾಗುತ್ತಿದ್ದಾರೆ. ಧಾರ್ಮಿಕ ಮಡಿವಂತಿಕೆಗೆ ಇವರೇ ಹೆಚ್ಚು ಇಂಬಾಗಿ ನಿಲ್ಲುತ್ತಿದ್ದಾರೆ. ರೂಪ ಬದಲಿಸಿಕೊಂಡಿರುವ ಧಾರ್ಮಿಕ ಕಂದಾಚಾರಗಳು, ಧಾರ್ಮಿಕ ಪ್ರತ್ಯೇಕತಾ ವಾದಗಳು ಯೋಗ, ಪ್ರಾಣಾಯಾಮ, ಧ್ಯಾನ, ಪ್ರಾರ್ಥನೆ ಮುಂತಾಗಿ ಹೊಸ ಪರಿಭಾಷೆಯೊಂದಿಗೆ ಮಂಕುಬೂದಿ ಎರಚುತ್ತಿವೆ. ಋಷಿ ಸಂಸ್ಕೃತಿ, ಸನಾತನ ಸಂಸ್ಕೃತಿ ಎಂಬ ಶೀರ್ಷಿಕೆಯಡಿಯಲ್ಲಿ ಮತ್ತೆ ಮತ್ತೆ ಹಳೆಯ ಆಚರಣೆಗಳತ್ತ ಜನತೆಯ ಚಿತ್ತವನ್ನು ಕೊಂಡೊಯ್ಯಲಾಗುತ್ತಿದೆ. ಅಕ್ಷರಸ್ಥಲೋಕ ಹಿಮ್ಮುಖವಾಗಿ ಚಲಿಸುತ್ತಿರುವುದರ ಕಾರಣವಾದರೂ ಏನು? ಎಂದು ತಲೆಕೆಡಿಸಿಕೊಂಡಾಗಲೆಲ್ಲ ಕಾರಣಗಳು ನಮಗೆ ಕೊಡ ಮಾಡಿದ ಶಿಕ್ಷಣ ಪದ್ಧತಿಯಲ್ಲಿಯೇ ಹುದುಗಿಕೊಂಡಿರಲೂ ಸಾಕು. ಅದಕ್ಕಿಂತ

ಹೆಚ್ಚಾಗಿ ಆಧುನಿಕ ಸಂದರ್ಭದಲ್ಲಿ ನಮ್ಮ ಸಮಾಜವು ಅಪ್ಪಿಕೊಂಡಿರುವ ಸುಧಾರಣಾವಾದಿ ನೆಲೆಯಲ್ಲಿಯೇ ನಮ್ಮ ಸೋಲಿನ ಬೀಜಗಳು ಹುದುಗಿಕೊಂಡಿರುವುದು ಗಮನಕ್ಕೆ ಬರದೆ ಇರದು.

ನಮ್ಮ ಸಾಮಾಜಿಕ ಸಂರಚನೆಯಲ್ಲಿ ನಾವು ತಲಸ್ಪರ್ಶಿ ಬದಲಾವಣೆ ತರದೇ ಮೇಲ್ಪದರದ ಸುಧಾರಣೆಗಳನ್ನು ಮಾಡುವಲ್ಲಿ ಮಾತ್ರ ಆಸಕ್ತಿ ವಹಿಸಿದೆವು. ಪುರುಷ ಪ್ರಧಾನ ವ್ಯವಸ್ಥೆಯು ಆಚರಣೆಯಲ್ಲಿ ತಂದಿರುವ ವಿವಾಹ, ಕುಟುಂಬ, ಆಸ್ತಿ ಹಕ್ಕು, ಪುತ್ರ ಲಾಲಸೆ, ವಾರಸುದಾರಿಕೆ, ಧಾರ್ಮಿಕ ಹಕ್ಕು ಇತ್ಯಾದಿ ಎಲ್ಲವೂಗಳನ್ನು ಎಲ್ಲಿಯೂ ಅಲುಗಾಡಿಸದೆ ಯಥಾಸ್ಥಿತಿ ಕಾಪಾಡಿಕೊಂಡು ಬರಲಾಯಿತು. ಮಹಿಳೆಯರ ಮೇಲಾಗುತ್ತಿರುವ ಎಲ್ಲ ಬಗೆಯ ಹಿಂಸೆ, ಕ್ರೌರ್ಯಗಳಿಗೆ ಒಂದಷ್ಟು ತುಟಿ ಅನುಕಂಪ ಅಥವಾ ಕರುಣಾಪೂರಿತ ಔದಾರ್ಯ ಮಾತ್ರ ತೋರಿಸಲಾಯಿತು. ಇದ್ದ ವ್ಯವಸ್ಥೆಯನ್ನೇ ಸಾಧುಗೊಳಿಸುವ ಪ್ರಯತ್ನ ಮಾಡಲಾಯಿತೆ ಹೊರತು ಸರ್ವ ಸಮಾನತೆಯ ದಿಕ್ಕಿನಲ್ಲಿ ಸಾಮಾಜಿಕ ಸಂರಚನೆಗಳನ್ನು ಮುರಿದು ಕಟ್ಟಲೇ ಇಲ್ಲ. ಆದ್ದರಿಂದಲೇ ಇವತ್ತಿಗೂ ಪ್ರಜಾಪ್ರಭುತ್ವ ಮಾದರಿಯ ಸಂವಿಧಾನವಿದ್ದಾಗಲೂ ಮಹಿಳೆಯರಿಗೆ ಹಲವಾರು ದೇವಸ್ಥಾನಗಳಲ್ಲಿ ಪ್ರವೇಶ ದೊರಕುವುದಿಲ್ಲ. ವರದಕ್ಷಿಣೆ ದಂಧೆ ದಿನದಿಂದ ದಿನಕ್ಕೆ ದುಬಾರಿಯೂ, ತೀವ್ರವೂ ಆಗುತ್ತದೆ. ಸಾಮೂಹಿಕ ವಿವಾಹಗಳ ನೆಪದಲ್ಲಿ ಬಾಲ್ಯ ವಿವಾಹಗಳು ಮಂತ್ರಿ ಮಾನ್ಯರ ಸಮ್ಮುಖದಲ್ಲಿಯೇ ನಡೆಯುತ್ತವೆ. ಇನ್ನೊಂದೆಡೆ ಮಹಿಳಾಪರವಾಗಿರುವ ವರದಕ್ಷಿಣೆ ಕಾಯ್ದೆ, ಕೌಟುಂಬಿಕ ಹಿಂಸೆ ತಡೆ ಕಾಯ್ದೆ, ಆಸ್ತಿ ಹಕ್ಕು ಕಾಯ್ದೆ ಇವೆಲ್ಲವೂ ದುರ್ಬಳಕೆಯಾಗುತ್ತಿವೆ. ಇವುಗಳನ್ನು ಮೊಟಕುಗೊಳಿಸಿ ಎಂಬ ಕೂಗು ಎದ್ದು ಬರುತ್ತದೆ. ಇಂಥ ಕೂಗುಗಳಾದರೂ ಸುಖಾಸುಮ್ಮನೆ ಬರುವುದಿಲ್ಲ. ಇದರ ಹಿಂದೆ ಬಹುದೊಡ್ಡ ಮಹಿಳಾ ವಿರೋಧೀ ಲಾಬಿಯೇ ಕೆಲಸ ಮಾಡುತ್ತಿರುತ್ತದೆ ಎಂಬ ಎಚ್ಚರ ಇರಬೇಕಾದದ್ದು ಅತ್ಯಂತ ಅವಶ್ಯವಾಗಿದೆ. ಈ ದಿಶೆಯಲ್ಲಿ ಸಂಘಟಿತ ಪ್ರಯತ್ನ ಅತ್ಯಂತ ಅವಶ್ಯ ಮತ್ತು ಈ ಹೊತ್ತಿನ ಜರೂರಿಯೂ ಆಗಿದೆ.

ಅಧ್ಯಯನಕ್ಕೆ ಬಳಸಿಕೊಂಡ ಗ್ರಂಥಗಳು

1. ಮನುಸ್ಮೃತಿ ಅನು: ಶೇಷನವರತ್ನ

2. ಬೃಹದಾರಣ್ಯಕೋಪನಿಷತ್;

3. ಮನುಸ್ಮೃತಿಯಲ್ಲಿ ಶಾಶ್ವತ ಜೀವನ ಮೌಲ್ಯಗಳು–ನ್ಯಾಯಮೂರ್ತಿ ಡಾ: ಮ.ರಾಮಾಜೋಯಿಸ್ ಪುಟ ಸಂಖ್ಯೆ: 69

ಹೆಣ್ಣು ಮತ್ತು ಭಾಷೆ

ಅಕ್ಷರದಲಭ್ಯಾಸವ ಮಾಡಿ ಬರೆವ ತೊಡೆವ ಪರಿಯಿನ್ನೆಂತೊ?
ಸ್ವರೂಪವೆಂಬುದಾವುದು, ನಿರೂಪವೆಂಬುದಾವುದು ಅರಿಯರಾಗಿ
ಆದಿ ನಿರಾಳ, ಮಧ್ಯ ನಿರಾಳ ಊರ್ಧ್ವನಿರಾಳ ಗುಹೇಶ್ವರಾ...

ಕಾವ್ಯಕ್ಕೆ ವಸ್ತುವಾಗುವ ಬದುಕು ಮತ್ತು ಕಾವ್ಯದ ಮೈಯಾಗುವ ಭಾಷೆ. ಇವೆರಡರ ಸಂಬಂಧ ಸಾಧ್ಯತೆ ಕುರಿತು ಅಲ್ಲಮನ ಈ ವಚನ ಚರ್ಚೆ ಎತ್ತುತ್ತದೆ. ಭಾಷೆ ಮಾನವನ ಅದ್ಭುತ ಆವಿಷ್ಕಾರಗಳಲ್ಲಿ ಒಂದು. ಬದುಕಿನ ಅನಂತ ಪಯಣದ ಎಷ್ಟೋ ಗಾವುದ ದಾರಿ ಸವೆಸಿದ ಬಳಿಕವೇ ಮಾನವನು ಶಾಬ್ದಿಕ ರೂಪದ ಸಾಂಕೇತಿಕ ಮಾಧ್ಯಮವಾಗಿ ಭಾಷೆಯನ್ನು ರೂಢಿಸಿಕೊಂಡಿದ್ದಾನೆ. ಭಾಷೆಯನ್ನು ಆಕಾರವಾಗಿಸಿಕೊಂಡು ಸಾಕಷ್ಟು ಪಳಗಿಸಿ, ನಾದಿ, ಮಿದ್ದು ಹದಗೊಳಿಸಿದ ದೀರ್ಘ ಕಾಲದ ನಂತರವೇ ಅಕ್ಷರದ ಸಂಕೇತಗಳನ್ನು ಜಮಾಯಿಸಿಕೊಂಡು ಮುನ್ನಡೆದಿದ್ದಾನೆ. ಲಿಪಿರೂಪಕ್ಕಿಳಿದ ಈ ನಿರ್ದಿಷ್ಟ ಅಕ್ಷರಗಳು ಬಿಟ್ಟುಕೊಡುವ ಅರ್ಥದ ಪರಿಧಿಯೊಳಗೆ ತಮ್ಮೆಲ್ಲ ಅಸಂಖ್ಯ ಭಾವ–ವಿಭಾವ–ಅನುಭಾವಗಳನ್ನು ಹಿಡಿದಿಡುವುದು ಕೂಡಾ ಒಂದು ಸುಂದರ ಅನುಭಾವವೇ. ಇದೊಂದು ತೆರನ ಕಸರತ್ತೂ ಹೌದು. ಈ ಕಸರತ್ತಾದರೂ ವ್ಯಷ್ಟಿ, ಸಮಷ್ಟಿಗಳು ತನ್ನನ್ನು ತಾನು ಸಂಪೂರ್ಣ ಸಂವಹನಗೊಳಿಸಿಕೊಳ್ಳಬೇಕೆಂಬ ಜಿದ್ದಾಜಿದ್ದಿಗೆ ಇಳಿಯುತ್ತವೆ. ಅನುಭಾವವು ಅಕ್ಷರಗಳೊಂದಿಗೆ ಕುಸ್ತಿ ಹಿಡಿಯುವ ಸ್ಥಿತಿ ಇದು. ಆದ್ದರಿಂದಲೇ ಇಲ್ಲಿ ಅಲ್ಲಮ ಅಕ್ಷರ ಪಠ್ಯದ ಮಿತಿಗೂ ಅಕ್ಷರಾತೀತವಾಗುಳಿಯುವ ಅನುಭಾವದ ಪರಿವ್ಯಾಪ್ತಿಗೂ ಇರುವ ಅಂತರದ ವಿಸ್ತಾರವನ್ನು ಕುರಿತು ಗಮನಸೆಳೆಯುತ್ತಾನೆ. ಮೂಲತಃ ಆದಿ, ಮಧ್ಯ, ತುದಿಗಳೆಲ್ಲವೂ ನಿರಾಳವಾಗಿರುವ ಸಂಗತಿಯೊಂದಿಗೆ 'ಆಳ'ವಾಗ (ಆಳ್ ಎಂದರೆ ವ್ಯಕ್ತಿಯೂ ಹೌದು, ಆಳಕ್ಕೆ ಅಂದರೆ ಡೆಪ್ತ ಎಂದೂ ಅರ್ಥ) ಬಯಸುವ ಪ್ರಕ್ರಿಯೆ ಕೂಡಾ ಒಂದು ಮೋಜಿನ ಸಂಗತಿಯಾಗಿ ನಿಲ್ಲುತ್ತದೆ. ಏಕೆಂದರೆ ಅನುಭವಕ್ಕೆ ದಕ್ಕಬಹುದಾದ ಎಲ್ಲವನ್ನೂ ಮಾತಾಗಿಸುವುದು ಎಷ್ಟು ಕಷ್ಟವೋ? ಮಾತಾಡಿದ್ದೆಲ್ಲವನ್ನೂ ಲಿಪಿಗೆ ಇಳಿಸುವುದು ಕೂಡಾ ಇದಕ್ಕಿಂತ ಕಷ್ಟ. ಬರೆಹಕ್ಕೆ ಇಳಿದ ಪಠ್ಯದಲ್ಲಿ ಅರ್ಥವನ್ನು ಕಲ್ಪಿಸಿಕೊಳ್ಳುವುದು ಇದೆಯಲ್ಲ ಇದು ಇನ್ನೂ ತೊಂದರೆ. ಏಕೆಂದರೆ ಪಠ್ಯ ಒಂದು ನೆಪ ಮಾತ್ರ. ಅದರಲ್ಲಿ ನಿರ್ದಿಷ್ಟ ಅರ್ಥವೆಂಬುದು ಸಾಧ್ಯವಿಲ್ಲ. ಓದಿಸಿಕೊಳ್ಳುವ ವ್ಯಕ್ತಿ, ಕಾಲ, ಸಂದರ್ಭ ಇತ್ಯಾದಿಗಳ ಪರಿಪ್ರೇಕ್ಷದಲ್ಲಿ ಅರ್ಥ ಪರಂಪರೆಗಳು ಹುತ್ತ ಕಟ್ಟಿಕೊಳ್ಳತೊಡಗುತ್ತವೆ. ಇದೆಲ್ಲವೂ ಭಾಷಾ ವಿನ್ಯಾಸದ ತಾತ್ವಿಕ ವಿಜೃಂಭಣೆಯಾಯಿತು. ಅಂತೆಯೇ ಶಾಬ್ದಿಕ ವಿನ್ಯಾಸದ ತಾಂತ್ರಿಕ ಸಾಧ್ಯತೆಯೂ ಹೌದು. ಆದರೆ ಇವುಗಳಾಚೆ ಭಾಷೆ ಎಂಬುದು ಒಂದು ಸಾಮಾಜಿಕ ಸಂಗತಿಯೂ ಹೌದು. ನಿರ್ದಿಷ್ಟ ಸಾಮಾಜಿಕ

ಸಂದರ್ಭದೊಳಗಡೆ ಚಾಲ್ತಿಯಾಗುವ ಪ್ರಭುತ್ವದ ಅಸ್ತ್ರವೂ ಆಗಿರುತ್ತದೆ ಎಂಬ ಎಚ್ಚರಿಕೆಯಿಟ್ಟುಕೊಂಡೇ ಅಧ್ಯಯನ ಮಾಡುವುದು ಹೆಚ್ಚು ಫಲಕಾರಿಯಾಗುತ್ತದೆ.

ಸಾಮಾಜಿಕ ವಾಸ್ತವವಾಗಿರುವ ಈ ಭಾಷೆಯನ್ನು ಭಾರತೀಯ ಸನಾತನ ವ್ಯವಸ್ಥೆ ಅದರಲ್ಲೂ ಕನ್ನಡ ಲೋಕ(ತಮ್ಮ ಭಾಷೆಯನ್ನು) ದುಡಿಸಿಕೊಂಡದ್ದು ಹೇಗೆ? ಎಂಬ ಚರ್ಚೆ ಒಂದೆಡೆಗಿದ್ದರೆ; ಪುರುಷ ಕೇಂದ್ರಿತ ನೆಲೆಯ ಒಳಗಡೆ ಬದುಕು ಹೂಡಿರುವ ವಿಭಿನ್ನ ಸ್ತ್ರೀ ಸಮುದಾಯಗಳು ಈ ಭಾಷೆಯನ್ನು ದಕ್ಕಿಸಿಕೊಂಡದ್ದು ಹೇಗೆ ಎಂಬ ಚರ್ಚೆ ಇನ್ನೊಂದೆಡೆಗಿದೆ.

ಈ ಎರಡನೇಯ ಚರ್ಚೆಯನ್ನು ತುಂಬಾ ಗಂಭೀರವಾಗಿ ಎತ್ತಿಕೊಂಡು ಹಂಪಿ ಕನ್ನಡ ವಿಶ್ವವಿದ್ಯಾಲಯದ ಮಹಿಳಾ ಅಧ್ಯಯನ ಕೇಂದ್ರವು 27, 28 ಫೆಬ್ರವರಿ 2006 ರಂದು ಎರಡು ದಿನಗಳ ಕಮ್ಮಟ ನಡೆಯಿಸಿತು. 'ಹೆಣ್ಣು ಮತ್ತು ಭಾಷೆ' ಎಂಬ ಈ ಕಮ್ಮಟದಲ್ಲಿ ಸ್ತ್ರೀವಾದದ ಕ್ಯಾನವಾಸಿನೊಳಗಡೆ ಭಾಷಿಕ ಸಾಧನೆಗಳು ಮತ್ತು ಸಾಧ್ಯತೆ ಕುರಿತು ಅರ್ಥಪೂರ್ಣ ಚರ್ಚೆ ನಡೆದವು. ಕನ್ನಡದ ಪ್ರಮುಖ ಸಾಹಿತಿಗಳು, ಭಾಷಾ ತಜ್ಞರು, ಸ್ತ್ರೀವಾದಿ ಚಿಂತಕರು ಪಾಲ್ಗೊಂಡು ಸಂವಹನ ಸಾಧ್ಯತೆಯ ಪರಿಣಾಮಕಾರಿ ಅಸ್ತ್ರವಾಗಿರುವ ಭಾಷೆಯಲ್ಲಿ ಹೆಣ್ಣಿನ ಪ್ರತಿನಿಧೀಕರಣ ಕುರಿತಂತೆ ಕಾಳಜಿಪೂರ್ವಕವಾಗಿ ತಲೆಕೆಡಿಸಿಕೊಂಡದ್ದು ಸ್ವಾಗತಾರ್ಹ. ಪಶ್ಚಿಮದ ಸ್ತ್ರೀವಾದಿ ಲೋಕದಲ್ಲಿ ಈಗಾಗಲೇ ಈ ಕುರಿತು ತುಂಬಾ ಮೌಲಿಕವಾದ ಮತ್ತು ಅರ್ಥಪೂರ್ಣವಾದ ವಾದಗಳು, ಸಿದ್ಧಾಂತಗಳು ಆಕಾರತಳೆದು ಅಸ್ತಿತ್ವ ಪಡೆದುಕೊಳ್ಳುತ್ತಿವೆ. ಈ ನಿಟ್ಟಿನಲ್ಲಿ ಭಾರತದಲ್ಲಿ ಅದರಲ್ಲಿಯೂ ಕನ್ನಡದಲ್ಲಿ ಇಂಥ ಪ್ರಯತ್ನಗಳು ತಡವಾಗಿಯಾದರೂ ಮುಂಚೂಣಿಗೆ ಬರುತ್ತಿವೆಯಲ್ಲ ಎಂಬುದೇ ಸಮಾಧಾನದ ಸಂಗತಿ.

"ವಿವಿಧ ಮಾಧ್ಯಮ ಭಾಷೆಗಳಲ್ಲಿ ಹೆಣ್ಣಿನ ಪ್ರತಿನಿಧೀಕರಣ", ಕಲಿಕೆ, ಬಳಕೆ ಮತ್ತು ಅಭಿವ್ಯಕ್ತಿ", "ಸ್ತ್ರೀ ವಾದಿ ಭಾಷಾ ಯೋಜನೆ" ಎಂಬ ಮೂರು ಗೋಷ್ಠಿಗಳಲ್ಲಿ ಭಾಷೆಯ ಆಕರಗಳಲ್ಲಿ ವಸ್ತುವಾಗಿ ಹೆಣ್ಣು ಮತ್ತು ಹೆಣ್ಣುತನ ವನ್ನು ಬಿಂಬಿಸುವ ಭಾಷಿಕ ವಿನ್ಯಾಸ ಕುರಿತಂತೆ ಚರ್ಚೆಗಳು ನಡೆದವು.

ಮೂಲತಃ ಹೆಣ್ತನ ಅಥವಾ ಗಂಡುತನವೆಂಬವು ಲಿಂಗಾತೀತವಾಗಿ ನಿಸರ್ಗ ಸಹಜವಾಗಿ ಇರುವ ಶುದ್ಧ ಭಾವನೆಗಳಾಗಿವೆ. ಪ್ರಕೃತಿಯಲ್ಲಿ ತನ್ನಷ್ಟಕ್ಕೆ ಒಂದು ಹೆಣ್ಣು ಭಾವ, ಇನ್ನೊಂದು ಗಂಡುಭಾವವೆಂಬ ವೈವಿಧ್ಯಗಳಿವೆ. ಇವು ಪರಸ್ಪರ ವಿರೋಧಿಗಳೂ ಅಲ್ಲ. ಅಂತೆಯೇ ಸ್ಪರ್ಧಿಗಳೂ ಅಲ್ಲ. ಅವೆರಡೂ ಅನುಭವ ಸಾಧ್ಯತೆಗಳು ಮಾತ್ರ. ಒಂದಕ್ಕೆ ಧರಿಸುವ ಸಾಮರ್ಥ್ಯವಿದ್ದರೆ, ಇನ್ನೊಂದಕ್ಕೆ ಧಾರಣೆಗೊಳಿಸುವ ಸಾಮರ್ಥ್ಯವಿದೆ. ಒಂದು ಚಾಲನೆಗೊಳಿಸಿದರೆ, ಇನ್ನೊಂದು ಅಸ್ತಿತ್ವಗೊಳಿಸುತ್ತದೆ. ಈ ಎರಡೂ ಕ್ರಿಯೆಗಳು ನಿಸರ್ಗದ ಎರಡು ಸಾಧ್ಯತೆಗಳು. ಈ ಸಾಧ್ಯತೆಗಳು ಲಿಂಗಾತೀತವಾಗಿ ಎಲ್ಲರಲ್ಲಿಯೂ ಏಕತ್ರವಾಗಿರುವ ಗುಣಧರ್ಮಗಳೇ ಆಗಿವೆ. ಶಕ್ತಿಶಿವ, ಅರ್ಧನಾರೀಶ್ವರ ಎಂಬ ಪರಿಕಲ್ಪನೆಗಳು ಇದೇ ನೆಲೆಯಲ್ಲಿ ತಾತ್ವಿಕವಾಗಿ ತುಂಬಾ ದೂರ ಕರೆದುಕೊಂಡು

ಹೋಗುತ್ತವೆ. ಇದಕ್ಕಿಂತ ಮುಖ್ಯವಾಗಿ ಗಂಡು, ಹೆಣ್ಣು ಎಂಬ ಲಿಂಗ ವಿವಕ್ಷೆ ಇದೆಯಲ್ಲ. ಈ ಶಾರೀರಿಕ ರಚನಾ ವಿನ್ಯಾಸ ಮೂಲದ ತಾರತಮ್ಯಗಳು ಭಾಷೆಯನ್ನು ನಿಯಂತ್ರಿಸಿದ್ದು ಹೇಗೆ ಮತ್ತು ಏಕೆ? ಎಂಬ ಪ್ರಶ್ನೆಗಳು ಸ್ತ್ರೀವಾದಿ ದೃಷ್ಟಿಕೋನಕ್ಕೆ ಮುಖ್ಯವಾಗುತ್ತವೆ.

ಲಿಂಗಾತೀತವಾಗಿರುವ ಹೆಣ್ತನ, ಗಂಡುತನಗಳ ತಾತ್ವಿಕತೆಯೇ ಬೇರೆ. ಲಿಂಗವಾಗಿ ಗಂಡು, ಹೆಣ್ಣೆಂಬ ಸ್ಥಿತಿಗತಿಗಳೇ ಬೇರೆ. ಮಗು ಹುಟ್ಟಿದಾಗ ಗಂಡೂಅಲ್ಲ ಹೆಣ್ಣೂ ಅಲ್ಲ ಅದು ಕೇವಲ ಮಗು ಮಾತ್ರವಾಗಿರುತ್ತದೆ. ಮೊಲೆ, ಮುಟ್ಟು, ಯೋನಿ ಕಾರಣವಾಗಿ ಹೆಂಗೂಸಾಗಿ, ಗಡ್ಡ, ಮೀಸೆ, ಶಿಶ್ನ ಕಾರಣವಾಗಿ ಗಂಡಾಗಿ ಅಭಿವೃದ್ಧಿಪಡಿಸಲ್ಪಟ್ಟಿರುವ ಈ ವ್ಯವಸ್ಥೆಯಲ್ಲಿ ಭಾಷೆಯ ಕೆಲಸವೇನು? ಯಾರು ಭಾಷೆ ಎಂಬ ಕುದುರೆಯನ್ನು ಹತ್ತಿ ಸವಾರಿ ಮಾಡುತ್ತಿದ್ದಾರೆ ಎಂಬ ಚರ್ಚೆಯೇ ಗಾಬರಿ ಹುಟ್ಟಿಸುವ ವಾಸ್ತವಗಳನ್ನು ತೆರೆದು ತೋರಿಸುತ್ತದೆ.

ಚರಿತ್ರೆಯ ಯಾವ ಹಂತದಲ್ಲಿ ಪುರುಷ ಪ್ರಧಾನ ವ್ಯವಸ್ಥೆ ಜಡಗೊಂಡಿತೋ ಆ ಹಂತದಿಂದಲೇ ಭಾಷೆ ಎಂಬುದು ಪುರುಷರ ಕೈಗೆ ಒದಗಿ ಬಂದ ಅಸ್ತ್ರವಾಯಿತು. ಪುರುಷ ಪ್ರಭುತ್ವ ವ್ಯವಸ್ಥೆಯು ಅಭಿವೃದ್ಧಿಪಡಿಸಿಕೊಟ್ಟ ಭಾಷಿಕ ಲಯವನ್ನೇ ಇವತ್ತಿಗೂ ಸ್ತ್ರೀಯರು ತಮ್ಮನ್ನು ಅಭಿವ್ಯಕ್ತಿಸಿಕೊಳ್ಳಲು ಬಳಸಿಕೊಳ್ಳುತ್ತಿದ್ದಾರೆ. ಹೀಗಾಗಿ ಶಾಬ್ದಿಕ ರಚನೆಯಲ್ಲಾಗಲಿ, ವ್ಯಾಕರಣ ವ್ಯವಸ್ಥೆಯಲ್ಲಾಗಲಿ, ಭಾಷಿಕ ಲಯಗಳಲ್ಲಾಗಲಿ ಸ್ತ್ರೀಪರ ಆಕೃತಿಗಳು ಸಿಗುವುದು ತುಂಬಾ ವಿರಳ. ವೈಯಕ್ತಿಕ ನೆಲೆಯಲ್ಲಿ ಹೆಣ್ಣು ತನ್ನನ್ನು ಸಾದರಪಡಿಸಿಕೊಳ್ಳುವಾಗ ಸ್ತ್ರೀ ಲಿಂಗ ವಾಚಿ ಪ್ರತ್ಯಯಗಳು ದೊರೆಯಬಹುದಾದರೂ ಸಾರ್ವತ್ರಿಕ ನೆಲೆಯಲ್ಲಿ ಅಥವಾ ಅನುಭವದ ಸಾಮಾನ್ಯೀಕರಣದಲ್ಲಿ ಪುರುಷ ವಾಚಕ ಪ್ರತ್ಯಯಗಳೇ ಬಳಕೆಯಾಗುತ್ತವೆ. ಈ ಲೇಖನದ ಧಾಟಿಯಲ್ಲಿಯೇ ಸರ್ವನಾಮ ನೆಲೆಗಳಲ್ಲಿ ಉದ್ದಕ್ಕೂ ಪುರುಷ ವಾಚಕಗಳು ಬಳಕೆಯಾಗಿರುವುದನ್ನು ಗಮನಿಸಬಹುದು. ಮಾನವ, ಮನುಷ್ಯ, ವ್ಯಕ್ತಿ, ಸಮಾಜದ ನಾಯಕತ್ವ ಇತ್ಯಾದಿ ಪದಪುಂಜಗಳು ಯಾವತ್ತೂ ಪುರುಷವಾಚಕಗಳೇ. ಸಂಬೋಧನೆ, ನಿರೂಪಣೆ ವಿಧಾನಗಳಲ್ಲಿ ಒಂದೋ ಪುರುಷವಾಚಕಗಳು ಇರಬೇಕು. ಇಲ್ಲವೇ ನಪುಂಸಕವಾಚಿಗಳು ಇರಬೇಕು.

ಉದಾಹರಣೆಗಾಗಿ ಸಮಾಜದಲ್ಲಿ ವ್ಯಕ್ತಿ ಅಭಿವೃದ್ಧಿಯಾಗುತ್ತಾನೆ, ಮಾನವ ಇತಿಹಾಸದುದ್ದಕ್ಕೂ ಹೋರಾಟ ಮಾಡಿದ್ದಾನೆ. ಹೀಗೆ ಎಲ್ಲೆಲ್ಲೂ ಪುರುಷ ಪ್ರತ್ಯಯಗಳು ಬಳಕೆಯಾಗುತ್ತವೆ. ಹಾಗೇನಾದರೂ ತುಂಬಾ ಎಚ್ಚರ ವಹಿಸಿ ಹೇಳುವುದಾದರೆ ಮಾನವರು ಬಾಳಿದ್ದಾರೆ ನಡೆದುಬಂದಿದ್ದಾರೆ. ಇತ್ಯಾದಿ ಬಹುವಚನವಾಚಿ ಪ್ರತ್ಯಯಗಳನ್ನು, ಇಲ್ಲವೇ ವ್ಯಕ್ತಿ ಬಂದಿತು, ಜನಸಮುದಾಯ ಬೆಳೆದು ಬಂದಿದೆ ಎಂಬ ನಪುಂಸಕ ವಾಚಿ ಪ್ರತ್ಯಯಗಳನ್ನು ಬಳಸುವುದು ಇದೆ. ಆದರೆ ಎಲ್ಲಿಯೂ ವ್ಯಕ್ತಿ ಬಂದಳು. ಮಾನವ ಆವಿಷ್ಕಾರ ಮಾಡಿದ್ದಾಳೆ ಎಂಬ ಪ್ರಯೋಗಗಳು ವ್ಯಾಕರಣಾತ್ಮಕವಾಗಿ ತಪ್ಪು ಎಂದೇ ಪರಿಗಣಿಸಲ್ಪಡುತ್ತವೆ. ಶಾಬ್ದಿಕ ರಚನೆಗಳನ್ನು ಸ್ತ್ರೀಪರಗೊಳಿಸುವ ಪ್ರಯತ್ನವಂತೂ ಉಡಾಫೆಯಾಗಿಯೇ ಬಿಂಬಿತವಾಗುತ್ತಿದೆ. ದೇಶದ ಪ್ರೆಸಿಡೆಂಟನನ್ನು ರಾಷ್ಟ್ರಪತಿ ಎನ್ನುತ್ತೇವೆ.

ಆ ಹುದ್ದೆಯನ್ನು ಸ್ತ್ರೀಯೊಬ್ಬಳು ಅಲಂಕರಿಸಿದರೆ ರಾಷ್ಟ್ರಪತ್ನಿ ಅನ್ನಬೇಕೆ? ಹಾಗೆ ಹೇಳಿದರೆ ಅರ್ಥವಲಯದಲ್ಲಾಗುವ ಅಥವಾ ಗ್ರಹಿಕೆಗೆ ಬರುವ ಅವಾಂತರ ಎಂಥದು. ಚೇರಮನ್, ಚೇರಪರ್ಸನ್ ಎಂದೋ ಸ್ಪೋಕ್ಸಮನ್ ಎಂಬುದನ್ನು ಸ್ಪೋಕ್ಸಪರ್ಸನ್ ಎಂದೋ ಸ್ವಾಗತಕಾರಿಣಿ, ಅಧ್ಯಕ್ಷಿಣಿ, ಎಂಪಿಣಿ, ಆಟಗಾರ್ತಿ, ಶಾಸಕಿ ಇಂಥ ಹತ್ತಾರು ಪದಪುಂಜಗಳು ಹುಟ್ಟಿಸಿಕೊಳ್ಳಬೇಕಾದ ಧಾವಂತವೂ ಇದೆ. ಇಂಥ ಪ್ರಯತ್ನಗಳ ಹಿಂದೆ ಸಾಮಾಜಿಕ ಎಚ್ಚರವಿರುವಂತೆ, ಅಸದಳ ವ್ಯಂಗ್ಯವೂ ಇದೆ ಎಂಬುದೇ ಆತಂಕದ ಸಂಗತಿಯಾಗಿದೆ.

ಈ ಚರ್ಚೆಗೆ ಪ್ರಧಾನವಾಗಿ ಎರಡು ಮುಖಗಳಿವೆ. ಭಾಷೆಯಲ್ಲಿ ವಸ್ತುವಾಗಿ ಚಿತ್ರಣಗೊಂಡ ಸ್ತ್ರೀಲೋಕ ಒಂದೆಡೆಗಿದ್ದರೆ, ಭಾಷಿಕಲಯದೊಳಗೆ ಆಕಾರ ತಳೆಯುವ ಸ್ತ್ರೀಯರ ಆಸ್ಮಿತೆ ಇನ್ನೊಂದೆಡೆಗಿದೆ. ಈವರೆಗಿನ ನಮ್ಮ ಸ್ತ್ರೀವಾದದ ಪ್ರಯತ್ನಗಳೆಲ್ಲವೂ ವಸ್ತುವಿನ ಸುತ್ತ ಮಾತ್ರ ಗಿರಿಕಿ ಹೊಡೆದಿವೆ. ಭಾಷೆಯಲ್ಲಿ ಹೆಣ್ಣು ಕುರಿತು ಚರ್ಚೆ ನಡೆದಂತೆ ಹೆಣ್ಣಿನ ಭಾಷೆ ಕುರಿತು ಚರ್ಚೆಗಳು ಪ್ರಾರಂಭವೇ ಆಗಿಲ್ಲ. ಸದ್ಯ ಅಸ್ತಿತ್ವದಲ್ಲಿರುವ ಕನ್ನಡ ಭಾಷಿಕ ವಿನ್ಯಾಸವು ಪುರುಷ ಪರವಾಗಿರುವ ಟೂಲ್ಸ್ ಮಾತ್ರವಾಗಿದೆ ಎಂಬ ಎಚ್ಚರ ಮೂಡಿದ್ದು ಕೂಡಾ ಉದ್ವಿಗ್ನ ಸ್ಥಿತಿಯೇ ಆಗಿದೆ. ಈ ಉದ್ವಿಗ್ನ ಸ್ಥಿತಿ ಹೆಚ್ಚು ಹೆಚ್ಚು ರಚನಾತ್ಮಕ ಕ್ರಿಯೆಯಾಗಿ ಪ್ರವಹಿಸಬೇಕಿದೆ. ಅಂದಾಗಲೇ ಶಾಬ್ದಿಕ ವಿನ್ಯಾಸದಿಂದ ಪ್ರಾರಂಭವಾಗಿ ಭಾಷಿಕ ವ್ಯವಸ್ಥೆಯ ಲಯವನ್ನೂ ಸ್ತ್ರೀಪರವಾಗಿ ಅಭಿವೃದ್ಧಿಪಡಿಸುವ ಪ್ರಯತ್ನ ಫಲಿಸಿತು.

ಅಷ್ಟಕ್ಕೂ ಭಾಷೆ ಎಂಬುದು ನಿರಪೇಕ್ಷೆಯಂತೂ ಖಂಡಿತ ಅಲ್ಲವೇ ಅಲ್ಲ. ಬದುಕಿನ ಅಭಿವ್ಯಕ್ತಿ ಸಾಧ್ಯತೆಯೇ ಭಾಷೆ. ಬದುಕಿನ ಭಿತ್ತಿಯಲ್ಲಿಯೇ ಭಾಷೆ ಬಣ್ಣ ತುಂಬಿಕೊಳ್ಳುತ್ತದೆ. ಆದ್ದರಿಂದ ಭಾಷೆಗೆ ಆಕರವಾಗುವ ಸ್ತ್ರೀಯರ ಬದುಕಿನಲ್ಲಾಗುವ ತಲಸ್ಪರ್ಶಿ ಬದಲಾವಣೆ ಅಂದರೆ ಒಟ್ಟು ಮಹಿಳೆಯರ ಸ್ಥಿತಿಗತಿಯಲ್ಲಿ ಔನತ್ಯ ಸಾಧಿಸದೆ ಸ್ತ್ರೀಪರ ಭಾಷೆ ಅಭಿವೃದ್ಧಿಪಡಿಸುವುದು ಸಾಧ್ಯವಾದಿತೆ? ಸ್ತ್ರೀಯರ ಬದುಕಿನ ವಾಸ್ತವಗಳನ್ನು ಆಚೆಗಿಟ್ಟು ನಡೆಸುವ ಎಲ್ಲ ವಿದ್ವತ್ ಲೋಕದ ಪ್ರಯತ್ನಗಳು ವಿದ್ವತ್ ವ್ಯಸನವಾಗುತ್ತದೆಯೇ ಹೊರತು ಸಮಗ್ರವಾಗಿ ಫಲಿಸುವುದಿಲ್ಲ.

ಶೂನ್ಯ ಸಂಪಾದನೆಯಲ್ಲಿ ರೂಪುತಳೆದ ಸ್ತ್ರೀ ಪಾತ್ರಗಳು

ಒಂದು ಕೃತಿ ತಾನು ಹುಟ್ಟಿಕೊಂಡ ಕಾಲಕ್ಕೆ ಇರುವ ಪಥ್ಯ ಹೇಗೋ ಹಾಗೆಯೇ ಅದನ್ನು ಓದಿಕೊಳ್ಳುವ ಕಾಲಕ್ಕೂ ಪಥ್ಯವಾಗಿರುತ್ತದೆ. ಸಾರ್ವಕಾಲಿಕವಲ್ಲದ ರೀತಿಯಲ್ಲೂ ಕೂಡಾ ಅದು ತನ್ನ ಆಚೆಗಿನ ಕಾಲ–ಸಂದರ್ಭ–ಜೀವನ ವಿಧಾನಗಳನ್ನು ಎಲ್ಲೊ ಒಂದು ಕಡೆ ಅರ್ಥೈಸುವ ಸಾಪೇಕ್ಷತೆಯನ್ನು ಪಡೆದಿರುತ್ತದೆ. ಶೂನ್ಯ ಸಂಪಾದನೆಯಂಥ ಕೃತಿ ಹಲವು ದಶಕಗಳ ಹಿಂದೆ ಕೇವಲ ಧಾರ್ಮಿಕ ಪಥ್ಯವಾಗಿದ್ದು ಇಂದು ಮುಕ್ತವಾಗಿ ಬಹುವಲಯಗಳಲ್ಲಿ ಚರ್ಚೆಗೊಳಗಾಗುತ್ತಿದೆ. ವಿವಿಧ ಜ್ಞಾನಶಿಸ್ತುಗಳ ಮೂಲಕ ಪ್ರಭಾವಿತಗೊಂಡ ಓದಿನ ಹಲವು ಪ್ರವೇಶಗಳ ಸಾಧ್ಯತೆ ಮತ್ತು ಶಕ್ತಿಯ ಪರಿಕಲ್ಪನೆಯಿಂದ ಶೂನ್ಯ ಸಂಪಾದನೆಯು ಜೀವಪರ ಮತ್ತು ಜನಪರ ನಿಲುವುಗಳತ್ತ ಹೆಚ್ಚು ಆಕರ್ಷಿತವಾಗುತ್ತಿದೆ.

ನಿರ್ದಿಷ್ಟ ಕಾಲವೊಂದರಲ್ಲಿ ನಿರ್ದುಷ್ಟ ಧೋರಣೆಯನ್ನಿಟ್ಟುಕೊಂಡು ರಚನೆಯಾದ ಶೂನ್ಯ ಸಂಪಾದನೆಯು ತಾನು ಆರಿಸಿಕೊಂಡ ಪಾತ್ರಗಳ ಮೂಲಕ ಸಹ ಹಲವು ಕಿಟಕಿಗಳನ್ನು ದರ್ಶಿಸುತ್ತದೆ. Made for each other ನಂತಹ ಅನೇಕ ದಾಂಪತ್ಯಗಳು ಕಣ್ಣೆದುರಿಗಿದ್ದಾಗ್ಯೂ ಕುಟುಂಬ ವಿದೂರವಾದ ಪಾತ್ರಗಳ ಹೆಚ್ಚಿನ ಆಯ್ಕೆಯನ್ನು ಇಲ್ಲಿ ಕಾಣುತ್ತೇವೆ. ಗೊಗ್ಗಯ್ಯ, ಗೋರಕ್ಷಾ ಮತ್ತು ಅಕ್ಕ, ಮುಕ್ತಾಯಿಯಂಥ ಸ್ತ್ರೀ ಪಾತ್ರಗಳು ಬದುಕಿನೊಂದಿಗೆ ಏರ್ಪಡಿಸಿಕೊಳ್ಳುವ ಸಹ್ಯ ಸಂವಾದಗಳು ಗಮನ ಸೆಳೆಯುತ್ತವೆ. ಸಂಸಾರ ಮೀಮಾಂಸೆಯ ಮಾನದಂಡಗಳನ್ನು ಹಿಡಿದು ಹೊರಟಿರುವ ಲಕ್ಕಮ್ಮ, ಮೋಳಿಗೆ ಮಹಾದೇವಮ್ಮನಂಥ ಪಾತ್ರಗಳು ವರ್ತಮಾನದ ಬದುಕಿನೊಂದಿಗೆ ಗುರುತಿಸಿಕೊಳ್ಳುವ ಧಾವಂತ ತೋರುತ್ತವೆ. ಶೂನ್ಯ ಸಂಪಾದನೆಯಲ್ಲಿ ಕಾಣಿಸಿಕೊಂಡಿರುವ ನಾಲ್ವರು ಸ್ತ್ರೀಯರನ್ನು ಇಲ್ಲಿ ಪರಾಮರ್ಶಿಸಲಾಗಿದೆ.

ಮಹಾದೇವಿಯಕ್ಕ : ಮಹಾದೇವಿಯಕ್ಕನನ್ನು ಶಿವಗಣ ಪ್ರಸಾದಿ ಮಹಾದೇವಯ್ಯ ಒಬ್ಬ ಅನುಭಾವಿಯಾಗಿ, ಶರಣೆಯಾಗಿ, ಅದ್ಭುತ ಸಾಧಕಿಯಾಗಿ ಚಿತ್ರಿಸುವಲ್ಲಿ ನಿರತನಾದರೆ ತದನಂತರದ ಹಲಗೆಯಾರ್ಯನಿಗೆ ಅವಳು ಇವೆಲ್ಲವುಗಳಿಗಿಂತ ಹೆಣ್ಣಾಗಿ ಅದರಲ್ಲೂ ಪುರುಷನನ್ನು ಲೌಕಿಕ ಪತಿಯಾಗಿ ಸ್ವೀಕರಿಸದ, ಗಂಡಸರನ್ನು ತಿರಸ್ಕರಿಸುವ ಹೆಣ್ಣಾಗಿ ಕಾಣಿಸುತ್ತಾಳೆ. ಹಾಗೆನ್ನುವದಕ್ಕಿಂತ ಕಾಡಿಸುತ್ತಾಳೆ ಎಂಬ ಪದವು ಇಲ್ಲಿ ಹೆಚ್ಚು ಸೂಕ್ತ ಮತ್ತು ಸಮರ್ಥನೀಯವೆನಿಸಬಹುದೇನೊ? ಆ ಕಾಲದ ಮೌಲ್ಯಗಳಲ್ಲಿ ಹೆಣ್ಣಿನ ರಾಷ್ಟ್ರೀಯ ಉತ್ಪಾದನೆ ಮತ್ತು ಅವಳ ಅಂತರ್ಯದಲ್ಲಿನ ಕೌಶಲ್ಯದ ಬಳಕೆಯು

ಮುಖ್ಯವಾಗಿಲ್ಲದೇ ಇರುವ ಕಾರಣ ಅವಳ ಸಾಧನೆಗಿಂತ ಹೆಣ್ತನ ಮುಖ್ಯವಾಗುತ್ತದೆ. ಆದುದರಿಂದಲೇ ಕಿನ್ನರಿ ಬ್ರಹ್ಮಯ್ಯ ಅಕ್ಕನನ್ನು ಅಷ್ಟು ಕಠಿಣವಾಗಿ ಮತ್ತು ದಾರುಣವಾಗಿ ಪರೀಕ್ಷಿಸುತ್ತಾನೆ. ಅವಳ ಪ್ರತಿಯೊಂದು ಅಂಗವನ್ನು ಸ್ಪರ್ಶ ಪರೀಕ್ಷೆಗೆ ಒಳಪಡಿಸುವ ಮತ್ತು ಹಾಗೆ ಪರೀಕ್ಷೆಗೊಳಪಡಿಸಲು ಹಚ್ಚುವ ಮನೋಧರ್ಮವು ಇಂದು ನಿನ್ನೆಯದಲ್ಲ. ಮಾಂಸದ ಮುದ್ದೆಯಾಗಿ ಭಾವಿಸಿದ ಪುರುಷ ಅವಳನ್ನು ಭಾವನೆಗಳಿಲ್ಲದ ವಸ್ತು, ಒಡವೆ ಎಂಬ ಪರಿಗಣನೆಯ ಚೌಕಟ್ಟಿಗೆ ತುರುಕಿದ್ದೇ ಇದಕ್ಕೆ ಕಾರಣವಿರಬಹುದು. ಬಹುಶಃ ಸಂಪಾದನೆಗಳ ಕಾಲಕ್ಕೆ ಇಂಥ ಪರೀಕ್ಷಾ ವಿಧಾನ ಸ್ವೀಕೃತವಾಗಿದ್ದು, ಆ ಮೂಲಕ ಅಕ್ಕನನ್ನು ಬಿಚ್ಚಿಡುವ ಆಕಾಂಕ್ಷೆಯ ಒತ್ತಡವು ಇಲ್ಲಿ ಕೆಲಸ ಮಾಡಿರಲಿಕ್ಕೆ ಸಾಕು.

ಎಲ್ಲ ಪರೀಕ್ಷೆಗಳಲ್ಲಿ ಪಾಸಾಗುವ ಅಕ್ಕ ಇಲ್ಲಿಯೂ ತನ್ನ ಸಂಯಮ ಸಿದ್ಧಿಗಳನ್ನು ಮರೆದಳು ಎಂದು ಇದರ ಮೂಲಕವೇ ಹಲಗೆಯಾರ್ಯನಿಗೆ ಹೇಳಬೇಕಾಗಿದೆ. ಅದಕ್ಕೆ ಪೂರಕವಾಗುವ ರೀತಿಯಲ್ಲಿ ಯೋನಿಯಿಂದ ವಿಭೂತಿ ಉದುರಿದ ಪ್ರತೀಕವನ್ನು ಹೆಣೆದುಕೊಳ್ಳುತ್ತಾನೆ. ಒಂದು ಹೆಣ್ಣು ಪುರುಷನ ಸಂಪರ್ಕವಿಲ್ಲದೆ ಬಾಳಬಹುದೆ? ಎಂಬುದು ಸಾಮಾಜಿಕವಾಗಿ ಪ್ರಶ್ನೆಗೊಳಗಾಗುವದು ಮುಖ್ಯವಲ್ಲ. ಸಮಾಜದ ಕಟ್ಟು ಕಟ್ಟಳೆ, ವಿಧಿ ನಿಯಮಗಳಿಗಿಂತ ಬದುಕು ಭಿನ್ನವೇ ಆಗಿರುತ್ತದೆ. ಮೇಲುನೋಟಕ್ಕೆ ಸಮಾಜದ ವಿಧಿ ನಿಯಮಗಳಿಗನುಗುಣವಾಗಿ ನಡೆದುಕೊಳ್ಳುವಂತೆ ತೋರುವ ಮನುಷ್ಯ ಮನೋಭಾವಗಳು ಒಳಗಡೆಯಲ್ಲೋ ಅವುಗಳನ್ನು ನಕಾರಾತ್ಮಕವಾಗಿಯಾದರೂ ಇಲ್ಲವೇ ಸಕಾರಾತ್ಮಕವಾಗಿಯಾದರೂ ಮೀರುವ ಪ್ರಕ್ರಿಯೆಯನ್ನು ಅನುಭವಿಸುತ್ತಿರುತ್ತವೆ. ಅದಕ್ಕಾಗಿಯೇ ಕಿನ್ನರ ಬ್ರಹ್ಮಯ್ಯ ಹೆಣ್ಣೊಬ್ಬಳು ಸಾಮಾಜಿಕವಲ್ಲದ ವಲಯದಲ್ಲಿ ಅಂದರೆ ಮಾನಸಿಕ, ದೈಹಿಕ, ಭಾವನಾತ್ಮಕವಾಗಿ ಪುರುಷನಿಲ್ಲದೆ ಬಾಳಬಲ್ಲಳೆ ಎಂಬ ಪ್ರಶ್ನೆಯ ಮೊನಚಿಗೆ ಉತ್ತರ ಹುಡುಕುವ ಪ್ರಯತ್ನಕ್ಕಿಳಿಯುತ್ತಾನೆ.

ಈ ಪ್ರಶ್ನೆಯ ಮೂಲಕ ಅವನಲ್ಲಿ ಹುಟ್ಟುವ ದುಗುಡವು ಬ್ರಹ್ಮಯ್ಯನನ್ನು ನಿಸರ್ಗದತ್ತವಾದ ಅಪ್ಪಟ ಬದುಕನ್ನು ವಿಮರ್ಶಿಸುವ ಮನಶಾಸ್ತ್ರಜ್ಞನಾಗಿ ಕಾಣಿಸಿದೆ. ಬ್ರಹ್ಮಯ್ಯ ಅಂತಹ ಅತಿರೇಕಗಳ ಮೊರೆ ಹೋಗಿದ್ದು ಪುರುಷ ಪ್ರಧಾನ ಸಮಾಜದ ದುಷ್ಟತನ, ಶೋಷಣೆ ಎಂದೆಲ್ಲ ಹೇಳಿ ಬಿಡುವುದು ವಾದವನ್ನು ತೀರ ಹಗುರಗೊಳಿಸಿದಂತಾದೀತು. ಇಲ್ಲಿ ಬ್ರಹ್ಮಯ್ಯ ಮತ್ತು ಅಕ್ಕ ಇಬ್ಬರೂ ವ್ಯವಸ್ಥೆಯಾಚೆ ನಿಂತು ಸಂವಾದಕ್ಕಿಳಿದಿದ್ದಾರೆ. ಖಂಡಿತ ವ್ಯವಸ್ಥೆ ನಿರ್ಮಿತ ಮೌಲ್ಯಗಳು ವ್ಯಕ್ತಿಗಳನ್ನು ಪ್ರಭಾವಿಸುತ್ತವೆಯಾದರೂ ಬ್ರಹ್ಮಯ್ಯ ವ್ಯವಸ್ಥೆಯನ್ನು ತನ್ನ ನೆಲೆಯಲ್ಲಿ ಮೀರುವ ಮೂಲಕವೂ ಒಟ್ಟು ಮನುಷ್ಯ ಸ್ವಭಾವದ ಹುಡುಕಾಟ ನಡೆಸುವ ಪ್ರಯತ್ನ ಮಾಡುತ್ತಾನೆ. ಅವನ ಹುಡುಕಾಟದ ಮನೋಸ್ಥಿತಿ ಮನುಷ್ಯ ಸ್ವಭಾವದ ಮೂಲ ರೂಪದ್ದೇ ಹೊರತು ಪುರುಷ, ಸ್ತ್ರೀ ಎಂಬ ಲಿಂಗೇಭೇದದಲ್ಲ. ಅಕ್ಕನ ಜೀವನ ಕುರಿತಂತೆ ಲಿಂಗಭೇದನೀತಿಯ ಮತ್ತು ಅದರ ನಿರಾಕರಣೆಯ ನೆಲೆಗಳಿಗೆ ಬೇರೆ ಮಗ್ಗುಲಗಳ ಉತ್ತರವಿದೆ. ಇಲ್ಲಿ ಸಧ್ಯ ಬ್ರಹ್ಮಯ್ಯನ ಪ್ರಶ್ನೆಗಳನ್ನು, ಪ್ರಶ್ನಿಸುವ ವಿಧಾನಗಳನ್ನು ಮಾನವೀಯ

ಸಂವೇದನೆಗಳ ಚೌಕಟ್ಟಿನಲ್ಲಿ ಗ್ರಹಿಸುವಾಗ ಆತ ಅಕ್ಕನನ್ನು ಇಡೀ ಸಮುದಾಯದ ಪ್ರತಿನಿಧಿಯಾಗಿ ಗ್ರಹಿಸಿದ್ದಾನೆ ಹೊರತು ಅಪವಾದವಾಗಿ ಅಲ್ಲವೆನಿಸುತ್ತದೆ. ಅಷ್ಟರಮಟ್ಟಿಗೆ ಸಮಸ್ಯೆಯ ಸರಳೀಕರಣದ ದುರಂತಕ್ಕೂ ಹೋಗುವುದಿಲ್ಲ. ನಾಗರೀಕ ಸಮಾಜಕ್ಕೆ ತೀರ ಅಸಹ್ಯ ಮತ್ತು ಅಶ್ಲೀಲವೆನಿಸಬಹುದಾದ ಈ ಯೋನಿ ಪರೀಕ್ಷೆ ಪ್ರಸಂಗದ ಬಗ್ಗೆ ಪರಿಕಲ್ಪನೆ ಇರಲಿಲ್ಲವೆ? ಎನಿಸುವುದು ತೀರ ಸಹಜ. ತೀರ ತಾತ್ವಿಕ ಎತ್ತರ ಮತ್ತು ಭಾವನೆಗಳ ರೂಕ್ಷತೆಯು ಶ್ಲೀಲ, ಅಶ್ಲೀಲಗಳ ನಡುವಿನ ಗೆರೆಯನ್ನು ಅಳಿಸಿಹಾಕಿರುತ್ತದೆ. ತಾತ್ವಿಕ ನಿಲುವು ಯಾವತ್ತೂ ಮನುಷ್ಯ ಮತ್ತು ಅವನ ಅದಮ್ಯ ಭಾವನಾ ಪ್ರಪಂಚ, ಸ್ವಭಾವ ಸಹಜ ಮೂಲ ಪ್ರವೃತ್ತಿ ಇವುಗಳನ್ನು ಗಮನದಲ್ಲಿಟ್ಟುಕೊಂಡು ಹೊರಡುತ್ತದೆ. ಹೀಗಾಗಿ ಹಲಗೆಯಾರ್ಯನಂಥವರಿಗೆ ಮಹಾದೇವಿಯಕ್ಕ ನಿಜವಾದ ಅರ್ಥದಲ್ಲಿ ಭಾವನೆಗಳನ್ನು ಮೀರಿ ನಿಂತಳಲ್ಲ ಇದು ಸಾಧ್ಯವೆ? ನಿಸರ್ಗ ಸಹಜ ಬದುಕನ್ನು ಅದಿರುವ ಸ್ಥಿತಿಯಲ್ಲಿ ಮುಟ್ಟದೆಯೂ ಅದನ್ನು ಮೀರಿ ಬೆಳೆಯಬಹುದೇ? ಹಾಗಾದರೆ ನಿಸರ್ಗಸಹಜವಾಗಿ ಬದುಕುವುದು ಹೆಚ್ಚು ಶ್ರೇಷ್ಠವೊ? ನಿಸರ್ಗಾತೀತವಾಗಿ ಬದುಕುವುದು ಹೆಚ್ಚು ಶ್ರೇಷ್ಠವೊ? ಎಂಬ ಪ್ರಶ್ನೆಗಳು ಎದುರಾಗುತ್ತವೆ. ಇಂಥ ಮೂಲಭೂತ ಪ್ರಶ್ನೆಗಳು ಎದುರಾದಾಗಲೆಲ್ಲ ವಚನಸಿದ್ಧಾಂತವೊಂದನ್ನು ಹೊರತು ಪಡಿಸಿ ಭಾರತೀಯ ದರ್ಶನ ಧಾರೆಗಳು ನಿಸರ್ಗಾತೀತವಾಗಿ ಬದುಕುವುದೇ ಹೆಚ್ಚು ಶ್ರೇಷ್ಠವೆಂಬ ಸುಲಭಸಾಧ್ಯವಲ್ಲದ ಬಹುಜನರಿಗೆ ಆಪ್ಯಾಯಮಾನವಲ್ಲದ ಜೀವನ ವಿಧಾನವೊಂದರತ್ತ ವಾಲುವ ಹುಷಾರಿತನ ತೋರಿಸಿಬಿಡುತ್ತವೆ.

ಹಲಗೆಯಾರ್ಯ ಅಕ್ಕನ ಪಾವಿತ್ರ್ಯತೆಯನ್ನು ಸಾಬೀತು ಪಡಿಸುವ ಜರೂರಿಯನ್ನು ಮನಗಂಡೇ ಈ ರೀತಿಯ ಶಿವಗಣಪ್ರಸಾದಿ ಮಹಾದೇವಯ್ಯರ ಶೂನ್ಯ ಸಂಪಾದನೆಯಲ್ಲಿ ಇಲ್ಲದ ಅಂಗಪರೀಕ್ಷಾ ಪ್ರಸಂಗ ಸೃಷ್ಟಿಸಿಕೊಳ್ಳುತ್ತಾನೆ. ಈ ಘಟನೆಯ ಹೆಚ್ಚು ಪ್ರಖರತೆಗೆ ಅಲ್ಲಮಪ್ರಭುವಿನ ಪ್ರಶ್ನೆರೂಪದ ವಚನಗಳ ಸೃಷ್ಟಿಯಲ್ಲಿಯೂ ಅವನ ಧೋರಣೆಯನ್ನು ಗಮನಿಸಬಹುದು. ಈ ಸಂದರ್ಭದಲ್ಲಿ ಕಿನ್ನರಯ್ಯನಿಗಿಂತ ಒಂದು ಹೆಜ್ಜೆ ಹೆಚ್ಚಾಗಿ ಮಾತಿನ ರೂಪದಲ್ಲಿ ಅಲ್ಲಮ ಅಕ್ಕನನ್ನು ಇರಿಯುತ್ತಾನೆ. ಪ್ರತಿಯೊಂದು ಅಂಗಕ್ಕೂ ಅಲ್ಲಮನ ದೃಷ್ಟಿ ಮಾತುಗಳ ಚಾಟಿಯೇಟು ಅವನು ಎಂತಹ ನಿರ್ದಯಿ ಎಂಬಂತೆ ಭ್ರಮಿಸುವ ಸಾಧ್ಯತೆಗಳಿವೆ. ಆದರೆ ಅಲ್ಲಮ ಅಂತಹ ನಿರ್ದಯಿಯೂ ಅಲ್ಲ. ಪುರಾಣಕಾರರಂತೆ ಅವಳ ಪಾವಿತ್ರ್ಯವನ್ನು ಜಗಜ್ಜಾಹೀರು ಮಾಡುವ ಉದ್ದೇಶವೂ ಅವನದಲ್ಲ. ಅಕ್ಕನನ್ನು ಅರ್ಥೈಸಿಕೊಳ್ಳಬೇಕೆಂಬ ಅವನ ಹಟವಿದೆಯಲ್ಲ. ಅದು ಜೀವಪರ ಮತ್ತು ಸಂವಾದದ ಮೂಲಕವೇ ಸ್ಪಷ್ಟತೆಗೆ ಸಮೀಪವಾಗುವ ವಿಧಾನವೆನಿಸುತ್ತದೆ. ಈ ಸಂವಾದವಾದರೂ ಜೀವನದ ನಿಲುವುಗಳ ವ್ಯಾಖ್ಯಾನವೇ ಆಗಿ ನಿಲ್ಲುತ್ತದೆ.

ಅಕ್ಕ ಕೌಶಿಕನನ್ನು ತ್ಯಜಿಸಿ ಬಂದಿರಬಹುದಾದ ಕಾರಣ ಏನಿರಬಹುದು ಎಂಬುದಕ್ಕೆ ಉತ್ತರ ಅಷ್ಟು ಸರಳ ಮತ್ತು ಸುಲಭವಲ್ಲ. ಯಶೋಧರನನ್ನು ತಿರಸ್ಕರಿಸಿದ ಅಮೃತಮತಿಯ ಸಂದರ್ಭಕ್ಕೆ ಹೊಳೆಯುವ ಉತ್ತರ ಅಕ್ಕನ ಸಂದರ್ಭಕ್ಕೆ ತಾಳೆಯಾಗುವುದಿಲ್ಲ. ಲೋಕದ ಗಂಡಂದಿರನ್ನು ಇಷ್ಟಪಡದೇ ಇರುವುದಕ್ಕಾಗಿ

ಚನ್ನಮಲ್ಲಿಕಾರ್ಜುನ ಪ್ರೀಯವಾದನೆ? ಅಥವಾ ಚೆನ್ನಮಲ್ಲಿಕಾರ್ಜುನ ಇಷ್ಟವಾದುದಕ್ಕಾಗಿ ಲೋಕದ ಗಂಡಂದಿರು ತ್ಯಾಜ್ಯವಾದರೆ? ಇದರಲ್ಲಿ ಯಾವುದು ಮೊದಲು ಎಂಬ ಪ್ರಶ್ನೆ ಹಲವು ವಾದಗಳಿಗೆ ಎಡೆ ಮಾಡಿಕೊಡುತ್ತದೆ. ಈ ಪ್ರಶ್ನೆಯೇ ಪ್ರಭು ಆದಿಯಾಗಿ ಎಲ್ಲರಿಗೂ ಕಾಡಿದ್ದು ಮತ್ತು ಕಾಡುತ್ತಿರುವುದು ಮುಂದೆಯೂ ಕಾಡಬಹುದಾದದ್ದು. ಅಕ್ಕನಿಗೆ ಲೋಕದ ಗಂಡನಲ್ಲಿ ಆಸಕ್ತಿ ಬೆಳೆಯಲಿಲ್ಲ ಎಂದಾದರೆ ಏಕೆ ಬೆಳೆಯಲಿಲ್ಲ? ಕೌಶಿಕ ಮಹಾರಾಜ ಸ್ಪುರದ್ರೂಪಿ, ಎಲ್ಲಕ್ಕಿಂತ ಹೆಚ್ಚಾಗಿ ಅಕ್ಕನನ್ನು ಗಾಢವಾಗಿ ಪ್ರೀತಿಸುವ ಅವನಲ್ಲಿ ಎಷ್ಟು ಮಾತ್ರಕ್ಕೂ ಪ್ರೀತಿ ಹುಟ್ಟದೇ ಇರುವುದು. ಮತ್ತು ಅವಳ ಅಂದಿನ ಮಾನಸಿಕ ಸ್ಥಿತಿ. ಅಂಥದೊಂದು ಸ್ಥಿತಿಗೆ ಕಾರಣವಾಗಿರಬಹುದಾದ ಅಂದಿನ ಚಾರಿತ್ರಿಕ, ಸಾಮಾಜಿಕ, ಸಂದರ್ಭಗಳು, ಅವಳ ಕೌಟುಂಬಿಕ ಪರಿಸರ, ಸಾಂಸ್ಕೃತಿಕ ಸಂಘರ್ಷ ಇತ್ಯಾದಿಗಳಿಗೆಲ್ಲ ಉತ್ತರ ಸ್ಪಷ್ಟವಾಗಬೇಕಾದರೆ ಅಕ್ಕನನ್ನು ಕೇವಲ ಮನುಷ್ಯಳನ್ನಾಗಿ ನೋಡುವ ನಮ್ಮ ಮನೋಭಾವ ಗಟ್ಟಿಯಾಗಬೇಕಾಗುತ್ತದೆ. ಆ ದಿಸೆಯಲ್ಲಿ ನಮ್ಮ ಆಲೋಚನೆ, ಅನ್ವೇಷಣೆಗಳು ಅಪ್ಪಟ ಜೀವನ ಪ್ರೀತಿಯನ್ನು ಹಿನ್ನೆಲೆಯಾಗಿಟ್ಟುಕೊಂಡು ಹೊರಡಬೇಕಾಗುತ್ತದೆ.

ಅಕ್ಕ ಪುರುಷನಿಲ್ಲದೆ ಬಾಳಬೇಕೆಂದು ಮೊದಮೊದಲೆ ತನ್ನನ್ನು ತಾನು ಸಿದ್ಧ ಮಾಡಿಕೊಂಡಿರಲಿಕ್ಕಿಲ್ಲ. ಯೌವ್ವನ ಸಹಜವಾದ ಬಯಕೆಗಳು ಅರಳುವ ಪೂರ್ವದಲ್ಲೇ ಅವುಗಳನ್ನು ನೇರ್ಪುಗೊಳಿಸಿ ಒಂದು ಅವಾಸ್ತವ ಬದುಕಿನ ರೀತಿಗೆ ಬದ್ಧ ಮಾಡಿಕೊಂಡಿರಲಿಕ್ಕಿಲ್ಲ. ಅಲ್ಲದೆ ಇಡೀ ಸ್ತ್ರೀ ಕುಲಕ್ಕೆ ಮಾದರಿಯಾಗಬೇಕೆಂಬ ಹುಚ್ಚು ಹುರುಪು ಅವಳಿಗಿದ್ದಿರಲಿಕ್ಕಿಲ್ಲ. ಮಲ್ಲಿಕಾರ್ಜುನನನ್ನು ಕುರಿತು ಅವಳ ವಚನಗಳಲ್ಲಿ ವ್ಯಕ್ತವಾಗುವ ಭಾವತೀವ್ರತೆ, ಭಾವೋತ್ಕಟತೆ, ನಲ್ಲನನ್ನು ಕುರಿತ ಸರಸಭಾವಗಳನ್ನು ನೋಡಿದರೆ ತನ್ನನ್ನು ಪ್ರಯೋಗಕ್ಕೆ ಗುರಿಮಾಡ ಹೊರಟವಳೆಂದು ಅನಿಸುವುದಿಲ್ಲ. ಜಗತ್ತಿನ ಎಲ್ಲ ಸಿದ್ಧಾಂತ ಮತ್ತು ಅನ್ವೇಷಣೆಗಳು ಕಾಮ ಮತ್ತು ಸಾವನ್ನು ಕುರಿತು ಸುತ್ತುತ್ತಲೆ ಇರುವುದರಿಂದ ಈ ಮಾತುಗಳು ಹೇಳಬೇಕಾಗುತ್ತದೆ. ಯಾವುದೋ ಮಹತ್‌ಸಾಧನೆಗೆ ಹೊರಟವರನೇಕರು ತಮ್ಮ ಬಾಳನ್ನೆ ಪ್ರಯೋಗಕ್ಕಿಳಿಸುವ ಸಂದರ್ಭದಲ್ಲಿ ಇಂತಹ ಭಾವೋತ್ಕಟತೆಯು ಸ್ವಯಂಪೂರ್ಣವೇ ಹೊರತು ಅನ್ಯಕ್ಕೆ ಸುತ್ತಿಕೊಂಡಿರುವಂತಹುದಲ್ಲ. ಹೀಗಾಗಿ ಅಕ್ಕನ ಬದುಕೇ ಹಲವು ಆಶ್ಚರ್ಯ, ಅದ್ಭುತಗಳ ಒಂದು ಸಂಕೀರ್ಣ ಮೊತ್ತವಾಗಿ ನಿಲ್ಲುತ್ತದೆ.

ಈ ಹಿನ್ನೆಲೆಯಲ್ಲಿ ಅವಳನ್ನು ನಮಗೆ ಗೊತ್ತಿರುವ, ನಮ್ಮ ಅನುಭವಕ್ಕೆ ಬಂದಿರುವ ಒಂದು ಸ್ಥಿತಿಯಿಂದಲೇ ಅರ್ಥ ಮಾಡಿಕೊಳ್ಳಬೇಕೆಂಬ ಹಟ ಮುಖ್ಯವಾದಾಗ ಹಲಗೆಯಾರ್ಯ, ಚಾಮರಸ ಇಂಥವರ ಕಥಾನಕಗಳು ಸಿದ್ಧವಾಗುತ್ತವೆ. ಆದರೆ ಹಲಗೆಯಾರ್ಯನಂಥವರಿಗೆ ಅಕ್ಕನ ಅದ್ಭುತ ವ್ಯಕ್ತಿತ್ವ ಕಂಡು ಅವಕ್ಕಾಗಿ ಬಿಡುವ ಅವಸ್ಥೆ ಬಿಟ್ಟರೆ ಪ್ರಭುವಿನಂತೆ ನಿರ್ಲಿಪ್ತವಾಗಿ ಪ್ರಶ್ನಿಸುವ ಧೈರ್ಯವಾಗುವುದಿಲ್ಲ.

ಪುರುಷನಿಲ್ಲದೆ ಸ್ತ್ರೀಯು ನೈಸರ್ಗಿಕವಾಗಿ, ಮಾನಸಿಕವಾಗಿ, ಭಾವನಾತ್ಮಕವಾಗಿ (ಸಾಮಾಜಿಕವಾಗಿ ಅಲ್ಲ) ಬಾಳಬಹುದೆ ಎಂಬ ಅಂಶ ದಿಗ್ಭ್ರಮೆ ಹುಟ್ಟಿಸುವಷ್ಟು

ಸ್ತ್ರೀಯಿಲ್ಲದೆ ಪುರುಷ ಬದುಕಬಲ್ಲನೆ ಎಂಬ ಪ್ರಶ್ನೆ ಹುಟ್ಟಿಸುವುದಿಲ್ಲ. ಅಕ್ಕನಿಗೆ ಎದುರಾಗುವ ಪ್ರಶ್ನೆ, ಪರೀಕ್ಷೆ, ಸವಾಲುಗಳು ಪ್ರಭು, ಸಿದ್ಧರಾಮರಿಗೆ ಎದುರಾಗುವುದಿಲ್ಲ. ನಿಸರ್ಗಕ್ಕೆ ಲಿಂಗಭೇದದ ಪ್ರಶ್ನೆಯಿಲ್ಲ. ಆದರೆ ನಾವುಗಳು ಬದುಕಿರುವ ಸಾಮಾಜಿಕ ಸಂದರ್ಭಗಳಿಗೆ ಹಲವು ಪ್ರಶ್ನೆ ಮತ್ತು ಗುಮಾನಿಗಳು ಕಾಡುತ್ತಿರುತ್ತವೆ. ಇಲ್ಲಿ ಪ್ರಭು ಸಿದ್ಧರಾಮನಂತರಹರೇನಕರು ಪ್ರಶ್ನಾತೀತರಾದದ್ದೇಕೆ? ಎಂಬ ಪ್ರಶ್ನೆಗಳಿಗೆ ಹೀಗೆ ಉತ್ತರ ಕಂಡುಕೊಳ್ಳಬಹುದು. ಕನಸು, ಭಾವನೆಗಳನ್ನು ಒತ್ತಿ ಒತ್ತಿ ಹಿಡಿದು ಹರಳುಗಳನ್ನಾಗಿಸಿದ ಭಾರತೀಯ ಸಾಮಾಜಿಕ ಸಂದರ್ಭದಲ್ಲಿ ಹೆಣ್ಣು ವೈಯಕ್ತಿಕವಾಗಿ ಅಲ್ಲದೆ ಸಾಮಾಜಿಕ ಸಂದರ್ಭದಲ್ಲೂ ಒಪ್ಪಿತವಾಗಬೇಕಾದ ಅನಿವಾರ್ಯತೆಯಿರುವುದರಿಂದ ಅಕ್ಕನಂತಹವರು ಮತ್ತೆ ಮತ್ತೆ ಪರೀಕ್ಷೆ, ಪ್ರಶ್ನೆಗಳ ಚೂಪುಮೊನೆಗಳ ಮೇಲೆ ನಡೆಯುತ್ತಲೇ ಇರಬೇಕಾಗುತ್ತದೆ.

ಶಿವಗಣಪ್ರಸಾದಿ ಮಹಾದೇವಯ್ಯಗಳ ಶೂನ್ಯ ಸಂಪಾದನೆಯಲ್ಲಿ ಬಂದಿರುವ ಪ್ರಭು ಕಾಮಲತೆಯರ ಪ್ರಸಂಗ ಅವನ ಒಟ್ಟು ವ್ಯಕ್ತಿತ್ವಕ್ಕೆ ಹೊಸದೊಂದು ಆಯಾಮ ನೀಡುತ್ತದೆ. ಕಾಮಲತೆ ಪ್ರಸಂಗದ ನಿರ್ದುಷ್ಟತೆಯನ್ನು ಮುಂದೆ ಬಂದ ಹಲಗೆಯಾರ್ಯನಿಗೆ, ಚಾಮರಸ ಮುಂತಾದವರಿಗೆ ಒಪ್ಪುವುದಾಗುವುದಿಲ್ಲ ಎಂಬುದಕ್ಕೆ ಬೇರೆ ಕಾರಣಗಳಿವೆ. ಪುರಾಣಕಾರರ ಮತೀಯ ವ್ಯಾಮೋಹ, ವೈಭವೀಕರಣವನ್ನು ಅರ್ಥ ಮಾಡಿಕೊಳ್ಳದಷ್ಟು ಮುಗ್ಧರಾಗಿ ಇಂದು ಯಾರೂ ಉಳಿದಿಲ್ಲ ಎಂಬುದು ಆರೋಗ್ಯಪೂರ್ಣವೆ. ಪ್ರಭು–ಕಾಮಲತೆಯರ ಪ್ರಸಂಗ, ಅಕ್ಕ–ಕೌಶಿಕರ ಪ್ರಸಂಗ ಎರಡೂ ಭಿನ್ನ ಭಿನ್ನ ಕೋನಗಳಲ್ಲಿಯೇ ಗ್ರಹಿಕೆಗೆ ಬರುತ್ತವೆ.

ಕಾಮಲತೆ ಪ್ರಭುವಿನಿಂದ ದೂರವಾದ ಪ್ರಸಂಗಕ್ಕೂ, ಕೌಶಿಕನನ್ನು ಅಕ್ಕ ಧಿಕ್ಕರಿಸುವುದಕ್ಕೂ ಪರಸ್ಪರ ತೀರ ವ್ಯತಿರಿಕ್ತವಾದ ಭಾವನೆಗಳ ಮುಖಾಮುಖಿಯಿದೆ. ಎಲ್ಲೋ ಒಂದು ಕಡೆ ಪ್ರಭು ನಿಸರ್ಗ ಸಹಜವೆನಿಸುವಂತೆ ಅಕ್ಕ ಕಾಣುವುದಿಲ್ಲ ಎಂಬ ಗುಮಾನಿ ಕಾಡುವುದುಂಟು. ಆದರೆ ಬದುಕಿನಲ್ಲಿ ಬರುವ ಎಲ್ಲ ನಿರ್ಲಿಪ್ತತೆಗಳು ಜುಗುಪ್ಸೆ, ಭ್ರಮನಿರಸನದಿಂದಲೆ ಬರಬೇಕೆ? ಯಾವ ಧನಾತ್ಮಕ ಗುಣದಿಂದಲೂ ಅವು ಬರುವ ಸಾಧ್ಯತೆಗಳು ಇಲ್ಲವೆ? ಬಾಹ್ಯ ಕಾರಣಗಳ ಗೊಡವೆ ಇಲ್ಲದೆ ಎಲ್ಲೋ ಕೆಲವೊಬ್ಬರಿಗೆ ತನ್ನೊಳಗೆ ಏಳುವ ವಿಚಿತ್ರ ತಾಕಲಾಟದಲ್ಲಿ ಅದು ಹುಟ್ಟಬಾರದೇಕೆ? ಅಕ್ಕನ ವಚನಗಳಲ್ಲಿ ಕಾಣುವ ಸಾಂಸಾರಿಕ ಬದುಕಿನ ಅದಮ್ಯ ಪ್ರೀತಿ ತನ್ನ ಅಮೂರ್ತ ಪ್ರಿಯಕರನಿಗಾಗಿ ಹಂಬಲಿಸುವ ಉತ್ಕಟತೆ "ಎರೆಯಂತೆ ಕರಕರಗಿ, ಮಳಲಂತೆ ಜರಿಜರಿದು", "ಪುರುಷ ಬಾರಾ, ಪುರುಷ ರತ್ನವೇ ಬಾರಾ", "ಅಪ್ಪಿದೆಡೆ ಆಸ್ತಿ ಪುಡಿಪುಡಿಯಾಗುವಂತೆ" ಎನ್ನುವ ವಚನ ಸಾಲುಗಳೂ ಮತ್ತು ಅವುಗಳ ಮೂಲಕ ಹೊರಡುವ ನಲ್ಲನ ಬಗೆಗಿನ ಆಕರ್ಷಣೆಯ ತೀವ್ರತೆ, ಅದು ಎಲ್ಲಿಯೂ ವಿಕ್ಷಿಪ್ತತೆಯಾಗದೆ ಉಳಿದ ಪಕ್ವತೆ ಇವು ಮತ್ತು ಇವುಗಳ ಭಾವನಾತ್ಮಕ ಆಧಾರದಲ್ಲಿಯೇ ಬದುಕಿನಲ್ಲಿ ಯಾವ ಅಭಾವವನ್ನು ಕಾಣದ ಮನಸ್ಸು ಮುಖ್ಯವಾಗುತ್ತದೆ. ಲೋಕ ವಿದೂರವಾದ ಪತಿ ಮತ್ತು ನಿಸರ್ಗ ಸಹಜವಾದ ಪತಿ ಪ್ರೇಮ ಈ ವೈರುಧ್ಯಗಳನ್ನು ನೋಡಿದಾಗ ಅವಳನ್ನು ಅರ್ಥಮಾಡಿಕೊಳ್ಳಲು ಹಲವು ಆಯಾಮಗಳ ಅವಶ್ಯಕತೆಯಿರುವುದು

ಗಮನಕ್ಕೆ ಬರುತ್ತದೆ. ಪ್ರಶ್ನೆಗೊಳಗಾಗಬಹುದಾದ ದಾರಿಯಲ್ಲಿ ನಡೆಯುತ್ತಿರುವ ತಿಳುವಳಿಕೆ ಇದ್ದೂ ಅದರಿಂದ ವಿಚಲಿತಳಾಗದೆ ನಡೆಯುವ ಅಕ್ಕನ ಸ್ಥೈರ್ಯವಿದೆಯಲ್ಲ, ಇದು ಹೇಗಾದರೂ ಮಾಡಿ ಅವಳನ್ನು ಅರ್ಥೈಸಿಕೊಳ್ಳಬೇಕೆಂಬ ಹಟ ಹುಟ್ಟಿಸುತ್ತದೆ. ಅದಕ್ಕಾಗಿಯೇ ತದನಂತರದ ಎಲ್ಲ ಕೃತಿಕಾರರಿಗೆ ಅವಳ ಬದುಕನ್ನು ಕುರಿತು ಏನೇ ಬರೆಯುವುದು ಒಂದು ಸವಾಲಾಗಿ ಪರಿಣಮಿಸಿದೆ. ವೀರಶೈವ ಧಾರ್ಮಿಕ ಧಾರೆಯಲ್ಲಿ ಬರೆಯುವ ಕವಿಗಳಿಗೆ ಅಕ್ಕನನ್ನು ವೈಭವೀಕರಿಸಿ ಬಿಡುವಲ್ಲಿ ಅಕ್ಕನನ್ನು ದೈವೀಕರಿಸಿ ಬಿಡುವಲ್ಲಿ ದೊಡ್ಡ ಬಿಡುಗಡೆ ಕಂಡಂತಾಗಿದೆಯಾದರೂ ಅಕ್ಕನನ್ನು ಮನುಷ್ಯ ನೆಲೆಯಲ್ಲಿ ಕಂಡುಕೊಳ್ಳುವ ಜರೂರಿಯನ್ನು ಖಂಡಿತ ಅನುಭವಿಸಿರಲು ಸಾಕು. ವೈಜ್ಞಾನಿಕ ವೈಚಾರಿಕ ಯುಗದಲ್ಲಿರುವ ನಮಗೆ ಅಕ್ಕನನ್ನು ದೈವೀಕರಿಸುವ ಮುಕ್ತಿ ಮಾರ್ಗವೂ ಇಲ್ಲ. ನಮ್ಮೊಳಗೆ ಅಡಗಿಸಿಕೊಂಡು ಬಿಡುವ ಧೈರ್ಯವೂ ಇಲ್ಲ. ಇಂತಹ ಅತಂತ್ರ ಸ್ಥಿತಿಯಲ್ಲಿ ನಿಲ್ಲಿಸುವುದೇ ಅಕ್ಕನ ವ್ಯಕ್ತಿತ್ವದ ಗುಟ್ಟಾಗಿ ಉಳಿಯುತ್ತದೆ.

ಮುಕ್ತಾಯಕ್ಕ : ಶಿವಯೋಗದ ದಿವ್ಯಾನುಭಾವದ ಸಂಕೇತ ಮಾತ್ರವಾಗಿ ನಿಲ್ಲುವ ಇವಳೊಂದಿಗೆ ಪ್ರಭು ಮನುಷ್ಯ ಸಂಬಂಧದ ಎಳೆಗಳನ್ನು ಗುರುತಿಸಿಕೊಳ್ಳುವ ಪ್ರಯತ್ನ ಮಾಡಿರುವುದನ್ನು ಶೂನ್ಯ ಸಂಪಾದನಾಕಾರರು ಎತ್ತಿ ಹಿಡಿಯುತ್ತಾರೆ. ಅಲ್ಲಮಪ್ರಭು ಮುಕ್ತಾಯಿಯನ್ನು ಕುರಿತು "ನಾನು ನಿನ್ನ ಭಾವ" ನೀನು ನನ್ನ ನೆಗೆಣ್ಣಿ ಎಂದು ಹೇಳುವ ಆತ್ಮೀಯತೆ ಇದೆಯಲ್ಲ, ಅದು ಪ್ರಾಯಶಃ ಆ ಯುಗದ ಎಲ್ಲ ಶರಣರ ಮಧ್ಯೆ ಇದ್ದಿರಬಹುದಾದ ಪರಸ್ಪರ ಮಾನವೀಯ ಸಂಬಂಧದ ಗಟ್ಟಿತನವನ್ನು ತೋರಿಸುತ್ತದೆ. ಎಲ್ಲಿಯವನೋ ಪ್ರಭು? ಅವಳಾರೊ ಮುಕ್ತಾಯಿ? ಪರಸ್ಪರ ತೀರ ಅಪರಿಚಿತ. ಆದರೂ ಆತ್ಮೀಯರಾಗಲು ಅವರಿಗೆ ಕೆಲವು ಮಾತುಗಳು, ಒಂದಿಷ್ಟು ಸಾಂತ್ವನ, ಸಾಕಾಯಿತಲ್ಲ. ಇಂಥದೊಂದು ಸಂಬಂಧ ಬಾಳಿನಲ್ಲಿ ದೊರೆಯುವದಾದರೆ ಯಾರಿಗೂ ಜೀವನ ಅರ್ಥಹೀನ ಅನಿಸಲಿಕ್ಕಿಲ್ಲ.

ಅವರನ್ನು ಅಂಥ ಆತ್ಮೀಯತೆಯಲ್ಲಿ ಬಂಧಿಸಿದ ಶಿವಯೋಗ ಪರಿಣತಿ ಇಷ್ಟೊಂದು ಬೆಲೆಯುಳ್ಳದ್ದೇ ಎಂದು ಕೇಳಿಕೊಳ್ಳಬೇಕಾದ, ಆ ಮೂಲಕ ಶಿವಯೋಗವೆಂದರೇನು? ಎಂದು ತಿಳಿದುಕೊಳ್ಳಬೇಕಾದ ಹಂಬಲ ತೀವ್ರವಾಗುತ್ತದೆ. ಎಂಥವನ ಗಟ್ಟಿತನವನ್ನಾದರೂ ಛಿದ್ರ ಛಿದ್ರ ಮಾಡುವ ಮೂಲಕವೇ ಅನುಭಾವ ಲೋಕದ ಸತ್ವವನ್ನು ಶಬ್ದ ಮಾಡಿ ಬಿಡುವ ಅಲ್ಲಮನ ಜಾಣತನವನ್ನು ಪ್ರಶ್ನಿಸುವ ಮುಕ್ತಾಯಕ್ಕ ಪ್ರಭುವಿನ ವ್ಯಕ್ತಿತ್ವವನ್ನೇ ಪರಿಚಯಿಸುವ ನಿಕಷವಾಗಿ ಕಾಣಿಸುತ್ತಾಳೆ. ಶಾಬ್ದಿಕ ವಾದದಲ್ಲಿ ಯಾರು ಯಾರನ್ನೂ ಸೋಲಿಸುವಂತಿಲ್ಲ ಎಂಬುದಕ್ಕಿಂತ ಶಿವಯೋಗದ ಅನುಭಾವದಲ್ಲೂ ಒಬ್ಬರಿಗಿಂತ ಒಬ್ಬರು ಕಡಿಮೆ ಅಲ್ಲ ಎಂಬುದನ್ನು ಮನಗಾಣಿಸುವದೇ ಸಂಪಾದನಾಕಾರರ ಮುಖ್ಯ ಕಾಳಜಿಯಾದಂತಿದೆ.

ಎಲ್ಲ ಅನುಭವಗಳನ್ನು ಶಬ್ದಗಳಲ್ಲೆ ಹಿಡಿದಿಡುವ ಸಾಹಸ ಮಾಡ ಹೊರಟ ಅಲ್ಲಮನಿಗೆ ಮುಕ್ತಾಯಕ್ಕ ಕೇಳುವ ಪ್ರಶ್ನೆ ಶಬ್ದಗಳಾಚೆ ನಿಂತು ಉತ್ತರ ಹೇಳಬೇಕಾದ ಅನಿವಾರ್ಯತೆಯನ್ನು ಮನಗಾಣಿಸುತ್ತದೆ. ಶಬ್ದ ಬ್ರಹ್ಮನೆನಿಸಿಕೊಂಡ ಅಲ್ಲಮನೂ

ಒಂದು ಕ್ಷಣ ಶಬ್ದಗಳಿಗಾಗಿ ತಡಕಾಡುವಂತೆ ಮಾಡುವ ಮುಕ್ತಾಯಕ್ಕನ ಆಂತರಿಕ ಶಕ್ತಿ ಅನುಭಾವ ಲೋಕ ಕಂಡ ಅನನ್ಯ ಸ್ಥಿತಿ. ಇಂಥದೊಂದು ಸ್ಥಿತಿಗೇರಿದ ಮುಕ್ತಾಯಕ್ಕ ಹೆಣ್ಣಾಗಿದದ್ದು ಒಂದು ಸಾಮಾಜಿಕ ಸಂದರ್ಭದಲ್ಲಿ ಮುಖ್ಯವಾಗಬಹುದೇ ಹೊರತು ಶರಣರು ಹೇಳುವ ನಿರ್ಬಯಲು ಸ್ಥಿತಿಗೆ ಈ ತರದ ಹೇಳಿಕೆಗಳು ತುಂಬಾ ದೂರವೆನಿಸುತ್ತವೆ.

ಮುಕ್ತಾಯಕ್ಕನ ಒಟ್ಟು ವ್ಯಕ್ತಿತ್ವ ಅವಳು ಪ್ರಭುವಿನ ಅನುಭವಗಳೊಂದಿಗೆ ತನ್ನ ಅನುಭವಗಳನ್ನು ಸಂವೇದಿಸಿಕೊಳ್ಳುವ ರೀತಿಯಲ್ಲಿ ಅರಳುತ್ತದೆ. ಅವಳು ಅಜಗಣ್ಣನಿಗಾಗಿ ಹಂಬಲಿಸಿದ್ದು ಅನನ್ಯ ಸ್ಥಿತಿಯ ಅನುಭಾವಿಕ ಸಮಾಧಿಗಾಗಿಯೇ ಹೊರತು ಅವನ ಸಾವಿನ ಮೂರ್ತತೆಗಾಗಿ ಅಲ್ಲ. ಹಾಗೆಂದು ಮುಕ್ತಾಯಿ ಅಜಗಣ್ಣನನ್ನು ಕೇವಲ ಒಬ್ಬ ಯೋಗ ಗುರುವಾಗಿ ಮಾತ್ರ ಕಂಡಿದ್ದಳು ಎಂದು ಹೇಳಿದರೆ ಮಾನವೀಯ ಸಂಬಂಧಗಳ ಮೃದು ಆಪ್ತತೆಯನ್ನು ತಿರಸ್ಕರಿಸಿದಂತಾದೀತು. ಹೆಣ್ಣೆಂಬ ಜೀವಕ್ಕಿರುವ ಅಣ್ಣ ತಮ್ಮಂದಿರ ನಂಟುತನದ ಅಪ್ಯಾಯಮಾನತೆಯು ಶಿವಯೋಗ ಸಾಮರಸ್ಯದಷ್ಟೇ ನಿಶಬ್ದ. ಅಣ್ಣ–ತಂಗಿಯ ಹೃದಯ ಬಾಂಧವ್ಯ ಎಷ್ಟೋ ಸಲ ಮಾತುಗಳಿಗೆ ನಿಲುಕುವಂಥದಲ್ಲ. ಅದೊಂದು ಕೇವಲ ಅನುಭಾವ. ತೂರ್ಯಾತೀತ ಸ್ಥಿತಿಯೂ ಹೌದು. ಆ ಸ್ಥಿತಿಯ ಒಂದು ಪ್ರತೀಕವೇ ಅವಳಿಗೆ ಅಜಗಣ್ಣ. ದೇವರನ್ನು ಒಡೆಯನಾಗಿ, ಗಂಡನಾಗಿ, ಸಖನಾಗಿ, ಗೆಳೆಯನಾಗಿ, ಮಗುವಾಗಿ ಪರಿಭಾವಿಸಿ ಸಾಕ್ಷಾತ್ಕರಿಸಿಕೊಂಡವರುಂಟು. ದೇವರನ್ನು ಅಣ್ಣನಾಗಿ ಪರಿಭಾವಿಸಿ ತಲ್ಲೀನತೆ ಪಡೆದವರು ಯಾರಾದರು ಇದ್ದರೆ ಅದು ಮುಕ್ತಾಯಕ್ಕ ಮಾತ್ರ. ಶಿವನನ್ನು ಅಣ್ಣನಾಗಿ, ಅಣ್ಣನನ್ನೆ ಶಿವನಾಗಿ ಕಂಡು ಆನಂದಪಟ್ಟು ಅನಿರ್ವಚನೀಯ ಸ್ಥಿತಿಗೇರಿದ ಮುಕ್ತಾಯಕ್ಕನ ಶೋಕ ಅಪ್ಪಟ ಮಾನವೀಯವಾಗುತ್ತದೆ. ಅವಳ ದುಃಖವನ್ನು ದೈವೀಕರಿಸಿ ನಿರ್ಜೀವಗೊಳಿಸುವ ಆಧ್ಯಾತ್ಮವಾದಿ ಧೋರಣೆ ಇದೆಯಲ್ಲ, ಅದರಂಥ ಅಪಾಯಕಾರಿ ಮತ್ತೊಂದಿಲ್ಲ. ಮುಕ್ತಾಯಕ್ಕನ ದುಃಖ ಮನುಷ್ಯ ಪ್ರೀತಿಯ ಉತ್ಕಟತೆಯದು. ಜೀವ–ಶಿವರ ಯೋಗದಷ್ಟೇ ಬೆಲೆಯುಳ್ಳದ್ದು. ಜೀವ–ಜೀವದ ಯೋಗ. ಅಜಗಣ್ಣನ ಜೀವದೊಂದಿಗೆ ಬೆರೆತು ಹೋದ ಮುಕ್ತಾಯಕ್ಕನ ಜೀವಯೋಗ ಮಾನವ ಪ್ರೀತಿಯ ಪರಾಕಾಷ್ಠತೆಯದು. ಒಬ್ಬ ತಂಗಿ ಅಣ್ಣನನ್ನು ಈ ನಮೂನಿ ಉತ್ಕಟವಾಗಿ ಪ್ರೀತಿಸಬಲ್ಲಳೆ ಎಂಬುದನ್ನು ಕೇಳಿಕೊಳ್ಳುವಂತೆ ಮಾಡಲು ಹಚ್ಚುತ್ತಾಳೆ ಮುಕ್ತಾಯಕ್ಕ.

ಅಣ್ಣ–ತಂಗಿ, ಅಕ್ಕ–ತಮ್ಮ ಮುಂತಾದ ಸಂಬಂಧಗಳು ಮತ್ತು ಅವುಗಳಲ್ಲಿ ಕಾಣುವ ಉತ್ಕಟಾನಂದ ಇವು ಈ ಮಣ್ಣು ನಮಗೆ ಕೊಟ್ಟ ವರ. ದೇಶೀ ಸಂಸ್ಕೃತಿಯ ವೈಶಿಷ್ಟ್ಯ ಇರುವುದು ಗುಡಿ ಗುಂಡಾರಗಳ ಪೂಜೆಗಳಲ್ಲಿ ಅಲ್ಲ. ಅರ್ಥ ತಿಳಿಯದ, ತಿಳಿದರೂ ಬಹಳ ಸಲ ಅಸಂಬದ್ಧವಾಗಿರುವ ಸಂಸ್ಕೃತ ಮಂತ್ರಗಳಲ್ಲಿಯೂ ಅಲ್ಲ. ಅಣ್ಣನನ್ನು ಕೇವಲ ಶುದ್ಧಾಂತಃಕರಣದಿಂದ ಪ್ರೀತಿಸಿದ ತಂಗಿಯ ಜೀವ–ಜೀವದ ಶಿವಯೋಗದಲ್ಲಿ ದೇಶಿ ಸಂಸ್ಕೃತಿಯ ಉನ್ನತ ಮೌಲ್ಯಗಳು ಹುದುಗಿವೆ.

ಸಾವು ಆಧ್ಯಾತ್ಮಿಕವಾಗಿ ದೊಡ್ಡ ಸುಳ್ಳಾಗಿರಬಹುದು. ಅದ್ವೈತಿಗಳಿಗೆ ಅದು ಮಿಥ್ಯಾಭ್ರಾಂತಿಯಾಗಿರಬಹುದು. ಲೌಕಿಕವಾಗಿ ಎಂಥ ದೊಡ್ಡ ಸತ್ಯ ಅಲ್ಲವೆ? ಯಾರೂ ಇಲ್ಲದ ನೀರವ ಗಳಿಗೆಯಲ್ಲಿ ಕಿವಿಗೊಟ್ಟು ಧ್ಯಾನಸ್ಥ ಸ್ಥಿತಿಯಲ್ಲಿ ಮುಕ್ತಾಯಿಯ ವಚನಗಳನ್ನು ಮೆಲುಕು ಹಾಕಿದರೆ ಎಂಥೆಂಥ ಭೂಮವಾದ ಭಾವನೆಗಳಿಗೂ "ಶಾಕ್" ಕೊಡುವ ಶಕ್ತಿಯನ್ನು ಹೊಂದಿರುವ "ಸಾವು" ನಿಗೂಢವಲ್ಲದೆ ಮತ್ತೇನೂ ಅಲ್ಲ ಎನಿಸುತ್ತದೆ. ಸಾವನ್ನು ಅರ್ಥೈಸಿಕೊಳ್ಳುವದು ಅಥವಾ ಸುಮ್ಮನೆ ಅರಗಿಸಿಕೊಳ್ಳುವದು ಎರಡೂ ಕಷ್ಟವೇ. ಲೋಕ ಮೂಲವಾದ ಯಾವ ವಾಂಛೆ, ಹಪಾಹಪಿ, ಹಳಹಳಿ ಹಳವಂಡ ಏನೇನೂ ಇಲ್ಲದೆಯೂ ಅಣ್ಣನಿಗಾಗಿ, ಕೇವಲ ಅಣ್ಣನಿಗಾಗಿ ಅಣ್ಣನನ್ನು ಪ್ರೀತಿಸುವ ಮುಕ್ತಾಯಿಯ ದುಃಖ ಅಲ್ಲಮನಿಗೆ ಅರುವಿನಲ್ಲಿಯ ಮರುಹಾಗಿ ಕಂಡಿದ್ದರೆ ಅದು ಅವನ ಮಿತಿ. ಮಾನವೀಯ ಮೂಲದ ಮಿತಿಗಳನ್ನೆಲ್ಲ ಹೊಟ್ಟಿನಷ್ಟು ಹಗುರವಾಗಿ ತೂರಿ ದಿಗ್‌ದಿಗಂತಾಚೆ ಬೆಳೆದು ನಿಲ್ಲುವ ಸಾಧನೆ ಅಲ್ಲಮನದು ಮಾತ್ರ. ಅದರಲ್ಲಿ ಸಾಮಾನ್ಯರಿಗೆ ಪ್ರವೇಶ ಕಷ್ಟ ಸಾಧ್ಯವೇ ಸರಿ. ಹೀಗಾಗಿ ಮುಕ್ತಾಯಕ್ಕನ ದುಃಖ ಒಂದು ಕಡೆ ಗೌರವ ಮೂಡಿಸಿದರೆ, ಇನ್ನೊಂದು ಕಡೆ ಅದನ್ನು ನಿರ್ಲಿಪ್ತೀಕರಿಸುವ ಪ್ರಭುವಿನ ನಿರಂಜನತ್ವವೂ ಗಮನ ಸೆಳೆಯುತ್ತದೆ. ಅಜಗಣ್ಣನ ಬಗೆಗಿರುವ ಮುಕ್ತಾಯಿಯಕ್ಕನ ಹಂಬಲ ಕುರಿತು ದಾರ್ಶನಿಕ ಧಾರೆಯ ಕಾಣ್ಕೆಗಳೇನೇ ಇರಲಿ. ಲೋಕಮೂಲವಾದ ಅವಳ ಮಾನವೀಯ ಹಂಬಲ ಮತ್ತು ತಾದ್ಯಾತ್ಮಗಳು ಮಾತ್ರ ಅವಳನ್ನು ಅರ್ಥೈಸಿಕೊಳ್ಳಲು ಹೆಚ್ಚು ಶಕ್ತ ಮಾಧ್ಯಮಗಳಾಗುತ್ತವೆ.

ಆಯ್ದಕ್ಕಿ ಲಕ್ಕಮ್ಮ, ಮೋಳಿಗೆ ಮಹಾದೇವಮ್ಮ : 12ನೇ ಶತಮಾನದ ವಚನಕಾರ್ತಿಯರ ಸಾಲಿನಲ್ಲಿ ಆಯ್ದಕ್ಕಿ ಲಕ್ಕಮ್ಮ ಮತ್ತು ಮೋಳಿಗೆ ಮಹಾದೇವಮ್ಮರನ್ನು ವಿಶೇಷವಾಗಿ ಉಲ್ಲೇಖಿಸಬೇಕು. ಇಂಥ ಸಂಸಾರಯೋಗಿನಿಯರು ಅನುಭಾವಿ ಪ್ರಪಂಚದಲ್ಲಿ ಕಂಡುಬರುವುದು ಅಪರೂಪದ ಸಂಗತಿ.

ಆಯ್ದಕ್ಕಿ ಲಕ್ಕಮ್ಮನು ಹಿಡಿ ಅಕ್ಕಿಯಲ್ಲಿ ಸಾವಿರ ಜನರಿಗೆ ಉಣಬಡಿಸಿದಳು ಎಂದು ಹೇಳುವ ಸಂಪಾದನಾಕಾರರ ರೋಚಕ ಶೈಲಿಗೆ ಅದರೊಳಗಿನ ತೀವ್ರ ವಾಸ್ತವಿಕತೆ ಅರ್ಥವಾಗುವದಿಲ್ಲ. ಹೀಗಾಗಿ ಕತೆ ಕಟ್ಟುವ ಭರದಲ್ಲಿಯೇ ತಾವೊಂದು ಅಸಾಧ್ಯವಾದ ಸಾಧ್ಯತೆಯನ್ನು ವಿವರಿಸುತ್ತಿದ್ದೇವೆ ಎಂಬ ತಿಳಿವಳಿಕೆ ಬಹುಶಃ ಅವರಿಗಿರಲಿಕ್ಕಿಲ್ಲ. ಬಡತನವನ್ನು ದೌರ್ಬಲ್ಯವೆಂಬ ಸ್ವಕರುಣೆಯ ಭಾವವನ್ನು ಲಕ್ಕಮ್ಮ ತುಚ್ಛೀಕರಿಸುವ ಸಂದರ್ಭವನ್ನು ಅದ್ಭುತವಾಗಿ ನಾಟಕೀಯಗೊಳಿಸುವ ಶೂನ್ಯ ಸಂಪಾದನಾಕಾರರ ಯಶಸ್ಸು ಇರುವದೇ ಇಂಥ ಕಥನ ಗುಣದಲ್ಲಿ ಎಂಬುದನ್ನು ಗಮನಿಸಬೇಕು.

ಸಂಸಾರ ನಿರ್ವಹಣೆ ಒಂದು ಕಲೆ. ಅದು ಹೆಚ್ಚು ಕರಗತವಾದದ್ದು ಸ್ತ್ರೀಯರಿಗೆ ಎಂಬುದಕ್ಕೂ ಹಲವು ಸಾಮಾಜಿಕ, ರಾಜಕೀಯ ಮತ್ತು ಆರ್ಥಿಕ ಕಾರಣಗಳಿವೆ. ಒಳಹೊರಗಿನ ದುಡಿಮೆಗಳಲ್ಲಿ ಸ್ತ್ರೀ ಪುರುಷರಲ್ಲಿ ಹೆಚ್ಚು ಕಡಿಮೆ ಎನ್ನುವ ಪ್ರಶ್ನೆ ಇಲ್ಲ. ಇರಬಾರದು ಕೂಡ. ಶ್ರಮ ವಿಭಜನೆಯ ಅನುಕೂಲಕ್ಕಾಗಿ ಕೆಲಸಗಳಲ್ಲಿ ಹಂಚಿಕೆ

ಮಾಡಲಾಯಿತು ಎಂದು ಹೇಳಿದರೂ ಕೂಡ ಪುರುಷ ಪ್ರಧಾನ ಮೌಲ್ಯಗಳು ಸ್ತ್ರೀಯರನ್ನು ಉದ್ದೇಶಪೂರ್ವಕವಾಗಿ ನಿಯಂತ್ರಿಸಿದ್ದು ಅಕ್ಷರಶಃ ಸತ್ಯ. ಇಂಥ ಉದ್ಧೇಶಪೂರಿತ ಶ್ರಮ ವಿಭಜನೆಯ ಅಸ್ತಿತ್ವವನ್ನು ಪ್ರಶ್ನಿಸುತ್ತಲೆ ಲಕ್ಕಮ್ಮನಂಥವರು ಅದನ್ನು ನಿಭಾಯಿಸುವಲ್ಲಿ ತೋರಿಸುವ ಜಾಣ್ಮೆ ಇಲ್ಲಿ ಮುಖ್ಯವಾಗುತ್ತದೆ.

ಮಧ್ಯಕಾಲೀನ ಕೌಟುಂಬಿಕ ಜೀವನ ವಿಧಾನದ ಹಿನ್ನೆಲೆಯಲ್ಲಿ ಸಂಸಾರದಂದುಗವನ್ನು ಅಚ್ಚುಕಟ್ಟಾಗಿ ನಿರ್ವಹಿಸುವ ಚಾತುರ್ಯ ಲಕ್ಕಮ್ಮನಲ್ಲಿದೆ. ಉತ್ತಮ ಗೃಹಿಣಿಯಾಗಿ ಮೊದಲು ಗೃಹಿತವಾಗುವ ಲಕ್ಕಮ್ಮನ ವ್ಯಕ್ತಿತ್ವ ಆ ಕಾಲದ ಕೌಟುಂಬಿಕ ವಲಯಗಳನ್ನು ಅತಿಕ್ರಮಿಸಿ ಮನುಷ್ಯ ನೆಲೆಯ ತಾತ್ವಿಕತೆಯೊಂದಿಗೆ ತಳಕುಹಾಕಿಕೊಂಡದ್ದು ಕಾಣಿಸುತ್ತದೆ. ಮಾರಯ್ಯನ ಕೆಲಸ ಅಂಗಡಿ ಮುಗ್ಗಟ್ಟುಗಳಲ್ಲಿ ಬಿದ್ದಿರಬಹುದಾದ ಅಕ್ಕಿ ಕಾಳುಗಳನ್ನು ಆಯ್ದು ತಂದು ಬದುಕುವದಾಗಿತ್ತು. ಇಂದಿಗೂ ಈ ಕಾಯಕವನ್ನು ಹೋಲುವ ವೃತ್ತಿಯೊಂದು ಇರುವದನ್ನು ಕಾಣುತ್ತೇವೆ. ನಮ್ಮ ಅಡತ ಅಂಗಡಿ (ದವಸ ಧಾನ್ಯಗಳ ಸಗಟು ವ್ಯಾಪಾರ)ಗಳಲ್ಲಿ ಹಮಾಲರು, ಕಸಗುಡಿಸುವವರು ಎಂದಿರುತ್ತಾರೆ. ಅವರ ಕೆಲಸವೆಂದರೆ ತಮ್ಮ ಮಾಲೀಕರ ಅಂಗಡಿಗಳಿಗೆ ಬಂದ ದವಸಗಳ ಮೂಟೆಗಳನ್ನು ತೂಗುವದು. ಹಲವೊಮ್ಮೆ ಅವುಗಳನ್ನು ಹಸನುಗೊಳಿಸುವದು, ಚೀಲ ತುಂಬಿಸುವದು ಇತ್ಯಾದಿ ಚಟುವಟಿಕೆಗಳಲ್ಲಿ ತೊಡಗಿಸಿಕೊಂಡಿರುತ್ತಾರೆ. ಈ ಸಂದರ್ಭಗಳಲ್ಲಿ ದವಸ ಧಾನ್ಯಗಳು ಚಲ್ಲಾಪಿಲ್ಲಿಯಾಗಿ ಬೀಳುವದುಂಟು. ದಿನನಿತ್ಯದ ವಹಿವಾಟು ಮುಗಿದ ನಂತರ ಕಸ ಗುಡಿಸುವ ವೃತ್ತಿಯವರು ಬಿದ್ದ ಧಾನ್ಯಗಳನ್ನು ಗುಡಿಸಿ ಸ್ವಚ್ಛಗೊಳಿಸಿ ತಮ್ಮ ಮನೆಗೆ ತೆಗೆದುಕೊಂಡು ಹೋಗುತ್ತಾರೆ. ಪ್ರಾಯಶಃ ಮಾರಯ್ಯ ದಂಪತಿಗಳು ಹೆಚ್ಚು ಕಡಿಮೆ ಇಂಥದೆ ಹಕ್ಕಲು ಆಯುವ ವೃತ್ತಿಯಲ್ಲಿ ತೊಡಗಿಸಿಕೊಂಡಿಲಿರಲಿಕ್ಕು ಸಾಕು. ಇಂತಹ ಕಾಯಕದಲ್ಲಿರುವ ಮಾರಯ್ಯ ಸಹಜವಾಗಿಯೇ ಎಂದೋ ಒಂದು ದಿವಸ ನಿತ್ಯಕ್ಕಿಂತ ಹೆಚ್ಚೆನಿಸಬಹುದಾದ ಧಾನ್ಯಗಳ ಮೊತ್ತವನ್ನು ಮನೆಗೊಯ್ದಿರಬೇಕು. ಸಂಸಾರ ನಿರ್ವಹಣೆಯಲ್ಲಿ ನುರಿತ ಲಕ್ಕಮ್ಮನಿಗೆ ಮನೆಗೆ ಏನು ಬೇಕು? ಎಷ್ಟು ಬೇಕು? ಎಂಬ ಕರಾರುವಕ್ಕಾದ ಕಲ್ಪನೆ ಇರುವುದರಿಂದ ಮಾರಯ್ಯನ ಹಪಾಹಪಿತನವನ್ನು ಖಂಡಿಸುತ್ತಾಳೆ. ಅಂದಂದಿನ ನಿರ್ವಹಣೆ ಅಂದಂದಿಗೆ ಎಂಬ ತತ್ವಕ್ಕೆ ಬದ್ಧವಾಗಿರುವ ಲಕ್ಕಮ್ಮನಿಗೆ ಜೀವನ ನಿರ್ವಹಣೆಯೂ ಒಂದು ಕಲೆಯಾಗುತ್ತದೆ ಹೊರತು ಅದೊಂದು ಸಮಸ್ಯೆ ಎನಿಸುವುದಿಲ್ಲ. ಹೀಗಾಗಿ ನಾಳೆ ಕಡಿಮೆ ಬಿದ್ದೀತು ಎಂಬ ಅಂಜಿಕೆಯಾಗಲಿ, ಸಾಧ್ಯವಾದಷ್ಟು ಸಂಗ್ರಹಿಸಿಟ್ಟುಕೊಳ್ಳಬೇಕೆಂಬ ಹಪಾಹಪಿಯಾಗಲಿ ಅವಳಿಗಿಲ್ಲ. “ಕೊಡುವ ಶಿವನಿಗೆ ಬಡತನವುಂಟೆ ಮಾರಯ್ಯ” ಎಂದು ಕೇಳುವಲ್ಲಿಯೇ ಅವಳು ಬಡತನವನ್ನು ಆದರ್ಶೀಕರಿಸುವುದಿಲ್ಲ ಎಂಬುದನ್ನು ಗಮನಿಸಬೇಕು.

ಶರಣರ ಬಹುಮುಖ್ಯವಾದ ಸಾಧನೆ ಇರುವುದೇ ಇಲ್ಲಿ. ಅವರು ಬಡತನವನ್ನು ಜೀವನದ ಅಭಾವವೆಂದಾಗಲಿ, ದೌರ್ಬಲ್ಯವೆಂದಾಗಲಿ, ಒಪ್ಪಿಕೊಳ್ಳದೇ ಇರುವಂತೆ ಅದೊಂದು ಆದರ್ಶ ಅಥವಾ ಸ್ವಕರುಣೆಯ ಸಂಗತಿ ಎಂದೂ ವೈಭವೀಕರಿಸುವುದಿಲ್ಲ.

ಏಕೆಂದರೆ ತನ್ನ ಮತ್ತು ಸಮಾಜದ ದೌರ್ಬಲ್ಯಗಳನ್ನೆ ಆದರ್ಶಗಳೆಂದು ಗ್ರಹಿಸಿಕೊಂಡು ಜೇಡರ ಬಲೆಯಲ್ಲಿ ಬಿದ್ದು ಹುಳುವಿನಂತಾಗುವುದನ್ನು ಧಾರ್ಮಿಕ ಚೌಕಟ್ಟಿನಲ್ಲಿ ಸಮರ್ಥಿಸಿಕೊಂಡು ಬಿಡುವ ಅಪಾಯ ಇದ್ದೇ ಇರುತ್ತದೆ. ಈ ಅಪಾಯದಿಂದ ತಪ್ಪಿಸಿಕೊಳ್ಳಲು ಅದಮ್ಯವಾದ ಜೀವನ ಪ್ರೀತಿ ಬೇಕು. ಇಂಥದೊಂದು ಸಾಪೇಕ್ಷಿತವಲ್ಲದ ಸ್ವಯಂಸಿದ್ಧ ಜೀವನ ಪ್ರೀತಿಯೇ ಲಕ್ಕಮ್ಮನಿಗೆ ಮಾರಯ್ಯನ ವರ್ತನೆಯನ್ನು ಖಂಡಿಸುವ ಛಾತಿ ತಂದುಕೊಟ್ಟಿದೆ. ತನ್ನ ಸಂಸಾರ ನಿರ್ವಹಣೆಗೆ ಸಾಕಾಗುವಷ್ಟು ಸಂಪತ್ತು ಲಭ್ಯವಿದ್ದಾಗಲೂ ಅದಕ್ಕಿಂತ ಹೆಚ್ಚು ಬಯಸುವುದು ಅಪರಾಧ ಅಷ್ಟೇ ಅಲ್ಲ. ಅರ್ಥಹೀನವೂ ಹೌದು. ಆಸೆಯ ಬವಣೆಗೆ ಒಳಗಾದ ಅರಸರುಗಳ ಬದುಕಿನ ಅತಂತ್ರ ಸ್ಥಿತಿ. ವಿರೋಧಾಭಾಸಗಳನ್ನು ಕಂಡಿದ್ದ ಲಕ್ಕಮ್ಮನಿಗೆ ಹಣದ ಪ್ರಳಯವನ್ನು ಮನುಷ್ಯ ನಿಭಾಯಿಸಲು ಹೋದಾಗ ಕೈಗೆ ಸಿಕ್ಕದೆ ದಾರಿ ಬಿಡಿಸುವ ಆತಂಕವೂ ಗೊತ್ತಿದೆ.

ಅಂದು ತಂದು ಅಂದು ಉಂಡು ಮುಗಿಸುವ ನಿರುಮ್ಮಳ ಜೀವವು ಕೆಲಸಕ್ಕೆ ಬಾರದ ವಸ್ತುಗಳನ್ನು ಸಂಗ್ರಹಿಸಿ ಕಾಯುತ್ತ ನಿದ್ದೆಗೆಡುವ ಉಪದ್ರವವನ್ನು ಸ್ವೀಕರಿಸಲಾರದು. ಉಂಡು, ಉಟ್ಟು ನಲಿಯಲು ಪೂರಕವಾಗಬೇಕಾದ ಸಂಪತ್ತು ಸಂಗ್ರಹಿತವಾಗುವ ಮೂಲಕವೇ ಮನೆಗೆ ಮಾರಿಯಂತೆ ಬರುವುದು ಅವಳಿಗೆ ಬೇಕಿಲ್ಲ. ತಾನು ತಿನ್ನಬೇಕಾದ ಅನ್ನ ತನ್ನನ್ನೇ ತಿನ್ನುವಂತಾದರೆ ಅಂಥ ಅನ್ನದ ಅವಶ್ಯಕತೆ ಇದೆಯೆ? ಎಂಬುದು ಜಾಣತನದ ವಿಚಾರ. ಇಂಥದೊಂದು ಜಾಣತನವು ಪ್ರಾಮಾಣಿಕತೆಯಲ್ಲಿ ಮಾತ್ರ ಪರ್ಯಾವಸಾನಗೊಳ್ಳುವುದರಿಂದ ಧಾರ್ಮಿಕ ವಲಯದಲ್ಲಿ ಅದೊಂದು ಆದರ್ಶವೆಂಬ ಛಾಪು ಪಡೆದುಕೊಳ್ಳುತ್ತದೆ. ಈ ಅರ್ಥದಲ್ಲಿ ಲಕ್ಕಮ್ಮ ಆದರ್ಶ ಜೀವಿಯಂತೆ ಬಿಂಬಿತವಾದರೂ ಮೂಲತಃ ಅವಳು ಜೀವನದ ಮರ್ಮವನ್ನು ಕರಾರುವಕ್ಕಾಗಿ ಗ್ರಹಿಸುವ ಪ್ರಯೋಗಶೀಲೆಯಂತೆ ತನ್ನನ್ನು ಸಾದರ ಪಡಿಸಿಕೊಳ್ಳುತ್ತಾಳೆ. ಮಾರಯ್ಯ ಈ ಹಂತದಲ್ಲಿ ತೀರ ಮುಗ್ಧನಂತೆ ಕಾಣಿಸಿಕೊಳ್ಳುತ್ತಾನೆ. ಬಾಳು ಸಂಪನ್ನವಾಗುವುದರೊಂದಿಗೆ ಆದರ್ಶಪೂರ್ಣವೂ ಆಗಿರಬೇಕೆಂದು ಬಯಸಿದಾತ. ಹೀಗಾಗಿ ತಾನು ಹೆಚ್ಚಿಗೆ ಅಕ್ಕಿ ತಂದಿದ್ದರೆ ಅದು ಯಾರಿಂದಲೂ ಕಸಿದು ಅಲ್ಲ. ಯಾರ ಮನ ನೋಯಿಸಿಯೂ ಅಲ್ಲ. ಬಸವಣ್ಣನ ಕರುಣೆಯ ಪ್ರಸಾದ ರೂಪವಾಗಿ ತಂದಿದ್ದೇನೆ ಎನ್ನುತ್ತಾನೆ.

ಹಾಗಾದರೆ ನಿರುಪದ್ರವಿಯಾಗಿ, ಸುಲಭವಾಗಿ ದೊರೆಯುವದಾದರೆ ಹೆಚ್ಚಿನ ಸಂಪತ್ತನ್ನು ತರಬಹುದೆ? ಹಾಗೆ ತಂದು ಸಂಗ್ರಹಿಸಿಟ್ಟುಕೊಳ್ಳುವದರಿಂದ ಯಾವುದೇ ದುಷ್ಪರಿಣಾಮಗಳು ಉಂಟಾಗಲಿಕ್ಕಿಲ್ಲವೆ? ಎಂಬ ಪ್ರಶ್ನೆಗಳು ಇಲ್ಲಿ ಚರ್ಚಿತವಾಗುತ್ತವೆ. ಒಟ್ಟಾರೆ ಉಪಯೋಗಿಯ ದೃಷ್ಟಿಯಿಂದ ಸಂಪತ್ತು ಎಂದರೇನು? ಮತ್ತು ಅನುಭವಿಸಲ್ಪಡುವ ಸಂದರ್ಭದಲ್ಲಿ ಅದರ ಮೌಲ್ಯವೆಷ್ಟು? ಅನುಭವಿಸಲ್ಪಡದಿರುವ ಸ್ಥಿತಿಯಲ್ಲಿ ಅದರ ಅನುಪಾತದ ಬೆಲೆ ಎಷ್ಟು? ಶೇಖರಗೊಂಡೊಡನೆ ಸೃಷ್ಟಿಯಾಗುವ ಅದರ ವ್ಯಾಪಾರಿ ಮೌಲ್ಯ, ಶೇಖರವಾಗಿಟ್ಟುಕೊಂಡವರ ಸಾಮಾಜಿಕ ಮೌಲ್ಯ ಮತ್ತು

ಬದ್ಧತೆ ಇತ್ಯಾದಿಗಳನ್ನು ಕೆಣಕಿದಾಗ "ಸಂಪತ್ತು" ತನ್ನಷ್ಟಕ್ಕೆ ತಾನು ನಿರಪೇಕ್ಷವೂ ಅಲ್ಲ. ಸ್ವಯಂಪೂರ್ಣವೂ ಅಲ್ಲ. ಸಂಪತ್ತಿನೊಂದಿಗೆ ಹಲವು ಸಾಮಾಜಿಕ ಮತ್ತು ಆರ್ಥಿಕ ಮೂಲದ ಪ್ರಶ್ನೆಗಳು ಪ್ರಭುತ್ವದೊಂದಿಗೆ ತಳಕು ಹಾಕಿಕೊಂಡಿರುವುದು ಗಮನಕ್ಕೆ ಬರುತ್ತದೆ. ಆದ್ದರಿಂದ ಯಾವ ಸಂಪತ್ತು ತನಗೆ ಅವಶ್ಯವಿಲ್ಲವೋ? ಯಾವುದು ತನ್ನ ದುಡಿಮೆಯ ಫಲವಾಗಿಲ್ಲವೋ, ಯಾವುದು ತನಗೆ ಸಂತುಷ್ಟಿಯ ಬದಲು ಅಸಂತುಷ್ಟಿಯನ್ನು ತರುವದೋ ಅದು ಸಂಪತ್ತೆ ಅಲ್ಲ. ಬೆಲೆಯೇ ಇಲ್ಲದ್ದನ್ನು ಹೊತ್ತುಕೊಂಡು ಬರುವ ಶ್ರಮವೇಕೆ? ಸರ್ವೋತ್ಕೃಷ್ಟ, ಮೌಲ್ಯವುಳ್ಳ ಶ್ರಮವನ್ನು ವೃಥಾ ಹಾಳು ಮಾಡಿಕೊಳ್ಳುವುದು ಮೂರ್ಖತನವಲ್ಲವೇ? ಇದು ಲಕ್ಕಮ್ಮ ಮಾರಯ್ಯನಿಗೆ ಕೇಳುವ ಪ್ರಶ್ನೆ.

ಬಸವಣ್ಣನ ಕುರಣೆಯ ಪ್ರಸಾದವೇದಾಂದರೆ: ಬಸವಣ್ಣ ಕರುಣೆಯನ್ನು ತೋರಿ ದೊಡ್ಡವನಾದರೆ ಇತರರ ಕರುಣೆಯ ಮೇಲೆ ಬದುಕುವ ಕುಬ್ಜರು ತಾವಾಗಬೇಕೆ? ಸ್ವಕರುಣೆಯ ದೌರ್ಬಲ್ಯವನ್ನು ಅನುಭವಿಸುವ ಗಂಡನ ಮನೋಸ್ಥಿತಿ ಲಕ್ಕಮ್ಮನಲ್ಲಿ ಸಾತ್ವಿಕ ಕೋಪ ಹುಟ್ಟಿಸುತ್ತದೆ. ಬಸವಣ್ಣ, ಮಾರಯ್ಯ ಮುಂತಾದವರನ್ನು ತರಾಟೆಗೆ ತೆಗೆದುಕೊಳ್ಳಲು ಹಚ್ಚುತ್ತದೆ. "ಒಮ್ಮನವ ಮೀರಿ ಇಮ್ಮನದಲ್ಲಿ ತಂದಿರಿ ಇದು ನಿಮ್ಮ ಮನವೊ ಬಸವಣ್ಣನ ಅನುಮಾನದ ಚಿತ್ತವೊ? ಎಂದು ವಾದಕ್ಕೆ ನಿಲ್ಲುವವರೆಗೂ ಅವಳ ಸೈದ್ಧಾಂತಿಕ ಬದ್ಧತೆ ಜಾಗೃತವಾಗುತ್ತದೆ. ಇಲ್ಲಿ ಲಕ್ಕಮ್ಮನಿಗೆ ಸರಳ ಸಾತ್ವಿಕ ಕೋಪವಿದೆ. ಬಸವಣ್ಣ ಮತ್ತು ಮಾರಯ್ಯರ ವಿಸ್ಮೃತಿಯ ಬಗೆಗಿನ ವಿಷಾದವೇ ಸಿಟ್ಟಾಗಿ ಸ್ಫೋಟಗೊಂಡಿದೆ. ಮಾರಯ್ಯನಿಗೆ ತನ್ನದಲ್ಲದ ಸಂಪತ್ತನ್ನು ಮುಟ್ಟದೆ ಪ್ರಾಮಾಣಿಕವಾಗಿ ಉಳಿಯುವುದು ಒಂದು ಆದರ್ಶವೆನಿಸಿದರೆ; ಲಕ್ಕಮ್ಮನಿಗೆ ಅನಾವಶ್ಯಕವಾದುದನ್ನು ಮನೆಯಲ್ಲಿ ತುಂಬಿಸಿಕೊಳ್ಳುವ ಕಿರಿಕಿರಿಯಿಂದ ಪಾರಾಗುವ ಜಾಣತನ ಮಾತ್ರವಾಗುತ್ತದೆ. ಆದ್ದರಿಂದ ಸಂಪತ್ತಿನ ಗಳಿಕೆ, ಹಂಚಿಕೆ, ಉಪಯೋಗ ಮುಂತಾದ ಕ್ರಿಯೆಗಳು ಸಮಾನ ಅಧಿಕಾರ ಮತ್ತು ಪ್ರಾಪ್ತಿಯ ನೆಲೆಯಲ್ಲಿ ಸ್ಥಿರಗೊಳ್ಳಬೇಕು. ಇಂಥ ಮಾನಸಿಕ ಸ್ಥಿತಿಯೂ ಆ ನಾಡಿನ ಜನತೆಯ ಸ್ವಭಾವವೇ ಆಗುವಂಥ ವಾತಾವರಣ ಕಲ್ಪಿಸಬೇಕು. ಇದೊಂದು ದೇಶದ ಆರ್ಥಿಕ ಮತ್ತು ಸಾಮಾಜಿಕ ಪಾಲಸಿಯಾಗಿ ನಿರ್ಮಾಣಗೊಳ್ಳುವ ಮೂಲಕ ಸಮಾನತೆ ತತ್ವ ಖಾಯಂವಾಗುವಂಥದ್ದು. ಇಂಥ ತತ್ವಗಳು ಶುದ್ಧ ಆದರ್ಶ ಮತ್ತು ಆಧ್ಯಾತ್ಮಿಕವಾದಿ ಸಾಧನೆಗಳು ಮಾತ್ರ ಎಂದು ಬಿಂಬಿಸಿದಷ್ಟು ಅಸಮಾನತೆ ಗಟ್ಟಿಯಾಗುತ್ತಲೆ ಹೋಗುತ್ತದೆ. ಲಕ್ಕಮ್ಮನಂಥವರಿಗೆ ಈ ಕಾರಣಕ್ಕಾಗಿಯೇ ಇದೊಂದು ಆದರ್ಶವೆನಿಸದೆ ಸಹಜ ಲೆಕ್ಕಾಚಾರ ಮತ್ತು ನಿರುಮ್ಮಳ ಜೀವನ ನಿರ್ವಹಣೆಯ ಕಲೆಯಾಗಿ ಕಂಡಿರುವುದು ಇಂದು ಹೆಚ್ಚು ಪ್ರಸ್ತುತಗೊಳಿಸಬೇಕಿದೆ.

ಇದೇ ನಿಲುವನ್ನು ಪ್ರತಿಪಾದಿಸುವ ಮೋಳಿಗೆ ಮಹಾದೇವಿಯಂತೂ ಕಲ್ಪಿತ ಇಹ–ಪರವೆಂಬ ಭ್ರಮಾಲೋಕಗಳಿಗೆ ವಿಚಾರದ ಕಿಚ್ಚು ಹಚ್ಚುತ್ತಾಳೆ. ಮಹಾದೇವ ಭೂಪಾಲ ಮತ್ತು ಮಹದೇವಮ್ಮ ದಂಪತಿಗಳು ಅರಸೊತ್ತಿಗೆಯನ್ನು ತೊರೆದು

ಕಲ್ಯಾಣ ಅನುಭವ ಮಂಟಪದ ಪರಿಸರದಲ್ಲಿ ಕಟ್ಟಿಗೆ ಕಡೆದು ತಂದು ಮಾರಿ ಹೊಟ್ಟೆ ಹೊರೆಯುವ ಕಾಯಕವನ್ನು ಕೈಕೊಂಡರು ಎಂದು ಕಥನ ಕಟ್ಟುವ ಕ್ರಿಯೆಯಲ್ಲಿಯೇ ಲೋಕ ಸಂಪತ್ತಿನ ನಿರಾಕರಣೆಯನ್ನು ಶೂನ್ಯ ಸಂಪಾದನಾಕಾರರು ಮೌಲ್ಯವಾಗಿಸುವ ಪ್ರಯತ್ನ ಮಾಡುತ್ತಾರೆ. ಈ ಕಾರಣವಾಗಿಯೇ ಹಲವು ಪವಾಡ ಸದೃಶ್ಯ ಘಟನೆಗಳನ್ನು ಇವರ ಬದುಕಿನೊಂದಿಗೆ ತಳಕು ಹಾಕುವ ತರಾತುರಿಗಿಳಿದು ಬಿಡುತ್ತಾರೆ. ಆದಾಗ್ಯೂ, ಮಹಾದೇವಮ್ಮ ತನ್ನ ಪತಿ ಮಾರಯ್ಯ ತುಂಬಿ ಬಂದ ಹರೆಯದ ದಾಂಪತ್ಯ ಬದುಕಿನ ನಡುವೆಯೇ ಲೋಕಾತೀತವಾಗುವ ಬಯಕೆ ವ್ಯಕ್ತಪಡಿಸಿದಾಗ ಸಿಡಿದೇಳುತ್ತಾಳೆ. ಮಾರಯ್ಯನ "ಪರದ" ಬಯಕೆಯ ಹಿಂದಿರುವ ತಾತ್ವಿಕ ದೃಷ್ಟಿಕೋನಗಳು ಏನೇ ಇರಲಿ. ಎಲ್ಲೋ ಒಂದು ಕಡೆ ವಾಸ್ತವ ಬದುಕನ್ನು ನಿರಾಕರಿಸುವ ನೆಲೆಯೇ ತೀರ ಆತ್ಮಘಾತುಕವಾದುದೆಂದು ಮಾರಯ್ಯನನ್ನು ತರಾಟೆಗೆ ತೆಗೆದುಕೊಳ್ಳುತ್ತಾಳೆ. "ಮರ್ತ್ಯ ಕೈಲಾಸವೆಂಬುದು ಭಕ್ತರಿಗೆ ಯುಕ್ತಿಯಲ್ಲ", "ಮಾಡಿದ ಭಕ್ತಿಗೆ ಕೈಲಾಸಕ್ಕೆ ಹೋದೆಹೆನೆಂಬುದು ಕೈಕೂಲಿ" ಎಂದು ಹೇಳುವೆಡೆಯಲ್ಲಿ ಮೂಲತಃ ಲೋಕ ಬದುಕಿನ ಅಪಾರ ಪ್ರೀತಿ ಮತ್ತು ಹಲವು ಸಂಕಟಗಳ ಮಧ್ಯೆಯೂ ಬದುಕನ್ನು ಹೂಡುವ "ಥ್ರಿಲ್" ಇದೆಯಲ್ಲ, ಅದನ್ನು ಅನುಭವಿಸಬೇಕೆಂಬ ಉತ್ಕಟಾಕಾಂಕ್ಷೆ ಇಲ್ಲಿ ಗಮನ ಸೆಳೆಯುತ್ತವೆ. ಲೋಕ ಬದುಕಿನೊಳಗಡೆ ಎದುರಾಗುವ ಸಂಕಟಗಳು ಮಾರಯ್ಯನನ್ನು ಧೃತಿಗೆಡಿಸುವಂತೆ ಕಂಡರೂ, ಅದು ಧೃತಿಗೆಟ್ಟ ಮನೋಸ್ಥಿತಿಯ ಹಳಹಳಿಯಲ್ಲ. ಈಗಿರುವ ಸ್ಥಿತಿಗಿಂತ ಇನ್ನೊಂದು ಸ್ಥಿತಿಯ ಬಗೆಗಿನ ತುಡಿತ. ದತ್ತವಾಗಿರುವ ಅನುಭವದಾಚೆಗೂ ತೆರೆದುಕೊಂಡಿರುವ ಸಂಕೀರ್ಣಾನುಭವಗಳ ಮುಖಾಮುಖಿಯ ಒದ್ದಾಟ ಒಂದು ಇದ್ದೇ ಇರುತ್ತದೆ ಅಲ್ಲವೆ? ಅಂಥದೊಂದು ತಾಕಲಾಟದಲ್ಲಿ ಮಾರಯ್ಯ ತನ್ನನ್ನು "ಪರಕ್ಕೆ" ಒಡ್ಡಿಕೊಳ್ಳುವ ಧಾವಂತಕ್ಕಿಳಿದಾಗ ಅದು ಮಹಾದೇವಿಯಮ್ಮನಿಗೆ ಮಗು ಮಾಡುವ ರಚ್ಚೆಯಂತೆ ಕಂಡು ಬರುತ್ತದೆ. ಪತಿಯ ಮನೋಸ್ಥಿತಿಯ ಬಗ್ಗೆ ಮರುಕ ಪಡುತ್ತಲೆ ಅವನ ಅನುಭವದೊಳಗೆ ತಾನು ಇಳಿಯುವ ಮತ್ತು ಸಹ್ಯ ಸಂವಾದ ಏರ್ಪಡಿಸಿಕೊಳ್ಳುವ ಜಾಣತನ ಮೆರೆಯುತ್ತಾಳೆ. ಎಂತಲೇ ಅವಳು ಹೆಜ್ಜೆ ಹೆಜ್ಜೆಗೂ "ಮರ್ತ್ಯ ಕೈಲಾಸವೆಂಬ ಕಟ್ಟಳೆಯಿಲ್ಲ ಆತ್ಮ ನಿಶ್ಚಯವಾದಲ್ಲಿಯೇ ಕೈವಲ್ಯ" ಎಂದು ಧೃಡಪಡಿಸುತ್ತಾಳೆ.

ಹೀಗೆ ಅಕ್ಕಮಹಾದೇವಿ, ಮುಕ್ತಾಯಕ್ಕ, ಲಕ್ಕಮ್ಮ, ಮಹಾದೇವಿಯಮ್ಮ ಮುಂತಾದ ಸ್ತ್ರೀಪಾತ್ರಗಳು ಶೂನ್ಯ ಸಂಪಾದನಕಾರರಿಗೆ ಮನುಷ್ಯಾನುಭಾವದ ವಿವಿಧ ಮಜಲುಗಳಾಗಿ ದೃಗ್ಗೋಚರವಾಗುತ್ತವೆ. ಈ ಎಲ್ಲ ಪಾತ್ರಗಳನ್ನು ಮಾನವ ಪಾತಳಿಯ ನೆಲೆಯಲ್ಲಿಟ್ಟುಕೊಂಡರೂ ದೈವೀಕರಣಗೊಳಿಸುವ ಮೂಲಕವೇ ಇವರ ಅಸ್ತಿತ್ವದ ಹುಡುಕಾಟಕ್ಕೆ ಇಳಿದಿರುವುದು ಅವರ ಕಾಲದ ಮಿತಿಯಾದಂತೆಯೇ ತಮ್ಮ ಕಾವ್ಯ ತಂತ್ರವಾಗಿಯೂ ಅವರು ಬಳಸಿಕೊಳ್ಳುತ್ತಾರೆ. ಈ ಹೊತ್ತಿನ ನಮಗೆ ಶೂನ್ಯ ಸಂಪಾದನಾಕಾರರ ಕಾವ್ಯ ತಂತ್ರಗಳೇ ಕಾಲದಾಚೆ ಸಾರ್ವತ್ರಿಕ ವಲಯದಲ್ಲಿ ನಿಂತು ಅರ್ಥೈಸಿಕೊಳ್ಳಬೇಕಾದ ಸಾಧ್ಯತೆಗಳನ್ನು ಕಲ್ಪಿಸಿಕೊಡುತ್ತವೆ. ಹಾಗೇ ನೋಡಿದರೆ ಕಾವ್ಯವೆನ್ನುವದು ಬದುಕಿನ ನಿರಂತರ ಹುಡುಕಾಟ ತಾನೇ.

ಮಹಿಳಾ ಪ್ರಶ್ನೆಗಳು : ಹರಿಶ್ಚಂದ್ರ ಚಾರಿತ್ರ ಮುಖೇನ

ಹೆಣ್ಣು ಹೆಣ್ಣಾದಡೆ ಗಂಡಿನ ಸೂತಕ
ಗಂಡು ಗಂಡಾದಡೆ ಹೆಣ್ಣಿನ ಸೂತಕ
ಮನದ ಸೂತಕ ಹಿಂಗಿದಡೆ
ತನುವಿನ ಸೂತಕಕ್ಕೆ ತೆರಹುಂಟೆ
ಅಯ್ಯಾ ಮೊದಲಿಲ್ಲದ ಸೂತಕಕ್ಕೆ ಮರುಳಾಯಿತು ಜಗವೆಲ್ಲ
ಎನ್ನದೇವ ಚನ್ನಮಲ್ಲಿಕಾರ್ಜುನೆಂಬ ಗರುವಂಗೆ
ಜಗವೆಲ್ಲಾ ಹೆಣ್ಣು ನೋಡಾ

ಹೆಣ್ಣು–ಹೆಣ್ತನ, ಗಂಡು–ಗಂಡುತನ ಇವುಗಳಿಗೆ ಎರಡು ಪ್ರಮೇಯಗಳಿವೆ. ಒಂದು ಜೈವಿಕ ಸತ್ಯ. ಇನ್ನೊಂದು ತಿಳುವಳಿಕೆಯ ಅಥವಾ ಪರಿಭಾವನೆಯ ಸತ್ಯ ಎನ್ನೋಣ. ಮೊಲೆ ಮುಟ್ಟುಗಳನ್ನು ಹೊಂದಿದ ಹೆಣ್ಣು (ಸ್ತ್ರೀಲಿಂಗ) ಗಡ್ಡ ಮೀಸೆಗಳೊಂದಿಗೆ ಅಸ್ತಿತ್ವಕ್ಕೆ ಬರುವ ಗಂಡು (ಪುಲ್ಲಿಂಗ) ಇವು ಜೈವಿಕ ವೈವಿಧ್ಯವಾಗಿರುವಂತೆ ಸಂತಾನ ಸಾಧ್ಯತೆಯ ನೈಸರ್ಗಿಕ ಘಟಕಗಳಾಗಿಯೂ ಎದುರುಗೊಳ್ಳುತ್ತವೆ. ಹೆಣ್ಣಿನಲ್ಲಿರುವ ಗರ್ಭಕೋಶ, ಗಂಡಿನಲ್ಲಿರುವ ವೀರ್ಯಾಣು ಇವೆರಡರ ಸಂಯೋಗದಲ್ಲಿ ಅರಳುವುದು ಜೀವಜಗತ್ತು. ಇದಿಷ್ಟು ಶುದ್ಧ ನೈಸರ್ಗಿಕ ಜೀವ ಸಂರಚನಾ ವಾದದ ಪರಿವ್ಯಾಪ್ತಿಗೆ ಸೇರಿಕೊಳ್ಳುತ್ತದೆ. ಈ ಪರಿವ್ಯಾಪ್ತಿಯಡಿಯಲ್ಲಿ ಇನ್ನಿತರ ಯಾವುದೇ ಅತಾರ್ಕಿಕ, ಅವೈಜ್ಞಾನಿಕ ಭಾವ ಘಟಕಗಳಿಗೆ ಅಸ್ತಿತ್ವ ಇರಲಾರದು. ಇದರಾಚೆಗೆ ಜಿಗಿದು ಭಾವನಾತ್ಮಕ ಪರಿವ್ಯಾಪ್ತಿ ಯಡಿಯಲ್ಲಿ ಹೆಣ್ತನ, ಗಂಡ್ತನಗಳು ಅನುಭವದ ತುಡಿತವಾಗಿಯೂ, ಜೈವಿಕ ಲಿಂಗಾತೀತವಾಗಿಯೂ ತೆರೆದುಕೊಳ್ಳುವ ಹಂತವೂ ಇದೆ. ಈ ಹಂತದಲ್ಲಿ ಹೆಣ್ಣುತನ ಅಥವಾ ಗಂಡುತನ ಎಂಬವುಗಳು ಪರಿಭಾವನೆಯ ಮೊತ್ತವಾಗಿ ಅಂದರೆ ಶುದ್ಧ ಭಾವಸ್ತರದ ಲಹರಿಯಾಗಿಯೂ ಬಿಚ್ಚಿಕೊಳ್ಳುತ್ತವೆ. ಗಂಡಿನಲ್ಲಿ ಹೆಣ್ಣುಭಾವ, ಹೆಣ್ಣಿನಲ್ಲಿ ಗಂಡುಭಾವ ಮೇಳೈಸಿಕೊಂಡಿರುವ ದ್ವಿಲಿಂಗಿ ಅನುಭವದ ಈ ಸ್ತರವನ್ನೆ ಹೆಚ್ಚು ತಾತ್ವಿಕಗೊಳಿಸಿ ಶಿವ–ಶಕ್ತಿ, ಅರ್ಧನಾರೀಶ್ವರ ಇತ್ಯಾದಿ ಪರಿಕಲ್ಪನೆಗಳನ್ನು ನಮ್ಮವರು ಬೆಳೆಸಿಕೊಂಡು ಬಂದಿದ್ದಾರೆ. ಅಕ್ಕನ ಈ ವಚನವಾದರೂ ಹೆಣ್ಣುತನ, ಗಂಡುತನದ ಈ ಪರಿಭಾವನೆಗಳನ್ನು ಲಿಂಗಮಿತಿಗೆ ಒಳಪಡಿಸಿ ಹೆಣ್ಣಾದ ಕಾರಣಕ್ಕೆ ಹೆಣ್ತನವನ್ನೆ ಅಥವಾ ಗಂಡಾದ ಕಾರಣಕ್ಕೆ ಗಂಡುತನವನ್ನೇ ನಿರ್ಬಂಧಗೊಳಿಸುವ ರಾಜಕಾರಣದ ಪ್ರಶ್ನೆಗಳನ್ನು ಎತ್ತುತ್ತದೆ. ಆದ್ದರಿಂದಲೇ ಅವಳು ನಿಸರ್ಗ ಸಹಜವಾಗಿ ಇಲ್ಲದ ಲಿಂಗ ತಾರತಮ್ಯವನ್ನು ನಿಸರ್ಗ ಸಹಜವೆಂಬಂತೆ ಬಿಂಬಿಸುವುದೇಕೆ ಎನ್ನುತ್ತಾಳೆ.

ಅಷ್ಟಕ್ಕೂ ಸ್ತ್ರೀಯೂ ಅಲ್ಲದ, ಪುರುಷನೂ ಅಲ್ಲದ ಮೂರನೇ ಲಿಂಗವೊಂದು ನಮ್ಮ ನಡುವೆ ಇದೆ ಅಲ್ಲವೆ? ಸೃಷ್ಟಿಯ ಅಪರಿಹಾರ್ಯ ಭಂಗಿಯಂತಿರುವ ಈ ಮೂರನೇ ಲಿಂಗದ ಅನುಭವ ಸಂವೇದನೆ ಸಾಧ್ಯತೆಗಳನ್ನು ಕುರಿತು ಮನೋವೈಜ್ಞಾನಿಕ ಚರ್ಚೆಗೆ ಪ್ರವೇಶಿಸಬೇಕಿದೆ. ಅದಾಗಲೆ ಲಿಂಗ ವಿವಕ್ಷಾ ಮೂಲಕ ಅನುಭವ ಮೋಹವನ್ನು ಗ್ರಹಿಸುವ ನಮ್ಮ ಪ್ರಯತ್ನಗಳು, ಹೆಚ್ಚು ನಿಖರವಾಗುವ ದಿಸೆಯತ್ತ ಚಲಿಸಿಯಾವು. ಹೆಣ್ತನ, ಗಂಡುತನಗಳ ಈ ಗ್ರಹಿಕೆಗಳ ಹಿನ್ನೆಲೆಯಲ್ಲಿಯೇ ಅಕ್ಕಮಹಾದೇವಿ ಚೆನ್ನಮಲ್ಲಿಕಾರ್ಜುನನೆಂಬ ಗರುವಂಗೆ ಜಗವೆಲ್ಲಾ ಹೆಣ್ಣು ನೋಡಾ ಅನ್ನುತ್ತಾಳೆ. ಅಂದರೆ ಚೆನ್ನಮಲ್ಲಿಕಾರ್ಜುನ ಎಂಬುದು ಅಖಂಡ ಗಂಡುತನವೆಂಬ ಭಾವದ ಪ್ರತೀಕವಾದರೆ ಅದರ ಎದುರಿನಲ್ಲಿ ಈ ಜಗತ್ತೆಂಬ ಜಗತ್ತೆಲ್ಲವೂ ಹೆಣ್ಣಿನ ಅನುಭಾವ ಸಾಧ್ಯತೆಯಾಗಿ ನಿಲ್ಲುತ್ತದೆ. ಈ ಗಂಡುತನ, ಹೆಣ್ಣುತನಗಳು ಲಿಂಗಮೂಲದ ಗಂಡಸು ಅಥವಾ ಹೆಂಗಸು ಅಲ್ಲ. ಅಲ್ಲಿಗೆ ಹೆಣ್ಣು, ಗಂಡು ಎಂಬ ಸ್ಥಿತಿಗಳು ಲಿಂಗಮೂಲದ ಸಂಕುಚಿತವನ್ನು ಮೀರಿ ಶುದ್ಧ ಅನುಭವಿಸುವ, ತಾದ್ಯಾತ್ಮಗೊಳ್ಳುವ ಮನಸ್ಥಿತಿಗಳಾಗಿ ನಿಲ್ಲುತ್ತವೆ. ಈ ಅನುಭವದ ಸ್ಥಿತಿಗಳಿವೆಯಲ್ಲ ಇವು ಪರಸ್ಪರ ಸ್ಪರ್ಧಿಗಳೂ ಅಲ್ಲ. ಮೇಲು–ಕೀಳೆಂಬ ತಾರತಮ್ಯಕ್ಕೆ ಇಲ್ಲಿ ಅವಕಾಶವೇ ಇಲ್ಲ. ಈ ತಾತ್ವಿಕ ತಳಹದಿಯ ಗ್ರಹಿಕೆ ಕುರಿತಂತೆ ಯಾವುದೇ ಸ್ತ್ರೀವಾದಿಗಳಿಗೆ ತಕರಾರು ಇರುವಂತಿಲ್ಲ.

ಆದರೆ ಈ ತಾತ್ವಿಕ ತಳಹದಿಯ ಅನುಭವದ ಮೊತ್ತವನ್ನು ಅತಿಕ್ರಮಿಸಿ ಸಾಮಾಜಿಕ ಸಂರಚನಾವಾದದಲ್ಲಿ ಸಿಲುಕಿಕೊಂಡಿರುವ ಲಿಂಗಸಂಬಂಧಿ ಗ್ರಹಿಕೆಗಳನ್ನು ಕುರಿತಂತೆ ಸ್ತ್ರೀವಾದ ತನ್ನ ಚರ್ಚೆ ಬೆಳೆಸಬಯಸುತ್ತದೆ. ಜಾಗತಿಕ ಚರಿತ್ರೆಯ ಘಟ್ಟಗಳಲ್ಲಿ ಮಾನವ ಸಮುದಾಯವು ಹೆಣ್ಣು, ಗಂಡು ಎಂಬ ಲಿಂಗಸಂಬಂಧಿ ತಾರತಮ್ಯಗಳನ್ನು ವ್ಯವಸ್ಥಿತವಾಗಿಯೇ ಸೃಷ್ಟಿಸಿಕೊಂಡಿದೆ. ಜೈವಿಕ ವೈವಿಧ್ಯಗಳನ್ನೇ ತಾರತಮ್ಯದ ಮಾನದಂಡಗಳಾಗಿ ಇಟ್ಟುಕೊಂಡು ಅದನ್ನು ತತ್ವಬದ್ಧಗೊಳಿಸುವ ಪ್ರಯತ್ನಗಳು ಜರುಗಿಹೋಗಿವೆ. ಇಂಥ ಪ್ರಯತ್ನಗಳು ಸೃಷ್ಟಿಸಿದ ಉದ್ದೇಶಪೂರ್ವಕ ಗೊಂದಲಗಳೇ ಇಂದಿಗೂ ಧಾರ್ಮಿಕ, ಸಾಮಾಜಿಕ, ಆರ್ಥಿಕ, ರಾಜಕೀಯ ಮತ್ತು ಸಾಂಸ್ಕೃತಿಕ ಕ್ಷೇತ್ರಗಳನ್ನು ನಿಭಾಯಿಸುತ್ತಿವೆ. ಹೀಗಾಗಿಯೇ ಈ ಕ್ಷೇತ್ರಗಳ ಅಂತರ್ಯದಲ್ಲಿ ಪುರುಷ ಪ್ರಭುತ್ವವು ಸ್ಥಾಯಿಯಾಗಿ ಮಡುಗಟ್ಟಿನಿಂತಿದೆ. ಜಾಗ್ರತಗೊಂಡ ಸ್ತ್ರೀವಾದಿ ಸಿದ್ಧಾಂತವು ಇಂದು ಈ ತೆರನ ಎಲ್ಲ ತಾತ್ವಿಕ ಪರಿವೇಷದೊಳಗಡೆ ಪ್ರವೇಶಿಕೆ ಪಡೆದುಕೊಂಡು ಅವುಗಳ ಹಿಂದಿರುವ ದಮನಿತ ಸ್ತರಗಳನ್ನು ಶೋಧಿಸುವ ಕೆಲಸ ಮಾಡುತ್ತಿದೆ. ಈ ಶೋಧವಾದರೂ ಅಖಂಡ ಜೀವಪರ ಅಥವಾ ಒಟ್ಟು ಸೃಷ್ಟಿಪರ ನೆಲೆಯನ್ನು ಇಟ್ಟುಕೊಂಡೇ ಸಾಗುತ್ತದೆ.

ಭಾರತದ ಸಂದರ್ಭದಲ್ಲಿ ವರ್ಣಾಶ್ರಮ ಪದ್ಧತಿಯ ವೈದಿಕಶಾಹಿ ದಬ್ಬಾಳಿಕೆಯಡಿಯಲ್ಲಿ ಹಲವು ದಮನಿತ ಚರಿತ್ರೆಗಳು ಇವೆ. ಶೂದ್ರ, ದಲಿತ, ಬಡವ ಈ ಮುಂತಾದ ಶೋಷಿತ ಸಮುದಾಯದ ಒಳಗಡೆ ಮತ್ತು ಇದರ ಆಚೆಗೂ ಅಸ್ತಿತ್ವದಲ್ಲಿರುವ ಸ್ತ್ರೀಶೋಷಣೆಯು ಇತರೆಲ್ಲ ಶೋಷಣೆಗಳಿಗಿಂತ ತುಂಬಾ

ಸಂಕೀರ್ಣವಾಗಿ ಮತ್ತು ಅಷ್ಟೇ ಕ್ರೂರವಾಗಿ ತೆರೆದುಕೊಳ್ಳುತ್ತದೆ. ಅಕ್ಕ ಕರಾರುವಕ್ಕಾಗಿ ಗುರುತಿಸಿರುವಂತೆ ಮೊದಲಿಲ್ಲದ ಸೂತಕಕ್ಕೆ ಮರುಳಾಯಿತು ಜಗವೆಲ್ಲಾ. ಅಂದರೆ ಸೃಷ್ಟಿಯ ತೀರ ಆದೀಮ ಹಂತದಲ್ಲಿ ಕಾಣಿಸಿಕೊಂಡಿರದ ಲಿಂಗಸಂಬಂಧಿ ತಾರತಮ್ಯ ಚರಿತ್ರೆಯ ಕಾಲಂತರದ ಘಟ್ಟಗಳಲ್ಲಿ ಅಸ್ತಿತ್ವ ಪಡೆದುಕೊಂಡಿರುವುದಕ್ಕೆ ತುಂಬಾ ಸೂಕ್ಷ್ಮವಾದ ಅಮಾನವೀಯ ಹುನ್ನಾರುಗಳಿವೆ. ಚರಿತ್ರೆಯ ಒಂದು ಘಟ್ಟದಲ್ಲಿ ಕಾಣಿಸಿಕೊಂಡಿರುವ ಈ ತಾರತಮ್ಯದ ನಡೆಯೊಂದಿಗೇನೇ ಅದನ್ನು ಪ್ರತಿರೋಧಿಸುವ ಶಕ್ತಿಯು ಕಾಣಿಸಿಕೊಂಡಿದೆ ಎಂಬುದನ್ನು ನಾವು ಗುರುತಿಸಬೇಕಿದೆ. ಭಾರತೀಯ ಸ್ತ್ರೀವಾದದ ನಡೆಗಳಿಗೆ ತುಂಬಾ ದೀರ್ಘವಾದ ಪರಂಪರೆ ಇದೆ. ಹೀಗೆಂದು ವೈದಿಕಯುಗದ ಬೆರಳೆಣಿಕೆಯಷ್ಟು ಕಲ್ಪಿತ ಆಕೃತಿಗಳನ್ನಿಟ್ಟುಕೊಂಡು ಸ್ತ್ರೀಲೋಕವನ್ನೆ ವೈಭವೀಕರಿಸುವುದನ್ನು ಸ್ತ್ರೀವಾದ ಇಂದು ತೀರ ಅಮಾಯಕಳಾಗಿ ಸ್ವಾಗತಿಸಲಾರದು. ಚರಿತ್ರೆಯ ಪಠ್ಯಗಳಲ್ಲಿ ಎಲ್ಲೆಲ್ಲೂ ದಾಖಲಾಗದ, ಅಕ್ಷರಲೋಕದ ಯಾವುದೇ ಮಾಧ್ಯಮಗಳಿಗೂ ದಕ್ಕದ ಒಂದು ಅವಿಚ್ಛಿನ ಪ್ರತಿರೋಧದ ಶಕ್ತಿ ಇದೆ. ಅದನ್ನು ಪರಿಶೋಧಿಸುವ ದಿಶೆಯಲ್ಲಿ ಭಾರತೀಯ ಸ್ತ್ರೀವಾದ ತನ್ನ ಪರಂಪರೆಯನ್ನು ಹೆಣೆದುಕೊಳ್ಳುತ್ತಿದೆ.

ಕನ್ನಡದ ಬದುಕು ಮತ್ತು ಕನ್ನಡ ಸಾಹಿತ್ಯದ ಸಂದರ್ಭಗಳಲ್ಲಿ ಮಹಿಳೆಯರ ಬದುಕು ಕಾಣಿಸಿಕೊಂಡಿರುವ ಬಗೆಯನ್ನು ಓರಿಯಂಟಲಿಸ್ಟ್ ಮಾದರಿಗಳಲ್ಲಿ ಹೆಕ್ಕುವ ಪ್ರಯತ್ನ ಮಾಡಲಾಗಿದೆ. ಹೀಗಾಗಿ ಅಕ್ಷರ ಪಠ್ಯಗಳಲ್ಲಿ ಕಾಣಿಸಿಕೊಂಡಿರುವ ಸಾಧ್ವಿಯರನ್ನು, ತ್ಯಾಗಶೀಲೆಯರನ್ನು, ಪರಿಸ್ಥಿತಿಯ ಒತ್ತಡಕ್ಕೆ ಮಣಿದು ಆದರ್ಶ ಮೆರೆದ ಮಹಿಳೆಯರನ್ನು ವೈಭವೀಕರಿಸುವ ಕೆಲಸ ಕನ್ನಡ ಸಾಹಿತ್ಯದ ಉದ್ದಕ್ಕೂ ನಡೆದುಕೊಂಡು ಬಂದಿದೆ. ಶಿಷ್ಟ ಸಾಹಿತ್ಯ ಮತ್ತು ಜಾನಪದ ಸಾಹಿತ್ಯದ ಎರಡೂ ವಲಯಗಳಲ್ಲಿ ಕನ್ನಡದ ಮನಸ್ಸು ಭಾರತೀಯ ಸನಾತನವಾದಿ ಧೋರಣೆಯನ್ನೇ ಅನುಸರಿಸಿಕೊಂಡು ಬಂದಿದೆ. ಆದ್ದರಿಂದಲೇ ಹೆಣ್ಣನ್ನು ಭೂಮಿಗೆ ಸಮೀಕರಿಸುವಲ್ಲಿ ಭಾರತೀಯರು ಬಹುದೊಡ್ಡ ವಿಜಯ ಸಾದಿಸಿದವರಂತೆ ಬೀಗಿದ್ದಾರೆ. ಫಲವತ್ತತೆಯ ಪ್ರತೀಕವಾಗಿರುವ 'ಭೂಮಿ' ಎಷ್ಟೆಲ್ಲ ಭಾವನಾತ್ಮಕ ಮೊತ್ತಗಳಿಗೆ ಆಕೃತಿಯಾಗಬಹುದಾದರೂ ಅದು ಅಂತಿಮವಾಗಿ ಬಲವಿದ್ದವನ ಖಾಸಗಿ ಆಸ್ತಿಯ ಹಕ್ಕಾಗಿಯೆ ಚಲಾವಣೆಗೊಳ್ಳುತ್ತದೆ.

ನಿರ್ಜೀವ ಭೂಮಿಗೂ, ಜೀವವಿರುವ ಹೆಣ್ಣಿಗೂ ಕಲ್ಪಿಸುವ ಅತಾರ್ಕಿಕ ಸಮೀಕರಣದಲ್ಲಿಯೇ ಮಹಿಳಾ ಶೋಷಣೆಯ ಅಸಂಖ್ಯ ಆಯಾಮಗಳು ಎಗ್ಗಿಲ್ಲದೆ ತೆರೆದುಕೊಳ್ಳುತ್ತವೆ. ಭೂಮಿಯಷ್ಟೇ ನಿರ್ದಯವಾಗಿ ಹೆಣ್ಣನ್ನು ದುಡಿಸಿಕೊಂಡಿರುವ ಸಮಾಜದ ಮಹೋನ್ನತ ಸೃಷ್ಟಿಯಾಗಿರುವ ಸಾಹಿತ್ಯದಲ್ಲಿ ಹೆಣ್ಣು ಗೈರು ಹಾಜರಾಗಿದ್ದಾಳೆ. ಇಲ್ಲವೇ ಪುರುಷ ಪ್ರಭುತ್ವ ಹೇರುವ ಆದರ್ಶದ ಬಲಿಪೀಠಕ್ಕೆ ಕಟ್ಟಿದ ಹರಕೆಯ ಕುರಿಯಾಗಿದ್ದಾಳೆ. ರಾಷ್ಟ್ರೀಯ ಚಳುವಳಿ ಸಂದರ್ಭದಲ್ಲಿಯೂ ಒಟ್ಟು ಬದುಕಿನಲ್ಲಿ ಬದಲಾವಣೆಯ ಗಾಳಿ ಕಾಣಿಸಿಕೊಂಡಾಗಲೂ ಸ್ತ್ರೀಯರನ್ನು ನೋಡುವ ದೃಷ್ಟಿಕೋನದಲ್ಲಿ ಹೇಳಿಕೊಳ್ಳಬಹುದಾದ ಬದಲಾವಣೆ ಸಾಧ್ಯವಾಗಲಿಲ್ಲ. ಸ್ತ್ರೀಯರನ್ನು ನೋಡುವ ಒಟ್ಟು

ಪರಂಪರಾಗತ ದೃಷ್ಟಿಕೋನದಲ್ಲಿ ಸಮೂಲ ಬದಲಾವಣೆ ಬಯಸುವ ಸ್ತ್ರೀಚಿಂತನೆಯ ದಾರಿಗಳು ಆಧುನಿಕೋತ್ತರ ಸಂದರ್ಭದಲ್ಲಿಯೇ ಹೆಚ್ಚು ಸ್ಪಷ್ಟವಾಗತೊಡಗಿವೆ. ಈ ಪೂರ್ವದ ಕನ್ನಡ ಸಾಹಿತ್ಯದ ನವೋದಯ, ನವ್ಯ, ಪ್ರಗತಿಶೀಲ ಸಂದರ್ಭಗಳಲ್ಲಿಯೂ ಸ್ತ್ರೀಯರ ಬಗೆಗಿನ ಅನುಕಂಪ, ಸಹಾನುಭೂತಿಗಳನ್ನೆ ಸ್ತ್ರೀವಾದದ ಪರಿಕಲ್ಪನೆಗಳೆಂಬಂತೆ ಬಿಂಬಿಸಲಾಗಿತ್ತು. ತೀರ ಇತ್ತೀಚೆಗೆ ಅಂದರೆ ದಲಿತ ಬಂಡಾಯದ ಸಂದರ್ಭಗಳಲ್ಲಿ ಸ್ತ್ರೀವಾದವು ಹೆಚ್ಚು ನಿಖರವಾಗತೊಡಗಿ ಸ್ವಾಯತ್ತ ಸಿದ್ಧಾಂತವಾಗಿ ಕನ್ನಡದ ಒಳಗಡೆ ನೆಲೆ ಕಂಡುಕೊಳ್ಳತೊಡಗಿದೆ. ಆದಾಗ್ಯೂ ಸ್ತ್ರೀಶೋಷಣೆಯ ವಿರುದ್ಧದ ಹೋರಾಟವು ಸ್ತ್ರೀವಾದವಾಗಿ ಅಸ್ತಿತ್ವಕ್ಕೆ ಬರುತ್ತಿರುವ ಈ ಸಂದರ್ಭವು ಜಾಗತಿಕ ಮಟ್ಟವನ್ನು ಒಳಗೊಂಡಂತೆ ದೇಶಿಯ ಹಂತದವರೆಗೆ ಹಲವು ಬಿಕ್ಕಟ್ಟುಗಳನ್ನು ಎದುರಿಸುತ್ತಿದೆ. ಇಂಥ ಬಿಕ್ಕಟ್ಟುಗಳ ಪಾತಳಿಗಳಲ್ಲಿ ಮಹಿಳಾ ಪ್ರಶ್ನೆಗಳನ್ನು ಇಟ್ಟುಕೊಂಡು ಅಕ್ಷರಕ್ಕೆ ದಕ್ಕಿದ ದೇಶಿಯ ಪಠ್ಯಗಳಿಗೆ ಮುಖಾಮುಖಿಯಾಗುವುದೆಂದರೆ ಅದೊಂದು ರೀತಿಯ ಸಾಂಸ್ಕೃತಿಕ ಕರ್ಷಣೆಗೆ ಹಾದಿಯೇ ಹೌದು.

ಸ್ತ್ರೀಯರ ಬಗೆಗಿನ ಅನುಕಂಪ, ಸಹಾನುಭೂತಿ, ಮಾನವೀಯ ನೆಲೆಯ ಒಂದಷ್ಟು ಆದರ, ಔದಾರ್ಯಗಳನ್ನೇ ಕ್ರಾಂತಿಕಾರಿ ಘಟ್ಟಗಳೆಂದು ಭಾವಿಸಿಕೊಂಡಿದ್ದ ಭಾರತೀಯರಿಗೆ ಆಧುನಿಕ ಸ್ತ್ರೀವಾದವನ್ನು ಅರಗಿಸಿಕೊಳ್ಳುವುದು ಅಷ್ಟು ಸುಲಭವಲ್ಲ. ಯಾವತ್ತಿಗಾದರೂ ಸ್ತ್ರೀವಾದ ಸಂಘರ್ಷದ ಹಾದಿಯೇ ಹೌದು. ಈ ನಡುವೆ ಹುಟ್ಟಿಸಲಾಗುತ್ತಿರುವ ಸ್ವೇಚ್ಛಾಚಾರವಾದ, ಉದ್ಧಟವಾದಗಳನ್ನು ಸ್ತ್ರೀವಾದಿ ನೆಲೆಯನ್ನು ಅಪಾರ್ಥಗೊಳಿಸಲೆಂದೆ ಬಳಸಿಕೊಳ್ಳಲಾಗುತ್ತಿದೆ. ಜಾಗತಿಕ ಮಾರುಕಟ್ಟೆಯ ಸರಕು ಸಿದ್ಧಾಂತವು ಸ್ತ್ರೀವಾದವನ್ನು ದಿಕ್ಕು ತಪ್ಪಿಸುವ ಎಲ್ಲ ಬಗೆಯ ಪ್ರಯೋಗಗಳನ್ನು ಮಾಡುತ್ತಿದೆ. ಈ ಎಲ್ಲ ತೊಂದರೆಗಳನ್ನು ನಿವಾರಿಸಿಕೊಂಡು ಸ್ತ್ರೀವಾದ ಎಂದರೆ ಅಪ್ಪಟ ಮನುಷ್ಯವಾದ, ಜೀವಪರವಾದ ಎಂಬುದಾಗಿ ಎತ್ತಿ ತೋರಿಸಬೇಕಿದೆ.

ಒಟ್ಟು ಮನುಷ್ಯಪರವೆಂಬ ಸ್ತ್ರೀವಾದದ ಪ್ರಶ್ನೆಗಳನಿಟ್ಟುಕೊಂಡು ರಾಘವಾಂಕನ ಕೃತಿಗಳನ್ನು ಪರಿಭಾವಿಸುವಾಗ ಹಲವು ಮಿತಿಗಳು ತಮ್ಮಷ್ಟಕ್ಕೆ ಮೊದಲ ಗ್ರಹಿಕೆಯಲ್ಲಿಯೇ ಗೋಚರವಾಗುತ್ತವೆ. ನಿರ್ದಿಷ್ಟ ಕಾಲ ಘಟ್ಟವೊಂದರಲ್ಲಿ ನಿರ್ದಿಷ್ಟ ಧೋರಣೆಗಳನ್ನಿಟ್ಟುಕೊಂಡು ರಚನೆಯಾದ ಕಲಾಕೃತಿಗಳ ಸೃಜನ ಸಾಧ್ಯತೆಯನ್ನು ಪರಿಭಾವಿಸುವುದು ಒಂದು ನೆಲೆ. ಕಲಾಕೃತಿಯ ಒಳಗಡೆ ದ್ರವಿಸುತ್ತಿರುವ ಜೀವಂತ ಬದುಕಿನ ಸಂವೇದನೆಗಳನ್ನು ಎದುರಾಗುವುದೇ ಇನ್ನೊಂದು ನೆಲೆ. ಈ ಮೊದಲ ನೆಲೆಯಲ್ಲಿ ರಾಘವಾಂಕನನ್ನು ಅರ್ಥೈಸಿಕೊಳ್ಳುವುದು ಅಥವಾ ವಿಮರ್ಶೆಗೆ ಒಳಪಡಿಸುವುದು ಅಷ್ಟು ಕಷ್ಟದ ಕೆಲಸವಲ್ಲ. ಆದರೆ ಎರಡನೆಯ ನೆಲೆಯ ಜೀವಸಂವೇದಿ ಪ್ರಶ್ನೆಗಳನ್ನಿಟ್ಟುಕೊಂಡು ರಾಘವಾಂಕನನ್ನು ಹುಡುಕುವುದು ತುಂಬಾ ಹೈರಾಣದ ಹಾದಿ. ಹೈರಾಣದ ಹಾದಿ ಏಕೆಂದರೆ ರಾಘವಾಂಕನ ಹಿಂದೆ ಅನತಿದೂರದಲ್ಲಿ ವಚನಚಳುವಳಿ ಎಂಬ ಒಂದು ದೊಡ್ಡಮಟ್ಟದ ಸಾಹಿತ್ಯಿಕ ಭಿತ್ತಿ ಹರಡಿಕೊಂಡಿದೆ. ಇಡೀ ಭಾರತೀಯ ಸಾಹಿತ್ಯಿಕ ಸಂದರ್ಭದಲ್ಲಿಯೇ ಬೌದ್ಧ, ಜೈನ ಚಳುವಳಿಗಳ

ತರುವಾಯ ಗಮನ ಸೆಳೆಯುವ ಸಾಹಿತ್ಯಿಕ ಸಂಗತಿಯೆಂದರೆ ವಚನ ಸಾಹಿತ್ಯವೇ. ವೈದಿಕ ಸಂಸ್ಕೃತಿಯನ್ನು ಪ್ರಶ್ನಿಸುವ ನೆಲೆಯಲ್ಲಿ ಕನ್ನಡದಲ್ಲಿ ಹೆಚ್ಚು ಪ್ರಖರವಾಗಿ ಒಡಮೂಡಿದ್ದು ವಚನಕ್ರಾಂತಿ. ಕನ್ನಡದಲ್ಲಿ ಮೊದಲ ಬಾರಿಗೆ ದಲಿತಪರ, ಮಹಿಳಾಪರ ಪ್ರಶ್ನೆಗಳು ದಲಿತರು ಮತ್ತು ಮಹಿಳೆಯರಿಂದಲೇ ಎತ್ತಲ್ಪಟ್ಟು ಸಾಮಾಜಿಕ ಕ್ರಾಂತಿಗೆ ಒತ್ತಾಸೆಯಾಗಿ ನಿಂತದ್ದು ಅಪರೂಪದ ಸಂಗತಿ. ಇಂಥ ಒಂದು ಚಾರಿತ್ರಿಕ ಸಂಘರ್ಷದ ತರುವಾಯ ಕಾಣಿಸಿಕೊಳ್ಳುವ ಹರಿಹರ–ರಾಘವಾಂಕಾದಿಗಳನ್ನು ಮುಖಾಮುಖಿ ಆಗುವಾಗ ಸಾಂಸ್ಕೃತಿಕ ಲೋಕ ಸಹಜವಾಗಿಯೇ ಕೆಲವು ಆಪೇಕ್ಷೆಗಳನ್ನು ಹೊಂದಿರುತ್ತದೆ.

ಕನ್ನಡ ಸಾಹಿತ್ಯ ಚರಿತ್ರೆ ಕಟ್ಟಿಕೊಡುವಾಗ ವಿದ್ವಾಂಸರು ಹರಿಹರ, ರಾಘವಾಂಕರನ್ನು ವಚನ ಚಳುವಳಿಯ ಪರಂಪರೆಯಲ್ಲಿ ಗುರುತಿಸುತ್ತ ಇವರು ವಚನಕಾರರ ತತ್ವ–ಸಿದ್ಧಾಂತಗಳನ್ನು ಕಾವ್ಯದಲ್ಲಿ ಕಟ್ಟಿಕೊಡುವ ಪ್ರಯತ್ನ ಮಾಡಿದರು ಎಂದು ಹೇಳುತ್ತಾರೆ. ವಚನಕಾರರ ಪ್ರಭಾವ ಪ್ರೇರಣೆಗಳನ್ನೇ ಅರಗಿಸಿಕೊಂಡು ಕಾವ್ಯ ಕಟ್ಟಿದರು ಎಂದು ಗುರುತಿಸುವಾಗ ನಮ್ಮ ವಿದ್ವಾಂಸರು ಇಟ್ಟುಕೊಂಡ ಮಾನದಂಡಗಳು ಯಾವುವು? ಪರಂಪರಾಗತ ಮೀಮಾಂಸೆಯ ಚೌಕಟ್ಟುಗಳಾದ ವಸ್ತು, ಭಾಷೆ, ಅಲಂಕಾರ, ಛಂದಸ್ಸು, ಶೈಲಿ ಮುಂತಾದವುಗಳನ್ನು ಅನ್ವಯಗೊಳಿಸಿಕೊಂಡು ನೋಡುವುದಾದರೆ ಇದು ಎಷ್ಟರಮಟ್ಟಿಗೆ ಸಾಧ್ಯ? ಎಂಬ ಪ್ರಶ್ನೆಗಳು ಎದುರಾಗುತ್ತವೆ. ಅಷ್ಟಕ್ಕೂ ಔಪಚಾರಿಕ ಸಾಹಿತ್ಯಿಕ ಸಂಗತಿಗಳು ಕಾವ್ಯದ ಜೀವಧ್ವನಿಯನ್ನು ಅನಾವರಣಗೊಳಿಸುವಲ್ಲಿ ಎಷ್ಟರಮಟ್ಟಿಗೆ ಸಹಕಾರಿಯಾಗುತ್ತವೆ. ಕಲೆಯ ಒಳಗಡೆ ಮಿಡಿಯುತ್ತಿರುವ ಬದುಕಿನ ಭಿತ್ತಿಗಳು ಶೃಂಗಾರಗೊಳ್ಳುವ ಪರಿಗೂ, ವಾಸ್ತವ ಬದುಕಿನ ರೂಕ್ಷತೆಗೂ ಪರಸ್ಪರ ಸಂಬಂಧ ಸಾದೃಶ್ಯಗಳು ಇರುತ್ತವೆಯಲ್ಲ, ಇವುಗಳನ್ನು ಹೆಕ್ಕಿ ತೆಗೆಯುವಾಗಲೇ ಕಲೆಯ ತಾಕತ್ತು ಸಾಬೀತಾಗುತ್ತದೆ.

ರಾಘವಾಂಕ ಹರಿಹರನ ಸೋದರಳಿಯ ಮತ್ತು ಪರಮಶಿಷ್ಯ. ಈತನ ಉಪಲಬ್ಧ ಕೃತಿಗಳಾದ ಹರಿಶ್ಚಂದ್ರ ಚಾರಿತ್ರ, ಸಿದ್ಧರಾಮ ಚಾರಿತ್ರ, ಸೋಮನಾಥ ಚಾರಿತ್ರ, ವೀರೇಶ ಚಾರಿತ್ರ ಈ ನಾಲ್ಕು ಕೃತಿಗಳು ಮುಖ್ಯವಾಗಿ ಶಿವಪಾರಮ್ಯವನ್ನು ಎತ್ತಿಹಿಡಿಯುತ್ತವೆ. ಹರನೆಂಬುದೇ ಸತ್ಯವಾಗಿರುವುದರಿಂದಲೇ ಹರಿಶ್ಚಂದ್ರ ಚಾರಿತ್ರದಲ್ಲಿ ಸತ್ಯದ ವೈಭವೀಕರಣಕ್ಕೆ ಇಳಿಯುತ್ತಾನೆ. ಹರಿಶ್ಚಂದ್ರ ಚಾರಿತ್ರದಲ್ಲಿ ರಾಘವಾಂಕನ ಲಕ್ಷ್ಯವಿರುವುದು ಸತ್ಯದ ಕಡೆ ಮಾತ್ರ. ಅಷ್ಟಕ್ಕೂ ಕಾವ್ಯದಲ್ಲಿ ಕಾಣಿಸಿಕೊಳ್ಳುವ 'ಸತ್ಯ' ಇದೆಯಲ್ಲ ಅದು ಯಾರ ಸತ್ಯ? ಯಾರಿಗಾಗಿ ಸತ್ಯ? ಸತ್ಯ ಎಂಬುದು ಎಷ್ಟರಮಟ್ಟಿಗೆ ನಿರಪೇಕ್ಷ? ಎಂಬಿತ್ಯಾದಿ ಪ್ರಶ್ನೆಗಳು ಅಲ್ಲಿ ಮುಖ್ಯವಾಗುವುದೇ ಇಲ್ಲ. ಹರಿಶ್ಚಂದ್ರನ ಸತ್ಯವೆಂಬುದು ಪ್ರಭುತ್ವ ನಿರ್ಮಿತ ವೈದಿಕಶಾಹಿ ಸಂಸ್ಕೃತಿ ಬಿಂಬಿಸುವ ಮೌಲ್ಯವಾಗಿಯೇ ಕಾಣಿಸಿಕೊಳ್ಳುತ್ತದೆ. ಹೀಗಾಗಿ ರಾಘವಾಂಕನಿಗೆ ದಲಿತ ಮತ್ತು ಮಹಿಳೆಯರ ಕುರಿತಂತೆ ಮನುವಾದಿ ಧೋರಣೆಗಳೇ ಮುಖ್ಯವಾಗುತ್ತವೆ. ಈ ಕಾವ್ಯದುದ್ದಕ್ಕು ಸ್ತ್ರೀಯರನ್ನು ನೋಡುವ ಪರಂಪರಾಗತ ದೃಷ್ಟಿ ಧೋರಣೆಗಳೇ ಅನುರಣಿತವಾಗುತ್ತವೆ. ಕಾವ್ಯದಲ್ಲಿ ಚಂದ್ರಮತಿಯ ಪಾತ್ರ ಸಾಧ್ವಿ ಶಿರೋಮಣಿ, ಪತಿಭಕ್ತಿಪಾರಾಯಣೆ ಮುಂತಾಗಿ ಸನಾತನ ಜಾಡಿನಲ್ಲಿಯೇ

ಸಾಗುತ್ತವೆ. ಎಲ್ಲಿಯೂ ಕವಿ ಅವಳ ಪಾತ್ರವನ್ನು ಸ್ವತಂತ್ರ್ಯ ಅಸ್ತಿತ್ವದಲ್ಲಿ, ಸ್ತ್ರೀ ಅಸ್ಮಿತೆಯಲ್ಲಿ ಚಿತ್ರಿಸುವುದಿಲ್ಲ. ಹರಿಶ್ಚಂದ್ರ ದೇಶಭ್ರಷ್ಟನಾಗಿ ಅಡವಿಯಲ್ಲಿ ಹೆಂಡತಿ ಮಕ್ಕಳೊಂದಿಗೆ ಕಡುಕಷ್ಟದಿಂದ ಕಾಶಿ ಪುರಾಭಿಮುಖವಾಗಿ ಹೊರಟಿರುತ್ತಾನೆ. ಕೌಶಿಕನ ಉಗ್ರ ಪರೀಕ್ಷೆ ಕಾರಣವಾಗಿ ಮಾಯಾಬೆಂಕಿ ಹತ್ತುತ್ತದೆ. ಎತ್ತೆತ್ತಲೂ ಕಾಡ್ಗಿಚ್ಚು ಹಬ್ಬಿ ಇನ್ನೇನು ಎಲ್ಲಿಯೂ ತಪ್ಪಿಸಿಕೊಳ್ಳಲು ಸಾಧ್ಯವೇ ಇಲ್ಲ ಎಂದಾಗ ಕಾವ್ಯನಾಯಕ ಹರಿಶ್ಚಂದ್ರ ಕೊಟ್ಟ ಮಾತು ಪಾಲಿಸದೆ ಸಾಯುವ ಸ್ಥಿತಿ ಬಂತಲ್ಲ ಎಂದು ದುಃಖಿಸುತ್ತಾನೆ. ಮುನಿರಿಣವ ತೀರಿಸದೆ ಸಾಯುವ ಸಂಕಟ ಅವನನ್ನು ಇರಿಯುತ್ತದೆ. ಆಗ ಸಾಧ್ವಿಶಿರೋಮಣಿಯಾದ ಚಂದ್ರಮತಿ ಮುಂದೆ ಬಂದು ಬೆಂಕಿಗೆ ತಾನು ಮೊದಲು ಆಹುತಿಯಾಗುವೆ. ಹರಿಶ್ಚಂದ್ರ ಮಹಾರಾಜ ಅಪ್ಪಣೆ ಕೊಡಬೇಕೆಂದು ಬೇಡುತ್ತಾಳೆ. ಆಗ ಮಾನನಿಧಿ ಹರಿಶ್ಚಂದ್ರನು,

....................ಉಳ್ಳ ಘನಸಿರಿಸಂಪದ
ತೀದ ಕಡೆಯೊಳು ತನ್ನ ಸತಿಸುತರ ಕಾಯ್ದು ತಾಂ
ಹೋದನೆನಿಸದೆ ಪ್ರಾಣಭೀತಿಯಿಂ ಕಡೆಮುತ್ತಿ
ಬೀದಿವರಿವುರಿಗಬಲೆಯಂ ಕೊಟ್ಟನೆಂಬ ಕುಂದಂ ಹೊರುವನಲ್ಲೆಂದನು

(ಹ.ಚಾ–ಸಂಧಿ 10. ಪದ್ಯ 20)

ಮಡದಿ ಮಕ್ಕಳನ್ನು ಉರಿಗೆ ಬಲಿಕೊಟ್ಟನೆಂಬ ಅಪವಾದ ನಾನು ಹೊರಲಾರೆ. ಬೇಕಾದರೆ ನನ್ನ ಪ್ರಾಣವನ್ನೇ ಮೊದಲು ಬಲಿಕೊಟ್ಟೇನು ಎನ್ನುತ್ತಾನೆ. ಗಂಡನ ಈ ಮಾತು ಹೇಳಿದ್ದೆ ತಡ ಚಂದ್ರಮತಿ ಗಡಬಡಿಸಿ ಹೇಳುವುದು ಹೀಗಿದೆ :

ಮುಳಿದು ಮೊಗೆದೆಲ್ಲರಂ ಕೊಲ್ಲದಿಂದೆನ್ನನೊ
ಬ್ಬಳನೆ ಕೊಂದಪುದೆ ಭೂಭುಜ ನಿಮ್ಮ ಕೂಡೆ ಸರಿ
ಯೊಳು ಜೀವವಂ ಬಿಡುವುದಿಚಿತವಲ್ಲಿಂ ಬಳಿಕ ಬಿಡುವುದತ್ಯಧಮತನವು
ಎಳಸಿ ಮುತ್ತೈದೆತನದಲಿ ಮುಂದೆ ಹೋದಪೆಂ
ಕಳುಹಿಸಿಕೊಡಬೇಕೆಂದು ಮೈಯಿಕ್ಕಿ ಬೇಡಿಕೊಂ
ಡಳು ಗಂಡನಂ ಚಂದ್ರಮತಿ ಪತಿವ್ರತೆಯರಾನಂದನಿಧಿ ಲಲ್ಲೆಗರೆದು

(ಹ.ಚಾ–ಸಂಧಿ 10. ಪದ್ಯ 21)

ಗಂಡನ ಜೊತೆ ಸಾಯುವುದು ತಪ್ಪು; ಅಷ್ಟೇ ಅಲ್ಲ ಗಂಡ ಸತ್ತ ಬಳಿಕ ಸಾಯುವುದಂತೂ ಪರಮ ಅಧಮತನ. ಆದ್ದರಿಂದ ತನಗೆ ಮುತ್ತೈತನದ ಸಾವು ಬೇಕೆಂದು ಕೇಳುವ ಚಂದ್ರಮತಿ ರಾಘವಾಂಕನಿಗೆ ಪತಿವ್ರತೆಯರ ಆನಂದ ನಿಧಿಯಾಗಿ ಮುಖ್ಯವಾಗುತ್ತಾಳೆ. ಚಾತುರ್ವರ್ಣ ವ್ಯವಸ್ಥೆ ಕಟ್ಟಿದ ಪತಿವ್ರತಾ ಧರ್ಮದ ನಿರೂಪಣೆ ಕಾವ್ಯದ ಪ್ರಧಾನ ಮೌಲ್ಯಗಳಲ್ಲಿ ಒಂದು ಎನ್ನುವ ಹಾಗೆ ಎತ್ತಿಹಿಡಿಯಲಾಗಿದೆ. ಕಾಡ್ಗಿಚ್ಚು ದಳ್ಳುರಿಯನ್ನು ನಂದಿಸುವ ಯಾವ ಉಪಾಯಗಳು ಹೊಳೆಯದಿದ್ದಾಗ ಚಂದ್ರಮತಿ ತನ್ನನ್ನೇ ಆಹುತಿ ಕೊಡಲೆಂದು ಪತಿಯಾಜ್ಞೆ ಪಡೆದುಕೊಂಡು ಬಂದಾಗಲೂ ಅವಳು ಅಗ್ನಿಯ ಸಮ್ಮುಖದಲ್ಲಿ ಹೀಗೆ ಬೇಡಿಕೊಳ್ಳುತ್ತಾಳೆ:

ಮನದ ಸೂತಕ ಹಿಂಗಿದೊಡೆ

ಪೊಡವೀಶ ಕೇಳುಭಯಕುಲಶುದ್ಧೆಯಲ್ಲದಿ
ರ್ದಡೆ ನಿನ್ನನಲ್ಲದನ್ಯರನು ಲೆಕ್ಕಿಸಿದೆನಾ
ದಡೆ ಹಿಂದೆ ನಿನಗೊಂದನಿಕ್ಕಿ ನಾನೊಂದನುಂಡಡೆ...

(ಹ.ಚಾ–ಸಂಧಿ 10. ಪದ್ಯ. 25)

ಹೊಡೆದು ಮುಕ್ಕಲಿ ಈ ದಾವಾಗ್ನಿ. ಈ ಅಪರಾಧಗಳನ್ನು ನಾನು ಮಾಡಿಲ್ಲವಾದರೆ ಬಟ್ಟೆ ತೋರಲಿ ಬೆಂಕಿ ಎಂದು ಬೇಡಿಕೊಳ್ಳುತ್ತಾಳೆ. ಪರಪುರುಷನನ್ನು ಕನಸು ಮನಸಿನಲ್ಲಿ ನೆನಸುವುದು, ಗಂಡನಿಗೆ ನೀಡದೆ ಒಳ್ಳೆಯ ಪದಾರ್ಥ ತಾನು ಉಣ್ಣುವುದು, ಇವೆಲ್ಲವೂ ಪರಮ ನೀಚತನ ಎಂದು ನಂಬಿಸಲಾಗಿದ್ದ ಸಮಾಜದ ಪ್ರತಿನಿಧಿಯಾಗಿ ನಿಲ್ಲುವ ರಾಘವಾಂಕನಿಗೆ ಎಲ್ಲಿಯೂ ವಚನಕಾರ್ತಿಯರು ಲೈಂಗಿಕ ಮಡಿವಂತಿಕೆಯನ್ನು ಧಿಕ್ಕರಿಸಿದ ವಚನಗಳು ಕಾಡಿದಂತಿಲ್ಲ.

ತನ್ನ ಶುಚಿತ್ವ ಮೆರೆಯಲೆಂದು ಅಗ್ನಿಪರೀಕ್ಷೆಗೆ ತಳ್ಳಲ್ಪಡುವ ರಾಮಾಯಣದ ಸೀತೆಗೂ, ಗಂಡ ಮಕ್ಕಳನ್ನು ಬದುಕಿಸಲೆಂದು ತಾನಾಗಿಯೇ ಅಗ್ನಿಗೆ ಅರ್ಪಿಸಿಕೊಂಡು ಶುಚಿತ್ವದ (ಪತಿವ್ರತಾಧರ್ಮ) ವಿಜಯ ಸ್ಥಾಪಿಸ ಹೊರಡುವ ಚಂದ್ರಮತಿಗೂ ಒಂದೇ ನೆಲೆಯ ಒತ್ತಡಗಳಿವೆ. ತನ್ನ ಸತ್ಯಸಂಧತೆ ಮೆರೆಯಲೆಂದು ಹೊಲತಿಯರನ್ನು ಅಟ್ಟಿಸಿಕೊಂಡು ಹೋಗುವ ಹರಿಶ್ಚಂದ್ರನಿಗೆ ಜಾತಿ ಮುಖ್ಯವಾಗುವಂತೆ ಮಾನವೀಯತೆ ಮುಖ್ಯವಾಗುವುದೇ ಇಲ್ಲ. ಅಂತೆಯೇ ಕೊನೆಯವರೆಗೂ ತನ್ನ ಸತ್ಯ ಎಷ್ಟು ಮುಖ್ಯವಾಗುತ್ತದೆ ಎಂದರೆ ಹೆಂಡತಿ ಮಕ್ಕಳನ್ನು ಮಾರಿಕೊಳ್ಳುವುದು ಒಪ್ಪಿತ ಮೌಲ್ಯವೇ ಆಗಿದ್ದರಿಂದ ಮಗುವನ್ನು ಕಾಪಾಡುವ ಅಥವಾ ಸತ್ತ ಬಳಿಕ ಹೆಣವನ್ನು ಸಂಸ್ಕರಿಸುವ ಜವಾಬ್ದಾರಿಯನ್ನು ಸಲೀಸಾಗಿ ಚಂದ್ರಮತಿಯ ತಲೆಗೆ ಕಟ್ಟಲಾಗುತ್ತದೆ.

ಹೆಂಡತಿ ಮಕ್ಕಳನ್ನು ಸಾಲದ ಹಣಕ್ಕಾಗಿ ಮಾರಿಕೊಳ್ಳುವ ಸಂದರ್ಭದಲ್ಲಿ ರಾಘವಾಂಕ ತನ್ನ ಕಥಾನಾಯಕನನ್ನು ಇತರ ಪುರಾಣ ಪಾತ್ರಗಳಿಗಿಂತ ತುಸು ಭಿನ್ನವಾಗಿ ನಿಲ್ಲಿಸುತ್ತಾನೆ. ಈ ಮೊದಲಿನ ಪುರಾಣ ಕಾವ್ಯಗಳು ಹರಿಶ್ಚಂದ್ರನು ಸತ್ಯಕ್ಕಾಗಿ ಹೆಂಡತಿ ಮಕ್ಕಳನ್ನು ಮಾರಿಕೊಂಡನು ಎಂದಷ್ಟೇ ಹೇಳುತ್ತವೆ. ಆದರೆ 'ಹರಿಶ್ಚಂದ್ರ ಚಾರಿತ್ರ'ದಲ್ಲಿ ಹರಿಶ್ಚಂದ್ರ ತಾನಾಗಿಯೇ ಬೇಧಡಕ್ ಆಗಿ ತನ್ನ ಹೆಂಡತಿ ಮಕ್ಕಳನ್ನು ಮಾರಿಕೊಳ್ಳುವ ದಬ್ಬಾಳಿಕೆ ತೋರುವುದಿಲ್ಲ. ಬದಲಾಗಿ ಚಂದ್ರಮತಿ ತಾನೇ ಮುಂದೆ ಬಂದು ಸಾಲಕ್ಕಾಗಿ ನಮ್ಮನ್ನು ಮಾರಿಕೊಂಡು ಮುನಿಯ ಋಣ ತೀರಿಸಬೇಕೆಂದು ಬೇಡಿಕೊಳ್ಳುತ್ತಾಳೆ. ಆಗಲೂ ಪತ್ನಿ ಪುತ್ರ ಪ್ರೇಮಿ ಹರಿಶ್ಚಂದ್ರ ತುಂಬಾ ನೊಂದುಕೊಂಡು ನಾನು ಈಗಾಗಲೇ ಕರ್ತವ್ಯಚ್ಯುತನಾಗಿ ಹೆಂಡತಿ ಮಕ್ಕಳನ್ನು ಕಡುಕಷ್ಟಕ್ಕೆ ಸಿಲುಕಿದ್ದೇನೆ. ನಾನು ಕಡು ಪಾಪಿ, ಹಾಗೆ ಹೀಗೆ ಎಂದು ಪಶ್ಚಾತ್ತಾಪ ಪಡುತ್ತಾನೆ. ಅಷ್ಟೇ ಅಲ್ಲ, ತನ್ನ ಸತ್ಯ ಸಂಧತೆಗಾಗಿ ನಿಮ್ಮನ್ನು ಮಾರಿಕೊಳ್ಳಲಾರೆ ಎಂದು ಹಟ ಹಿಡಿಯುತ್ತಾನೆ. ಆದರೆ ಪುರುಷಪ್ರಧಾನ ವ್ಯವಸ್ಥೆ ಬಿಂಬಿಸುವ ಮೌಲ್ಯಗಳನ್ನೇ ತನ್ನ ಮೌಲ್ಯಗಳೆಂದು ಭಾವಿಸಿದ್ದ ಚಂದ್ರಮತಿ ಇಲ್ಲಿಯೂ ತಾನೆ ಮುಂದೆ ಬಂದು "ಮರುಳೆ ಸರ್ವಕ್ಕೆ ಮೊದಲು ಸತಿಸುತರು ತನ್ನ ಒಡಲು ಕಡೆ ನೇಮಕ್ಕೆ ಸತ್ಯಕ್ಕೆ ಬಂಧನಕ್ಕೆಡೆಯಲಳುಪಲು ಶಿವ

ಮನಂ ನೋಳ್ಪನ್ನೆ ಲಜ್ಜೆಗೆಡೆದೆಮ್ಮ ಮಾರು ಮತ್ತಾದುದಾಗಲಿ" ಎಂದು ಹೇಳುತ್ತಾಳೆ. ಅಷ್ಟರಮಟ್ಟಿಗೆ ರಾಘವಾಂಕ ತನ್ನ ಕಾವ್ಯನಾಯಕನಿಗೆ ತಟ್ಟಬಹುದಾದ ಕಳಂಕ ತಪ್ಪಿಸಲೆಂದು ಹೆಣಗಾಡಿದಂತೆ ತೋರುತ್ತದೆ. ಹೇಳದೆ, ಕೇಳದೆ ಸೀತೆಯನ್ನು ಕಾಡಿಗೆ ಅಟ್ಟುವ ರಾಮಾಯಣದ ಶ್ರೀ ರಾಮಚಂದ್ರನಿಗಿಂತಲೂ , ಹೆಂಡತಿಯನ್ನು ವಸ್ತುವೆಂದೇ ಪರಿಭಾವಿಸಿ ಎಗ್ಗಿಲ್ಲದೆ ಜೂಜಿನ ಪಣಕ್ಕೆ ಹಚ್ಚುವ ಪಾಂಡವರಿಗಿಂತಲೂ ಹರಿಶ್ಚಂದ್ರ ತುಸು ಮಾನವೀಯವಾಗಿ ಕಾಣಿಸಿಕೊಳ್ಳುತ್ತಾನಾದರೂ ಇದು ಕೂಡಾ ಒಂದು ಬಗೆಯ ತಂತ್ರವಾಗಿಯೇ ಪರಿಣಮಿಸುತ್ತದೆ. ರಾಘವಾಂಕ ಇಲ್ಲಿ ಹೆಂಡತಿ ಮಕ್ಕಳು ಮಾರಿಕೊಳ್ಳಬಹುದಾದ ವಸ್ತು ಎಂದು ಚಂದ್ರಮತಿಯು ಬಾಯಿಂದಲೇ ನುಡಿಸುವಾಗಲೂ ಪುರುಷ ಪ್ರಭುತ್ವದ ನಂಬಿಕೆಗಳನ್ನೇ ಎತ್ತಿ ಹಿಡಿಯುತ್ತಾನೆ. ರಾಮಾಯಣದ ಸೀತೆ, ಮಹಾಭಾರತದ ದ್ರೌಪತಿಯರಿಗೆ ತಮ್ಮ ಮೇಲಾಗುತ್ತಿರುವ ಅನ್ಯಾಯದ ಪರಿಕಲ್ಪನೆಯಾದರೂ ಇತ್ತು. ಅವರು ತಮ್ಮ ಅಳಲನ್ನು ತೋಡಿಕೊಳ್ಳುವ ಅವಕಾಶವಾದರೂ ಇತ್ತು. ಆದರೆ ರಾಘವಾಂಕನ ಕಾವ್ಯದ ಚಂದ್ರಮತಿಗೆ ತನ್ನ ಮೇಲಾಗುತ್ತಿರುವ ಅನ್ಯಾಯಗಳನ್ನು ಗುರುತಿಸಿಕೊಳ್ಳಲು ಸಾಧ್ಯವಾಗದಂತೆ ಪತಿಭಕ್ತಿಯ ಮೌಲ್ಯಗಳು ನಿರ್ಬಂಧಿಸಿವೆ. ಚಾರಿತ್ರಿಕವಾಗಿ ಹರಿಶ್ಚಂದ್ರನ ಮೇಲೆ ಬರುವ ತಪ್ಪುಗಳನ್ನು ಚಂದ್ರಮತಿಯ ಮೂಲಕವೇ ನಿವಾರಿಸುವ ತಂತ್ರ ಹೆಣೆಯುವ ಕವಿಗೆ ಆ ಮೂಲಕವಾಗಿಯೇ ತನ್ನ ಕಾವ್ಯನಾಯಕನ ವ್ಯಕ್ತಿತ್ವಕ್ಕೆ ಇನ್ನೊಂದು ಗರಿಹಚ್ಚುವ ಧಾವಂತ ಕಾಣಿಸಿಕೊಳ್ಳುತ್ತದೆ.

ಕೊನೆಯ ಭಾಗದಲ್ಲಿ ಚಂದ್ರಮತಿ, ಲೋಹಿತಾಶ್ವರು ಪಡುವ ಪಾಡಂತೂ ಶೋಕರಸದ ಹೊನಲನ್ನೆ ಹರಿಸುತ್ತದೆ. ಇವರಿಬ್ಬರೂ ಕಷ್ಟಕ್ಕೆ ಗುರಿಯಾದಷ್ಟು ಹರಿಶ್ಚಂದ್ರನ ವ್ಯಕ್ತಿತ್ವ ಉಜ್ವಲಗೊಳ್ಳುತ್ತಲೇ ಹೋಗುತ್ತದೆ. ಕರುಣ ರಸದ ಕೋಡಿಯಲ್ಲಿ ಕೃತಿ ಕಲಾತ್ಮಕವಾಗಿ ತೆರೆದುಕೊಳ್ಳುವಾಗಲೇ ವಾಸ್ತವದ ಬದುಕು ಕೊಚ್ಚಿಕೊಂಡು ಹೋಗುತ್ತದೆ. ಕಷ್ಟದ ಸರಮಾಲೆಗಳು ಒಂದರೊಡನ್ನೊಂದು ಹೆಣೆದುಕೊಳ್ಳುತ್ತ ಪರಾಕಾಷ್ಠೆಗೇರುತ್ತ ರಸೋತ್ಕರ್ಷದಲ್ಲಿ ಕಲಾಕೃತಿ ವಿಜೃಂಭಿಸತೊಡಗಿದಂತೆ ಚಂದ್ರಮತಿ, ಲೋಹಿತಾಶ್ವರು, ಒಪ್ಪಿತ ಮೌಲ್ಯಗಳಿಗೆ ಬಲಿಯಾಗಿರುತ್ತಾರೆ. ಬ್ರಾಹ್ಮಣನ ಮನೆಯಲ್ಲಿ ಪಡಬಾರದ ಕಷ್ಟಪಟ್ಟು ಅಸದಳ ನೋವು ಅನುಭವಿಸುವ ಚಂದ್ರಮತಿ ಕೊನೆಗೆ ಸತ್ತ ಮಗನ ಶವ ತಂದು ಸಂಸ್ಕರಿಸಲು ಬಂದಾಗ ಅಲ್ಲಿಯೂ ಕಾವಲುಗಾರನ ರೂಪದಲ್ಲಿ ಸತ್ಯಸಂಧ ಹರಿಶ್ಚಂದ್ರನೇ ಎದುರಾಗುತ್ತಾನೆ. ವೀರಬಾಹುಕನೆಂಬ ಚಾಂಡಾಲನಿಗೆ ತನ್ನನ್ನು ಮಾರಿಕೊಂಡು ಸ್ಮಶಾನದ ಕಾವಲುಗಾರನಾಗಿದ್ದ ಹರಿಶ್ಚಂದ್ರನು ಅಲ್ಲಿಯೂ ಸತ್ಯಸಂಧತೆಯ ಗೀಳಿಗೆ ಮತ್ತೆ ಮಡದಿ ಮಕ್ಕಳನ್ನು ಬಲಿಕೊಡಲು ಸಿದ್ಧನಾಗುತ್ತಾನೆ. ಸತ್ತಿರುವ ಕಂದ ತನ್ನ ಮಗನೇ ಎಂದು ತಿಳಿದಾಗಲೂ ಹರಿಶ್ಚಂದ್ರನಿಗೆ ತನ್ನ ಒಡೆಯನ ಕರ್ತವ್ಯ ಮತ್ತು ಆ ಮೂಲಕ ತನ್ನ ಸತ್ಯವಚನ ಪರಿಪಾಲನೆ ಮುಖ್ಯವಾಗುತ್ತದೇ ಹೊರತು ಮಗನ ಸಾವು ಧೃತಿಗೆಡಿಸುವುದಿಲ್ಲ. ಮಗನ ಸಾವಿಗಾಗಿ ರೋಧಿಸುವಾಗಲೂ ಅವನ ತಲೆಯಲ್ಲಿ ಪ್ರಭುತ್ವದ ಆಕಾಂಕ್ಷೆಗಳು, ವ್ಯವಸ್ಥೆ ಪೋಷಿತ ಮೌಲ್ಯಗಳೇ ಕಾಡುತ್ತವೆ.

ಸೂರ್ಯ ಉದಯಿಸುವಷ್ಟರಲ್ಲಿ ಮಗನ ಶವ ಸಂಸ್ಕಾರವಾಗಬೇಕೆಂದು ಚಂದ್ರಮತಿ ಅಂಗಲಾಚಿ ಬೇಡಿಕೊಂಡಾಗ ವೀರಬಾಹುಕನ ವಿಧೇಯ ಕಾವಲುಗಾರ ಹರಿಶ್ಚಂದ್ರನು,

"ತೆರೆಯನಿಕ್ಕದೆ ಸುಡಲ್ಬಾರದುಳ್ಳಡೆ ಕೊಡಿಲ್ಲದಡೆ ಬೇಗದಿ ಹೋಗಿ ನಿನ್ನೊಡೆಯನಂ ಬೇಡಿ ತಾ ತಾರದಿರೆ ಸುಡಲ್ಬೇಡ" ಎಂದು ಹೇಳುತ್ತಾನೆ. ಆಗ ಸಂಪೂರ್ಣ ಧೃತಿಗೆಡುವ ಚಂದ್ರಮತಿಯು ತನ್ನ ಒಡೆಯ ದುಡ್ಡು ಕೊಡಲಾರ ಎನ್ನುತ್ತಾಳೆ. ಆಗಲು ಸತ್ಯಸಂಧ ಹರಿಶ್ಚಂದ್ರನು ಒಡೆಯ ಹಣ ನೀಡದಿದ್ದರೆ ಸಾಲ ಮಾಡು. ಸಾಲವೂ ಹುಟ್ಟದಿದ್ದರೆ ಶವವನ್ನು ಸುಡುವ ಗೊಡವೆಯೇ ಬೇಡ ಎನ್ನುತ್ತಾನೆ. ವೀರಬಾಹುಕನಿಗೆ ವಿಧೇಯಕನಾಗುವ ಹರಿಶ್ಚಂದ್ರನಿಗೆ ತಪ್ಪಿಯೂ ತಂದೆಯ ಕರ್ತವ್ಯ ನೆನಪಾಗುವುದಿಲ್ಲ. ಬದಲಾಗಿ ಸತ್ತಕಂದನ ಮೈಮೇಲಿನ ಬಟ್ಟೆಗಳನ್ನು ನಿರ್ದಯವಾಗಿ ಸೆಳೆದುಕೊಂಡು ತನ್ನ ಕಾಪಿನ ಗೂಡಿಗೆ ಹೋಗುತ್ತಾನೆ. ಆದರೆ ಚಂದ್ರಮತಿಗೆ ಮಾತ್ರ ತಾಯ್ತನದ ಕರ್ತವ್ಯದಿಂದ ದೂರವಾಗುವುದು ಸಾಧ್ಯವಾಗುವುದಿಲ್ಲ. ಪುರುಷ ಪ್ರಧಾನ ವ್ಯವಸ್ಥೆಯಲ್ಲಿ ವಿವಾಹವೆಂಬ ಸಂಸ್ಥೆ ಪುರುಷರಿಗೆ ಹತ್ತಾರು ಹಕ್ಕುಗಳನ್ನು ದಯಪಾಲಿಸದರೆ, ಇದೇ ಸಂಸ್ಥೆ ಸ್ತ್ರೀಯರಿಗೆ ಮಾತ್ರ ನೂರಾರು ಜವಾಬ್ದಾರಿಗಳನ್ನು, ಅಸಂಖ್ಯ ಒತ್ತಡಗಳನ್ನು ಹೇರುತ್ತದೆ. ಆದ್ದರಿಂದಲೇ ಹರಿಶ್ಚಂದ್ರನು ಇಲ್ಲಿ ಮಗನನ್ನು ಸಂಸ್ಕರಿಸುವ ಜವಾಬ್ದಾರಿಯನ್ನು ಹೆಂಡತಿಯ ತಲೆಗೆ ಕಟ್ಟಿ ಪಾರಾಗುತ್ತಾನೆ. ತಾಯ್ತನದ ತುಡಿತ ಮತ್ತು ಸಮಾಜ ನಿರ್ಬಂಧಿತ ಚೌಕಟ್ಟುಗಳ ಒಳಗೆ ಒದ್ದಾಡುವ ಚಂದ್ರಮತಿ ತಲೆಗಂದಾಯ ಜೋಡಿಸಲೆಂದು ಕತ್ತಲ ಬೀದಿಗೆ ಬೀಳುತ್ತಾಳೆ. ಕೌಶಿಕನ ಪೂರ್ವನಿಯೋಜಿತ ಸಂಚಿಗೆ ಸಿಲುಕಿ ಕಾಶಿಪುರದ ರಾಜಕುಮಾರನ ಕೊಲೆಯ ಅಪರಾಧಕ್ಕೆ ಸಿಲುಕುತ್ತಾಳೆ. ತಾನು ಮಾಡದ ಅಪರಾಧಕ್ಕೆ ಶಿಕ್ಷೆಯನ್ನೂ ಅನುಭವಿಸಲು ಸಿದ್ಧಳಾಗುತ್ತಾಳೆ. ಈ ಎಲ್ಲ ಕಷ್ಟ ಪರಂಪರೆಗಳು ಗಂಡನ ಮೌಲ್ಯ ಎತ್ತಿಹಿಡಿಯುವ ತ್ಯಾಗ ಬಲಿದಾನಗಳ ಪತಿಪ್ರೇಕ್ಷ್ಯದಲ್ಲಿಯೇ ಅರಳುತ್ತವೆ ಎಂಬುದೇ ಇಲ್ಲಿನ ಕ್ರೂರ ವ್ಯಂಗ್ಯ.

ಈ ಎಲ್ಲ ಘಟನೆಗಳು ಹರಿಶ್ಚಂದ್ರನನ್ನು ಮಹಾನ್ ಸತ್ಯವಂತನೆಂದು ಚಿತ್ರಿಸುವ ಧಾವಂತದಲ್ಲಿ ಚಂದ್ರಮತಿ, ಲೋಹಿತಾಶ್ವರ ಬದುಕನ್ನು ದಾರಿತಪ್ಪಿಸಿಬಿಡುತ್ತವೆ. ಕಥಾನಕದಲ್ಲಿ ಕಾಣಿಸಿಕೊಳ್ಳುವ ಈ ಸರಣಿ ದುಃಖಗಳು ಭಾವನಾತ್ಮಕ ಲೋಲುಪ್ತತೆಯನ್ನು ಸೃಷ್ಟಿಸಿಬಿಡುತ್ತವೆ. ಆಗ ಹೆಚ್ಚು ಕಡಿಮೆ ಇಂದಿನ ಕಮರ್ಷಿಯಲ್ ಚಿತ್ರಗಳ ತ್ಯಾಗದೇವತೆ ಅಳುಮುಂಜಿ ನಾಯಕಿಯರಂತೆ ಚಂದ್ರಮತಿಯಾದರೂ ಮಹಾಪತಿವ್ರತೆಯಾಗಿ ದೀರ್ಘ ವಿಷಾದ ಹುಟ್ಟಿಸುತ್ತಾಳೆ. "ಕೋಣನೆರಡುಂ ಹೋರೆ ಗಿಡುವಿಂತೆ ಮಿತ್ತು" ಎಂಬುದನ್ನು ಕವಿ ಹರಿಶ್ಚಂದ್ರನಿಗೆ ಆರೋಪಿಸಿ ಹೇಳುತ್ತಾನಾದರೂ ಇಲ್ಲಿ ನಿಜವಾಗಿ "ಗಿಡು"ವಾದವಳು ಚಂದ್ರಮತಿಯೇ.

ಹೊಲತಿಯರ ಪ್ರಸಂಗದಲ್ಲಿಯೂ ಹರಿಶ್ಚಂದ್ರನಿಗೆ ಕುಲಾಚಾರ ಪ್ರಭುತ್ವ ಪ್ರತಿಷ್ಠೆಗಳು ಕಾಡುತ್ತವೆ ಹೊರತು, ಮಾನವೀಯ ತುಡಿತ ಕಾಣಿಸಿಕೊಳ್ಳುವುದೇ ಇಲ್ಲ. ವಾದ ಸರಣಿಯಲ್ಲಿ ಹೊಲತಿಯರನ್ನು ಎದುರಿಸಲಾಗದೆ ಹತಾಶನಾಗುವ ಹರಿಶ್ಚಂದ್ರ ಅವರನ್ನು

ಅಟ್ಟಿಸಿಕೊಂಡು ಹೊಡೆಯುವುದಿದೆಯಲ್ಲ ಇದು ರಾಘವಾಂಕ ನಂಬಿದ ಹುಸಿ ಆದರ್ಶಗಳ ನಾಟಕ ಅನ್ನಿಸುತ್ತದೆ. ಅವರು ಸ್ತ್ರೀಯರು ಮತ್ತು ಅದರಲ್ಲಿಯೂ ದಲಿತ ಸ್ತ್ರೀಯರು ಎಂಬ ಕಾರಣಕ್ಕಾಗಿಯೇ ಈ ಕ್ರೂರ ಶಿಕ್ಷೆ ವಿಧಿಸುತ್ತಿರುವುದಾಗಿ ಸಮರ್ಥಿಸಿಕೊಳ್ಳುವ ಹರಿಶ್ಚಂದ್ರ ಮಾನವೀಯ ನ್ಯಾಯಾಲಯದ ಕಟಕಟೆಯಲ್ಲಿ ಅಪರಾಧಿಯಾಗಿ ನಿಲ್ಲುತ್ತಾನೆ. ಇಲ್ಲಿಯ ಹರಿಶ್ಚಂದ್ರನ ಹತಾಸೆ ಇಡಿ ವ್ಯವಸ್ಥೆಯ ಹತಾಸೆಯಾಗಿ ಎದುರುಗೊಳ್ಳುತ್ತದೆ. ಪ್ರಭುತ್ವ, ಪ್ರತಿಷ್ಠೆ ಮತ್ತು ಜಾತಿ ಪ್ರತಿಷ್ಠೆಗಳು ರಾಘವಾಂಕನನ್ನು ಉದ್ದಕ್ಕೂ ನಿಯಂತ್ರಿಸಿವೆ. ಈ ಕಾರಣವಾಗಿಯೇ ಸ್ತ್ರೀ ಪಾತ್ರಗಳನ್ನು ಅಥವಾ ಸ್ತ್ರೀಪರ ಬದುಕನ್ನು ಚಿತ್ರಿಸುವಾಗ ಆತ ಅಕ್ಷರಶಃ ವ್ಯವಸ್ಥೆಯ ಪರ ನಿಲ್ಲುತ್ತಾನೆ. ಅಂತೆಯೇ ಚಂದ್ರಮತಿ, ಲೋಹಿತಾಶ್ವರನ್ನು ಖರೀದಿಸಿದ ಬ್ರಾಹ್ಮಣನ ಹೆಂಡತಿ ಮತ್ತು ಸೊಸೆಯರನ್ನು ಚಿತ್ರಿಸುವಾಗಲೂ ಶುದ್ಧಗಯ್ಯಾಳಿಗಳ ಬಿಂಬವನ್ನು ಕಟೆದು ನಿಲ್ಲಿಸುತ್ತಾನೆ. ಬ್ರಾಹ್ಮಣನಿಗಿಂತಲೂ ಅವನ ಹೆಂಡತಿ ಮತ್ತು ಸೊಸೆಯರೇ ಸೇವಕರನ್ನು ಕ್ರೂರವಾಗಿ ನಡೆಸಿಕೊಳ್ಳುತ್ತಾರೆ. ರಾಘವಾಂಕನಿಗೆ ತನ್ನ ಕಾವ್ಯದ ಆಶಯಕ್ಕೆ ಪೂರಕವಾಗುವಂತೆ ಪಾತ್ರಗಳನ್ನು ನೇಯ್ದುಕೊಳ್ಳುವುದು ಮುಖ್ಯವಾಗುವಂತೆ ನಿಜದ ಬದುಕು ಮುಖ್ಯವಾಗುವುದೇ ಇಲ್ಲ. ಕಲಾಕೃತಿಗಳು ಕಾಣಿಸುತ್ತಿರುವ ಸತ್ಯಕ್ಕಿಂತ ಕಾಣಿಸಿಕೊಳ್ಳಲು ಸಾಧ್ಯವಾಗದಿರುವ ಸತ್ಯದತ್ತ ಮುಖ ಮಾಡಿರುತ್ತವೆ ಎಂಬ ಮೀಮಂಸೆಯ ವ್ಯಾಖ್ಯಾನಗಳು ಕಲಾತ್ಮಕ ಸಂಗತಿಗೆ ಮಾತ್ರ ಸೀಮಿತವಾಗಿ ಉಳಿಯುತ್ತವೆ. ವಾಸ್ತವದ ನೆಲೆಯಲ್ಲಿ ಬದುಕನ್ನು ಹಿಡಿಯುವಾಗ ಕಲಾಕೃತಿಯ ಸೌಂದಯಾತ್ಮಕ ಪರಿವೇಷಗಳು ವಿಜೃಂಭಿಸತೊಡಗುತ್ತವೆ. ಹೀಗಾಗಿ ಎಲ್ಲ ಕಷ್ಟಕೋಟಲೆಗಳನ್ನು ಅನುಭವಿಸಿಯೂ ಚಂದ್ರಮತಿ ದೂರವೇ ಉಳಿದು ಹರಿಶ್ಚಂದ್ರನ ಸತ್ಯಸಂಧತೆ ಮಾತ್ರ ಬೆಳೆದು ನಿಲ್ಲುತ್ತದೆ. ಹಾಗೇ ನೋಡಿದರೆ ಕಾವ್ಯದುದ್ದಕ್ಕೂ ಹರಿಶ್ಚಂದ್ರ ಒತ್ತಾಯದಿಂದಲೇ ಸತ್ಯದಾಚರಣೆಗೆ ಒಡ್ಡಿಕೊಳ್ಳುತ್ತಾನೆ. ಯಾರೋ ಮಾಡಿದ ಪ್ರತಿಜ್ಞೆಗಾಗಿ ಗೋಣು ಒಡ್ಡುವಾಗ ಎಲ್ಲೆಲ್ಲೂ ಬಸವಳಿದು ಬೆಂಡಾಗುತ್ತಾನೆ. ಹೀಗೆ ಬಸವಳಿದು ಬೆಂಡಾದಾಗ ತುಂಬ ಧೀಮಂತಿಕೆಯಿಂದ, ಸತ್ಯದ ಹಾದಿ ಕಠಿಣವೆಂಬ ಅರಿವಿನಿಂದಲೂ ಒತ್ತಾಸೆಯಾಗಿ ಚಂದ್ರಮತಿಯೇ ನಿಲ್ಲುತ್ತಾಳೆ.

ರಾಘವಾಂಕನು ಹರಿಶ್ಚಂದ್ರನನ್ನು ಆದರ್ಶಿಕರೀಸುವ ಮಹತ್ವಾಕಾಂಕ್ಷೆಯ ನಡೆಯಲ್ಲಿಯೇ ಹಲವು ದೌರ್ಬಲ್ಯಗಳಿಗೆ ಪಕ್ಕಾಗಿಸುತ್ತಾನೆ. ಗಂಡನ ಆದರ್ಶವನ್ನು ಸಂಭಾಳಿಸುವ ನಡೆಯಲ್ಲಿಯೂ ಚಂದ್ರಮತಿ ಉಜ್ವಲವಾಗಿ ಗಟ್ಟಿಯಾಗುತ್ತಲೆ ಸಾಗುತ್ತಾಳೆ. ಪುರುಷ ಪ್ರಧಾನ ವ್ಯವಸ್ಥೆಯ ಎಲ್ಲ ಒತ್ತಡಗಳ ಮಧ್ಯೆಯೂ ಭಾರತೀಯ ಸ್ತ್ರೀಯರು ಅದ್ಭುತ ಧೀಮಂತಿಕೆಯಿಂದ ಬಾಳನ್ನು ಹೂಡಿದ್ದೆ ಚಂದ್ರಮತಿಯ ಪಾತ್ರವಾಗಿ ರಾಘವಾಂಕನ ಕೈಯಲ್ಲಿ ಅನಿವಾರ್ಯವೆಂಬಂತೆ ಬೆಳೆದುನಿಂತಿದೆ. ಎಲ್ಲ ಎಡರು,ತೊಡರುಗಳ ಮಧ್ಯೆ ಬದುಕನ್ನು ನಿಭಾಯಿಸಿದವಳು ಚಂದ್ರಮತಿಯೇ. ಆದರೆ ಸತ್ಯ ವಚನ ಪರಿಪಾಲನೆಯ ಎಲ್ಲ ಕ್ರೆಡಿಟ್ ಸಲ್ಲುವುದು ಮಾತ್ರ ಹರಿಶ್ಚಂದ್ರನಿಗೆ. ಇವನ ಕೀರ್ತಿ ಪತಾಕೆಯನ್ನು ಉತ್ತುಂಗಕ್ಕೇರಿಸಲೆಂದು ರಾಘವಾಂಕನು ಚಂದ್ರಮತಿ, ಲೋಹಿತಾಶ್ವ,

ಹೊಲತಿಯರು ಮತ್ತು ಬ್ರಾಹ್ಮಣನ ಮನೆಯ ಸ್ತ್ರೀಯರನ್ನು ಎಲ್ಲ ಕೌರ್ಯಗಳೊಂದಿಗೆ ದುಡಿಸಿಕೊಳ್ಳುತ್ತಾನೆ. ಹರಿಶ್ಚಂದ್ರ ಚಾರಿತ್ರ್ಯದಲ್ಲಿ ಬರುವ ಒಟ್ಟು ಸ್ತ್ರೀಪಾತ್ರಗಳನ್ನು ನಗಣ್ಯಗೊಳಿಸುತ್ತಾನೆ. ಹೊಲತಿಯರು ಮತ್ತು ಬ್ರಾಹ್ಮಣನ ಮನೆಯ ಸ್ತ್ರೀಯರನ್ನು ನಕಾರಾತ್ಮಕ ನೆಲೆಯಲ್ಲಿ ಚಿತ್ರಿಸಿದರೆ, ಚಂದ್ರಮತಿಯನ್ನು ಆರೋಪಿತ ಆದರ್ಶಪೀಠಕ್ಕೆ ಬಲಿಯಾಗಿಸುತ್ತಾನೆ. ಎಲ್ಲಕ್ಕಿಂತ ಹೆಚ್ಚಾಗಿ ಹೆಣ್ತನದ ಬಗೆಗೆ ರಾಘವಾಂಕನಿಗಿರುವ ಮತಿಯ ಸಂಕುಚಿತ ದೃಷ್ಟಿಕೋನ, ಧಾರ್ಮಿಕ ಮಡಿವಂತಿಕೆ, ಮುಟ್ಟು ಮೈಲಿಗೆ ಬಗೆಗಿನ ಅವಾಸ್ತವ ಗ್ರಹಿಕೆಗಳು ಮಹಿಳಾಲೋಕವನ್ನು ಚಿಂತೆಗೀಡು ಮಾಡುತ್ತವೆ. ಸ್ತ್ರೀತ್ವದ ಬಗೆಗಿರುವ ಮಾಯಾವಾದದ ಪರಿಕಲ್ಪನೆ ಈತನ 'ಸಿದ್ಧರಾಮ ಚಾರಿತ್ರ'ದಲ್ಲಿ ಪರಾಕಾಷ್ಠೆಗೆ ತಲುಪಿದೆ. ಸಿದ್ಧರಾಮನ ಜನನ ಪ್ರಸಂಗವನ್ನು ಕುರಿತು ಚಿತ್ರಿಸುವಾಗ ಸಾಂಪ್ರದಾಯಿಕ ಕಂದಾಚಾರಗಳಿಗೆ ಬಲಿಯಾಗುವ ರಾಘವಾಂಕ ತೀರ ಬಾಲಿಶವೆಂಬಂತೆ ಕಾಣಿಸಿಕೊಳ್ಳುತ್ತಾನೆ.

ಕಾರಣಿಕ ಪುರುಷನಾದ ಸಿದ್ಧರಾಮನು ಲೋಕದ ಮಾನವರಂತೆ ಹುಟ್ಟಬಾರದು ತಾನೆ? ಹೀಗಾಗಿ ರಾಘವಾಂಕ ತೀರ ಅಸಹಜವೆನ್ನುವಂಥ ಘಟನೆಯೊಂದನ್ನು ರೂಪಿಸಿಕೊಳ್ಳುತ್ತಾನೆ. ಅದನ್ನು ಸುಗ್ಗವ್ವೆ ಮತ್ತು ರೇವಣಸಿದ್ಧರ ಭೇಟಿಯ ಪ್ರಸಂಗದಲ್ಲಿ ನಿರೂಪಿಸುತ್ತಾನೆ. ಬಹಳ ದಿನಗಳವರೆಗೆ ಮಕ್ಕಳಾಗದೆ ಬಂಜೆತನ ಅನುಭವಿಸುತ್ತಿರುವ ಸುಗ್ಗವ್ವೆ ದೈವೀ ಸಂಕಲ್ಪದಿಂದಾಗಿ ರೇವಣಸಿದ್ಧರನ್ನು ಸಂಧಿಸುತ್ತಾಳೆ. ಈಗಾಗಲೇ ಮುಪ್ಪು ಅಡರಿ ಮುಟ್ಟು ನಿಂತು ಹೋಗಿರುವ ಸುಗ್ಗವ್ವೆ ತನಗೆ ಇನ್ನೆಂತು ಮಕ್ಕಳಾಗಲು ಸಾಧ್ಯ ಎಂದು ಕೇಳುತ್ತಾಳೆ. ಈ ಸಂದರ್ಭದಲ್ಲಿ ರೇವಣಸಿದ್ಧಯೋಗಿಯ ಮೂಲಕ ರಾಘವಾಂಕನು ಆಡಿಸುವ ಮಾತುಗಳು ಅಪ್ಪಟ ಸ್ತ್ರೀವಿರೋಧಿ ನೆಲೆಯಲ್ಲಿ ಕಿವಿಗೆ ಅಪ್ಪಳಿಸುತ್ತವೆ.

ಪುರುಷರೆಲ್ಲಂ ಕಂಡು ಕೂಡಲೆಳಸುವ ನಿನ್ನ
ಹರೆಯದೊಳು ಹೊಲೆಯ ನೆಲೆಯಪ್ಪ ಋತುಕಾಲದೊಳು
ಪರಮದಂಪತಿಗಳ ವಿಕಾರದನುಭವದ ಹೇಯದ ಶುಕ್ಲಶೋಣಿತದೊಳು
ಬೆರಸಿ ಜನಿಯಿಸಲಾರ್ಪನೇ ಮರುಳೆ ಜನಿಸಿಯುಂ
ಹಿರಿಯನೇ......

(ಸಿ.ಚಾ–ಸಂಧಿ 1. ಪದ್ಯ. 42)

ಎಂದು ರೇವಣಸಿದ್ಧ ಉವಾಚಿಸುತ್ತಾನೆ.

ಸಂತಾನಶಕ್ತಿಯ "ಮುಟ್ಟು" (ರಜಸೆಲೆ) ಮತ್ತು ಸಂತಾನ ಸೃಷ್ಟಿ ಸಾಧ್ಯತೆಯ ಮಿಲನವನ್ನು ರಾಘವಾಂಕ ಈ ಪರಿಯಾಗಿ ತುಚ್ಛೀಕರಿಸಿದ್ದು, ಎಲ್ಲಿಯೂ ಸಮರ್ಥನೀಯವೆನಿಸುವುದಿಲ್ಲ. "ಹೊಲೆ ಗಂಡಲ್ಲದೆ ಪಿಂಡದ ನೆಲೆಗೆ ಆಶ್ರಯವಿಲ್ಲ"ವೆಂದು ಘಂಟಾಘೋಷವಾಗಿಯೇ ಸಾರಿದ ವಚನ ಚಳುವಳಿಯ ತರುವಾಯದಲ್ಲಿ ವಚನಕಾರರ ಬದುಕನ್ನೆ ಕುರಿತು ಇಂಥ ಅಮಾನವೀಯ ಮಿಥ್‌ಳು ಸೃಷ್ಟಿಯಾದದ್ದು ಚರಿತ್ರೆಯ ವ್ಯಂಗ್ಯವಾಗಿದೆ.

ಸಿದ್ಧರಾಮನ ಪಾವಿತ್ರ್ಯ ವೈಭವೀಕರಿಸುವ ಭರದಲ್ಲಿ ಹೆಣ್ತನ ಮತ್ತು ನಿಸರ್ಗವನ್ನು ತುಚ್ಛೀಕರಿಸುವ ರಾಘವಾಂಕ ಇದೇ ಮಿಲನ ಮಹೋತ್ಸವವನ್ನು ಕುರಿತು ವೈಶ್ಯಾವಾಟಿಕೆಗಳ ಚಿತ್ರಣ ಪ್ರಸಂಗದಲ್ಲಿ, 'ಸೋಮನಾಥ ಚಾರಿತ್ರ'ದ ಆದಯ್ಯ ಪದ್ಮಾವತಿಯರ ಪ್ರಣಯ ಪ್ರಸಂಗದಲ್ಲಿ ಇನ್ನಿಲ್ಲದಂತೆ ವಿಜೃಂಭಿಸಿ ಬಿಡುತ್ತಾನೆ. ಸೋಮನಾಥ ಚಾರಿತ್ರದ ಕೆಲವು ಪದ್ಯಗಳು ನೋಡಿದರೂ ಸಾಕು ರಾಘವಾಂಕನ ರಸಿಕತೆ ಗರಿಗೆದರಿ ಕುಣಿದದ್ದು ಕಾಣಿಸುತ್ತದೆ.

..........ಷೋಡಶ ಕಳಾಸ್ಥಾನ ಚಂ
ಬನದ ನಾನಾಕರಣಗಳ ಕೌಶಲಂಗಳಿಂ
ದನುಭವಿಸುತಿರ್ದರಂದೆಲ್ಲರಂತೆನಲಮ್ಮೆನವರು ಜಗವಂದ್ಯರಾಗಿ

(ಸೋ.ಚಾ–ಸಂಧಿ 2. ಪದ್ಯ. 53)

ಇಲ್ಲಿ ಅದೇ ಸುರತಸುಖ ಕಲಾ ಕೌಶಲ್ಯವಾಗಿದೆ. ಆದಯ್ಯ ಪದ್ಮಾವತಿಯರೂ ಕೂಡಾ ಜಗವಂದ್ಯರಾಗಿದ್ದಾರೆ. ಹೀಗೆ ಸಮಯಾಚಾರ ಸಂಪನ್ನ ರಾಘವಾಂಕನಿಗೂ, ಪ್ರತಿಭಾಸಂಪನ್ನ ಲೌಕಿಕ ರಾಘವಾಂಕನಿಗೂ ಮಧ್ಯೆ ಹಲವು ದ್ವಂದ್ವಗಳು ಮನೆ ಮಾಡಿಕೊಂಡಿವೆ. ರಾಘವಾಂಕನ ಕಾವ್ಯಗಳಲ್ಲಿ ತುಂಬಾ ವಿಸ್ತಾರವಾಗಿ ಕಾಣಿಸಿಕೊಳ್ಳುವ ವೈಶ್ಯಾವಾಟಿಕೆ ವರ್ಣನೆಗಳನ್ನು ಮನೋವೈಜ್ಞಾನಿಕ ವಿಶ್ಲೇಷಣೆಯ ಹಿನ್ನೆಲೆಯಲ್ಲಿ ಪರಭಾವಿಸಿಕೊಳ್ಳಬೇಕು. ಆಗ ನಮಗೆ ಸಂಧಿಸುವ ಮನುಷ್ಯ ರಾಘವಾಂಕನೆ ಬೇರೆ. ವೇಶ್ಯಾ ಬದುಕಿನ ಮಿತಿ ಮತ್ತು ಅದರ ಅನಿಷ್ಟಕಾರಿ ಮುಖಗಳನ್ನು ಚಿತ್ರಿಸುವಾಗ ರಾಘವಾಂಕನ ಒಳಗಡೆ ಎಲ್ಲೊ ಒಂದು ಕಡೆ ಮಾನವೀಯ ತುಡಿತ ಜಾಗ್ರತವಾದಂತಿದೆ. ಈತನಿಗೆ ವೇಶ್ಯಾ ಸ್ತ್ರೀಯರ ಬಗ್ಗೆ ಗೌರವವಿಲ್ಲ. ಆದರೆ ವೇಶ್ಯಾ ಬದುಕಿನ ಬಗ್ಗೆ ಒಂದು ಅನುಕಂಪವಿದೆ. ಯೌವ್ವನ ತೀರಿ, ದೇಹವ್ಯಾಪಾರ ಕುಂಠಿತವಾಗಿ ಮುಪ್ಪಿಗೆ ಸಂದ ವೇಶ್ಯೆಯರನ್ನು ಕುರಿತು ಚಿತ್ರಿಸುವಾಗ ರಾಘವಾಂಕನ ಕೈ ಆರ್ದ್ರವಾಗುತ್ತದೆ. ಇನ್ನು ಮುಂದುವರೆದು ಪ್ರಕೃತಿ ವರ್ಣನೆ ಮಾಡುವಾಗಲೂ ರಾಘವಾಂಕ ಜೀವಪರವಾಗುತ್ತಾನೆ. ಉದಾಹರಣೆಗಾಗಿ ವಸಂತಮಾಸದಲ್ಲಿ ಹೂಬನದಲ್ಲಿ ವಿಹರಿಸುವ ದುಂಬಿಗಳನ್ನು ಕುರಿತು,

ಮಿಸುಪ ರಜದೊಳು ಹೊರಳಿ ಬಳೆದ ಬಂಡೆಂಬ ಕೊ
ಳ್ಗೆಸರೊಳಗೆ ಸಿಲ್ಕಿ ಜಿನುಗುವ ಮರಿಗೆ ಸೌರಭ್ಯ
ರಸದ ಕಟುಕಿತ್ತು ಸಾಗಿಸುವ ಬಾಣಂತಿದುಂಬಿ ಮೆರೆದವಂತಾ ಕೊಳದೊಳು

ಎನ್ನುತ್ತಾನೆ. ದುಂಬಿಯ ಬಾಣಂತಿತನವನ್ನು ಕಣ್ಣಿಗೆ ಕಟ್ಟುಂತೆ ಚಿತ್ರಿಸುವ ಕವಿ ರಾಘವಾಂಕ ಮನುಷ್ಯ ನೆಲೆಗೆ ಬಂದಾಗ ಸಮಯಾಚಾರಿಯಾಗುತ್ತಾನೆ. ವಚನ ಚಳುವಳಿಯ ನೇತಾರರನ್ನು ಚಿತ್ರಿಸುವಾಗಲೂ ನಿರ್ಬಂಧಿತ ಸಾಮಾಜಿಕ ಚೌಕಟ್ಟುಗಳನ್ನು ಒಡೆಯುವುದಿಲ್ಲ. ಹಾಗೇ ನೋಡಿದರೆ ಈತನ ಗುರುವಾದ ಹರಿಹರನು ಜಾತಿ ಪ್ರಶ್ನೆ, ವರ್ಗ ಪ್ರಶ್ನೆ ಕುರಿತಂತೆ ಹಲವು ಮಿಥ್‌ಗಳನ್ನು ಒಡೆಯುವ ಪ್ರಯತ್ನ ಮಾಡಿದ್ದು ರಗಳೆಗಳಲ್ಲಿ ನಿಚ್ಚಳವಾಗಿ ಕಾಣಿಸಿಕೊಳ್ಳುತ್ತದೆ. ಮಾದಾರ ಚನ್ನಯ್ಯನ ರಗಳೆ, ಬಸವರಾಜ

ದೇವರ ರಗಳೆಯ ಉಳ್ಳಿಯ ಪ್ರಸಂಗ, ಮಲುಹಣಿಯ ರಗಳೆ ಮುಂತಾದ ಕಡೆ ವೈದಿಕ ನೆಲೆಯ ಅಸಮಾನತೆಯನ್ನು ಉಚ್ಚಾಟಿಸುವ ಧೈರ್ಯವನ್ನು ಹರಿಹರ ಕವಿ ಪ್ರಕಟಿಸುತ್ತಾನೆ. ಆದರೆ ರಾಘವಾಂಕ ಮಾತ್ರ ತನ್ನನ್ನು ಹರಿಹರನ ಪರಮ ಶಿಷ್ಯನೆಂದು ಕರೆದುಕೊಂಡಿರುವಾಗಲೂ ಹರಿಹರನ ಕಾವ್ಯದ ಜಾಡನ್ನು ಅನುಸರಿಸುವುದಿಲ್ಲ. ಕಾವ್ಯದ ರೂಪ, ವಸ್ತು, ಸಿದ್ಧಾಂತ ಎಲ್ಲವುಗಳಲ್ಲೂ ರಾಘವಾಂಕ ಗುರುವಿನಿಂದ ದೂರಸರಿದು ನಿಲ್ಲುತ್ತಾನೆ. ಪ್ರಾಯಶಃ ಈ ಸೈದ್ಧಾಂತಿಕ ಭಿನ್ನಾಭಿಪ್ರಾಯಗಳೇ ಇವರಿಬ್ಬರ ಮಧ್ಯೆ ಹಲ್ಲು ಮುರಿಯುವ ದಂತಕತೆಯಾಗಿ ಮೈದಾಳಿರಬಹುದು.

ಹರಿಶ್ಚಂದ್ರ ಕಾವ್ಯ ಒಳಗೊಂಡಂತೆ ರಾಘವಾಂಕನ ಇನ್ನಿತರ ಕಾವ್ಯಗಳಲ್ಲಿ ಮಹಿಳೆಯರ ಬದುಕು ಮನುಷ್ಯ ನೆಲೆಗಿಂತ ವ್ಯವಸ್ಥೆ ಪೋಷಿತ ನೆಲೆಯಲ್ಲಿಯೇ ಮೈದಳೆದು ನಿಂತಿದೆ. ಶಿವಸಮಯಾಚಾರ, ಪ್ರಭುತ್ವಪೋಷಿತ ತ್ಯಾಗ, ಬಲಿದಾನಗಳು, ಪುರುಷಕೇಂದ್ರಿತ ನಿರ್ಬಂಧನೆಗಳು ಉದ್ದಕ್ಕೂ ವಿಜೃಂಭಿಸಿವೆ. ಗೊಗ್ಗವೆ, ಸತ್ಯಕ್ಕ, ಲಕ್ಕಮ್ಮ ಸಂಕವ್ವೆಯರಂಥ ಸಾಮಾನ್ಯ ದುಡಿಮೆಗಾರ ಮಹಿಳೆಯರು ಎತ್ತುವ ಪ್ರಶ್ನೆಗಳಿಗೆ ಇಲ್ಲಿ ಎಡೆಯೂ ಇಲ್ಲ. ಅಂಥದೊಂದು ಜೀವಪರ ಬದುಕಿನ ಸಾಧ್ಯತೆಯನ್ನು ಪರಾಂಬರಿಸುವ ಗೊಡವೆಗೂ ಕವಿ ಹೋಗುವುದೇ ಇಲ್ಲ. ಬಸವಾದಿ ಪರಂಪರೆಯ ವಚನೋತ್ತರ ಯುಗದಲ್ಲಿ ರಚನೆಯಾದ ಕನ್ನಡ ದೇಶಿ ಪಠ್ಯಗಳನ್ನು ಕುರಿತಂತೆ ಸಾಹಿತ್ಯಿಕ ಆವರಣಗಳಿಗಿಂತ ಭಿನ್ನವಾದ ನೆಲೆಯ ಅಧ್ಯಯನವಾಗಬೇಕಿದೆ. ಸಾಮಾಜಿಕ ಸ್ಥಿತ್ಯಂತರಕ್ಕೆ ಕಾರಣವಾಗಬಹುದಾದ ಆರ್ಥಿಕ, ಸಾಂಸ್ಕೃತಿಕ, ಮನೋವೈಜ್ಞಾನಿಕ, ಧಾರ್ಮಿಕ ಪರಿವೇಷಗಳ ಹಿನ್ನೆಲೆಯಲ್ಲಿ ಇವುಗಳನ್ನು ವಿಶ್ಲೇಷಣೆಗೊಳಪಡಿಸುವ ಜರೂರಿ ಇದೆ.

ನಮ್ಮ ಪ್ರಕಟಣೆಗಳು

ಚರಿತ್ರೆ

ಪುರಾಣ ಮತ್ತು ವಾಸ್ತವ	ಲೇ: ಡಿ.ಡಿ.ಕೊಸಾಂಬಿ ಅನು: ಟಿ.ಎಸ್. ವೇಣುಗೋಪಾಲ ಮತ್ತು ಶೈಲಜ	ರೂ.150	2013
ಕನ್ನಡದೊಳ್ ಭಾವಿಸಿದ ಜನಪದಂ	ಸಂ: ವಸು ಎಂ.ವಿ.	ರೂ.375	2009
ಪ್ರಾಚೀನ ಭಾರತದ ಸಂಸ್ಕೃತಿ ಮತ್ತು ನಾಗರಿಕತೆ – ಚಾರಿತ್ರಿಕ ರೂಪುರೇಷೆ	ಲೇ: ಡಿ.ಡಿ.ಕೊಸಾಂಬಿ ಅನು: ಟಿ.ಎಸ್. ವೇಣುಗೋಪಾಲ ಮತ್ತು ಶೈಲಜಾ	ರೂ.250	2011
ದೇವದುರ್ಗ ಚಾರಿತ್ರಿಕ ಅಧ್ಯಯನ	ಲೇ:ಅಮರೇಶ ಆಲ್ಕೋಡ	ರೂ.125	2013
ವಾಸ್ತವದ ಒಡಕುಗಳು ಇತಿಹಾಸದ ತೊಡಕುಗಳು	ಬಾರ್ಕೂರು ಉದಯ	ರೂ.200	2013

ವಿಶ್ಲೇಷಣೆಗಳು

ಭಾರತದಲ್ಲಿ ಶಿಕ್ಷಣ ಸವಾಲು ಸಾಧ್ಯತೆ	ಲೇಖಕರು: ರೊಮಿಲಾ ಥಾಪರ್, ಇರ್ಫಾನ್ ಹಬೀಬ್, ಪ್ರಭಾತ್ ಪಟ್ನಾಯಕ್, ಸಿ.ಪಿ.ಚಂದ್ರ ಶೇಖರ್, ಕೆ.ಎಂ. ಶೀಮಾಲಿ, ಶಮೀಮ್ ಅಖ್ತರ್, ಅರ್ಜುನ್ ದೇವ್, ವಿಜೇಂದ್ರ ಶರ್ಮ, ಅನುಭೂತಿ ಮೌರ್ಯ; ಅನುವಾದ: ಆರ್. ಪಿ. ಹೆಗಡೆ	ರೂ.60	2008
ಪರಿಸರ ಸ್ನೇಹಿ ಕೃಷಿ ಕ್ಯೂಬಾ ಮಾದರಿ	ಲೇಖಕರು : ಜೈಕುಮಾರ್	ರೂ.20	2009
ನೆಲದ ಪಿಸುಮಾತು	ಲೇಖಕರು: ನೀಲಾ ಕೆ	ರೂ.60	2009
ಬಿತ್ತಿದ್ದೀರಿ... ಅದಕ್ಕೆ ಅಳುತ್ತೀರಿ..	ಲೇಖಕರು: ಪಿ.ಸಾಯಿನಾಥ್, ಅನುವಾದ: ಟಿಎಲ್.ಕೃಷ್ಣೇಗೌಡ	ರೂ.100	2009
ಹಸಿವಿನ ಸಾಮ್ರಾಜ್ಯಕ್ಕೆ ಕೊನೆಯೆಂತು?	ಲೇಖಕರು: ವಸಂತರಾಜ ಎನ್.ಕೆ.	ರೂ.100	2009
ಅಂಬೇಡ್ಕರೋತ್ತರ ದಲಿತ ಸಂಘರ್ಷ ದಾರಿ-ದಿಕ್ಕು	ಡಾ. ಆನಂದ ತೇಲ್ತುಂಬ್ಡೆ, ಅನು: ರಾಹು	ರೂ.130	2009
ಹಿಂದುತ್ವ ಮತ್ತು ದಲಿತರು ಕೋಮುವಾದಿ ರಾಜಕಾರಣ ಒಂದು ತಾತ್ವಿಕ ಪರಾಮರ್ಶೆ	ಸಂ: ಡಾ. ಆನಂದ ತೇಲ್‌ತುಂಬ್ಡೆ, ಅನು.ಸಂ: ಪ್ರೊ.ಬಿ.ಗಂಗಾಧರಮೂರ್ತಿ	ರೂ.120	2009
ಅಳುವ ಯೋಗಿಯ ನೋಡಿಲ್ಲಿ	ಲೇಖಕರು: ಪಿ.ಸಾಯಿನಾಥ್,ಅನು: ಟಿ.ಎಲ್. ಕೃಷ್ಣೇಗೌಡ	ರೂ.15	2009
ನೀರ ಮೇಲಣ ಗುಳ್ಳೆ – ಜಾಗತಿಕ ಹಣಕಾಸು ಬಿಕ್ಕಟ್ಟು ಕುರಿತು	ಲೇ:ಪ್ರೊ. ಪ್ರಭಾತ್ ಪಟ್ನಾಯಕ್, ಸಂಗ್ರಹ-ಅನು: ವೇದರಾಜ ಎನ್. ಕೆ.	ರೂ.50	2010
ಮಹಾತ್ಮ ಮತ್ತು ಗುರುದೇವ ಸಂವಾದ-ದೇಶ ಕಟ್ಟುವ ಕನಸು ಕಾಣ್ಕೆಗಳು	ಸಂ: ಎಸ್. ಶಿವಾನಂದ	ರೂ.225	2011

ಮಲಪ್ರಭೆಯ ಮಡಿಲಿನಿಂದ ಸಿಡಿದೆದ್ದ ರೈತ	ಲೇ:ಬಿ.ಎಸ್.ಸೊಪ್ಪಿನ	ರೂ.70	2011
ರಥಿಕ ಸಾರಥಿ ಸಂವಾದ (ಭಗವದ್ಗೀತೆಯ ಭೌತವಾದಿ ವ್ಯಾಖ್ಯಾನ)	ಲೇ:ವಿ.ಎಂ.ಮೋಹನರಾಜ್ ಅನು:ಡಾ. ಮಹಾಬಲೇಶ್ವರ ರಾವ್	ರೂ.110	2013
ಕಾರ್ಪೋರೇಟ್ ಕಾಲದಲ್ಲೂ ಕಾರ್ಲ್ ಮಾರ್ಕ್ಸ್ ಪ್ರಸ್ತುತ	ಲೇ:ಟೆರ್ರಿ ಈಗಲ್‌ಟನ್ ಅನು:ರಾಹು	ರೂ.260	2014
ಒಡಲ ಬೆಂಕಿ ಆರದಿರಲಿ – ಕಳ್ಳುಬಳ್ಳಿ ಲೇಖನಗಳು	ಲೇ:ವಸು ಮಳಲಿ	ರೂ.140	2015
ಸೆಕ್ಯುಲರ್‌ವಾದ ಮತ್ತು ಅದರ ಬಗೆಗಿನ ಅತೃಪ್ತಿಗಳು	ಪ್ರೊ.ಅಮರ್ತ್ಯ ಸೇನ್ ಅನು: ಎಸ್.ಶಿವಾನಂದ ಸಾಸ್ವೆಹಳ್ಳಿ	ರೂ.60	2015
ಹಿಂದುತ್ವ ರಾಜಕಾರಣ ಅಂದು ಇಂದು ಮುಂದು	ಬಿ. ಶ್ರೀಪಾದ	ರೂ.180	2015
ಗೂಡು ಮತ್ತು ಆಕಾಶ	ಸಬಿತಾ ಬನ್ನಾಡಿ	ರೂ.100	2017
ಅಂಬೇಡ್ಕರ್ ಮತ್ತು ಎಡರಾಜಕಾರಣ ಮುನ್ನಡೆಯ ಹಾದಿ	ಆನಂದ ತೇಲ್ತುಂಬ್ಡೆ ಅನು: ಟಿ ಎಲ್. ಕೃಷ್ಣೇಗೌಡ	ರೂ.50	2018
ಮೊಸ್ಕೊದ ಆ ದಿನಗಳು	ಡಾ. ಕೆ ಸುಶೀಲ	ರೂ.90	2019
ವಾಸ್ತುಶಾಸ್ತ್ರ ತಿರುಳೂ ತಿಳಿಗೇಡಿತನವೂ	ಆರ್.ವಿ.ಆಚಾರಿ ಅನು: ಕೆ ಪ್ರಭಾಕರನ್	ರೂ.175	2021

ವ್ಯಕ್ತಿ–ವಿಚಾರ

ಸಹಯಾನ	ಸಂಪಾದಕರು: ಎಂ. ಜಿ. ಹೆಗಡೆ	ರೂ.50	2008
ಜ್ಯೋತಿ ಬಸು ಅಧಿಕೃತ ಜೀವನ ಚರಿತ್ರೆ	ಮೂಲ: ಸುರಭಿ ಬ್ಯಾನರ್ಜಿ, ಅನು: ರಾಹು	ರೂ.350	2010
ಹೀಗೆಂದರು ಭಗತ್‌ಸಿಂಗ್ ಮತ್ತು ಚೆ ಗೆವಾರ	ಸಂಗ್ರಹ ಅನುವಾದ: ದೀಪ್ತಿ ಬಿ.	ರೂ.20	2011
Capt. Laxmi - Memoirs and Tributes	*Capt.Laxmi and Subhashini Ali*	Rs.75	2013
ಫೈಜ್‌ನಾಮಾ	ಹಸನ್ ನಯೀಂ ಸುರಕೋಡ	ರೂ.190	2013
ಸ್ಯಾಮ್ ಅಂಕಲ್‌ಗೆ ಪತ್ರಗಳು ಮತ್ತು ಇತರ ಕಿಡಿಗೇಡಿ ಬರಹಗಳು	ಸಾದತ್ ಹಸನ್ ಮಂಟೋ ಅನು:ಹಸನ್ ನಯೀಂ ಸುರಕೋಡ	ರೂ.140	2013
ಒಬ್ಬ ಕೈದಿಯ ಕತೆ	ಮೌಲಾನಾ ಹಸರತ್ ಮೊಹಾನಿ ಅನು:ಹಸನ್ ನಯೀಂ ಸುರಕೋಡ	ರೂ.85	2014

ಪುಸ್ತಕ ಮಾಲಿಕೆಗಳು

ಭಾರತದ ಜನ ಇತಿಹಾಸ

ಪೂರ್ವೇತಿಹಾಸ (ಭಾಜಇ – 1)	ಲೇ:ಇರ್ಫಾನ್ ಹಬೀಬ್, ಅನು:ಬಿ ಪ್ರದೀಪ್ ಬಿ	ರೂ.90	2008

ಸಿಂಧೂ ನಾಗರಿಕತೆ (ಭಾಜಇ – 2)	ಲೇ:ಇರ್ಫಾನ್ ಹಬೀಬ್, ಅನು:ಬಿ ಪ್ರದೀಪ್ ಬಿ ಮತ್ತು ಎಚ್.ಎಸ್. ಜೈಕುಮಾರ್	ರೂ.135	2011
ವೈದಿಕ ಯುಗ (ಭಾಜಇ – 3)	ಲೇ:ಇರ್ಫಾನ್ ಹಬೀಬ್, ವಿಜಯಕುಮಾರ್ ಠಾಕುರ್ ಅನು:ಸಿ ಚಂದ್ರಪ್ಪ ಮತ್ತು ಬಿ ಪ್ರದೀಪ್	ರೂ.100	2014
ಕಬ್ಬಿಣದ ಯುಗ ಮತ್ತು ಧಾರ್ಮಿಕ ಕ್ರಾಂತಿ (ಕ್ರಿ.ಪೂ.700–350) (ಭಾಜಇ – 4)	ಲೇ:ಕೃಷ್ಣ ಮೋಹನ್ ಶ್ರೀಮಾಲಿ ಅನು:ನಾ ದಿವಾಕರ	ರೂ.140	2015
ಮೌರ್ಯರ ಕಾಲದ ಭಾರತ (ಭಾಜಇ – 5)	ಲೇ:ಇರ್ಫಾನ್ ಹಬೀಬ್, ವಿವೇಕಾನಂದ ಝಾ ಅನು:ನಗರಗೆರೆ ರಮೇಶ್	ರೂ.160	2014
ಮೌರ್ಯರ ನಂತರದ ಭಾರತ ಕ್ರಿ.ಪೂ.200–ಕ್ರಿ.ಶ.300 ರಾಜಕೀಯ ಮತ್ತು ಆರ್ಥಿಕ ಇತಿಹಾಸ (ಭಾಜಇ – 6)	ಲೇ:ಇರ್ಫಾನ್ ಹಬೀಬ್, ಅನು:ಎಸ್. ಎನ್.ಸ್ವಾಮಿ	ರೂ.140	2020
ಮೌರ್ಯಾನಂತರದ ಭಾರತದಲ್ಲಿ ಸಮಾಜ ಮತ್ತು ಸಂಸ್ಕೃತಿ ಕ್ರಿ.ಪೂ.200–ಕ್ರಿ.ಶ.300 (ಭಾಜಇ – 7)	ಲೇ:ಬೈರಬಿ ಪ್ರಸಾದ್ ಸಾಹು, ಕೇಶವನ್ ವೇಲುತಾಟ್ ಅನು:ಟಿ. ವೆಂಕಟೇಶ ಮೂರ್ತಿ	ರೂ.90	2020
ಭಾರತದ ಆರ್ಥಿಕತೆ – ಬ್ರಿಟೀಷ್ ಆಳ್ವಿಕೆಯ ಪ್ರಾರಂಭಿಕ ಹಂತದಲ್ಲಿ 1757–1857 (ಭಾಜಇ – 25)	ಲೇ:ಇರ್ಫಾನ್ ಹಬೀಬ್, ಅನು:ಕೆ. ಎಮ್.ಲೋಕೇಶ್	ರೂ.140	2020
ಭಾರತದ ಆರ್ಥಿಕತೆ 1858–1914 (ಭಾಜಇ – 28)	ಲೇ:ಇರ್ಫಾನ್ ಹಬೀಬ್, ಅನು:ಕೆ. ಎಮ್.ಲೋಕೇಶ್	ರೂ.180	2014

ನಿಮಗೆ ತಿಳಿದಿರಲಿ

ಡಿಡಿ ಕೊಸಾಂಬಿ	**ಸಂ: ವಸಂತರಾಜ ಎನ್. ಕೆ.**	ರೂ.85	2010
ಆಧುನಿಕೋತ್ತರವಾದ (ಪೋಸ್ಟ್ ಮಾರ್ಡನಿಸಂ)	ಐಜಾಝ್ ಅಹ್ಮದ್ ಅನು: ಪ್ರಕಾಶ್ ಕೆ.	ರೂ.75	2013
ಗಲ್ಫ್ ಯುದ್ಧ : 1990–91 (ಸಾಮ್ರಾಜ್ಯಶಾಹಿಯ ಪುನರಾಗಮನ)	ಬಾರ್ಕೂರು ಉದಯ	ರೂ.150	2014
ಸೋವಿಯೆತ್ ಒಕ್ಕೂಟ	ವಸಂತರಾಜ ಎನ್.ಕೆ	ರೂ.80	2014
ಬಿಡುಗಡೆಗಾಗಿ ಶಿಕ್ಷಣ	ಡಾ.ಮಹಾಬಲೇಶ್ವರ ರಾವ್	ರೂ.110	2015
ಪ್ಯಾಲೇಸ್ತೀನ್ ಪ್ರಶ್ನೆ	ಎಂ.ಇಕ್‌ಬಾಲ್ ಹುಸೇನ್, ವಸಂತರಾಜ ಎನ್.ಕೆ	ರೂ.60	2016

ಸ್ಯಾಂಪಲ್ ಓದು

ಕ್ಯೂಬಾ ಕ್ರಾಂತಿ ಮತ್ತು ಮನುಕುಲದ ಪ್ರಗತಿ– ಕ್ಯಾಸ್ಟ್ರೋ	ಮೂಲ: ಫೀಡೆಲ್ ಕ್ಯಾಸ್ಟ್ರೋ ಭಾಷಣ ಅನು: ರವಿಕುಮಾರ್ ಕೆ.ಎಸ್	ರೂ.20	2008

ಕ್ಯೂಬಾದಲ್ಲಿ ಸಮಾಜವಾದ ಮತ್ತು ಮಾನವ – ಚೆ ಗವೆರಾ	ಮೂಲ: ಆರ್ನೆಸ್ಟೋ ಚೆ ಗುವೆರಾ, ಅನು: ಎಸ್. ಕೆ. ಗೀತಾ	ರೂ.15	2009
Socialism and Man in Cuba	*Che Guevara*	Rs.25	2013
Battle of Ideas	*Fidel Castro*	Rs.35	2013
ಮಾರ್ಕ್ಸ್ ಮತ್ತು ಎಂಗೆಲ್ಸ್ ಒಂದು ಜೀವನ ಚರಿತ್ರೆ	ಮೂಲ: ಆರ್ನೆಸ್ಟೋ ಚೆ ಗುವೆರಾ, ಅನು: ವಿಶ್ವ ಕುಂದಾಪುರ	ರೂ.30	2013
ವಿಚಾರಗಳ ಸಮರ – ಕ್ಯಾಸ್ಟ್ರೋ	ಮೂಲ: ಫೀಡೆಲ್ ಕ್ಯಾಸ್ಟ್ರೋ, ಅನು: ಜಿ.ಎಸ್.ಮಣಿ	ರೂ.40	2013

ಅಂತರ್ರಾಷ್ಟ್ರೀಯ ಮಹಿಳಾ ದಿನ ಶತಮಾನೋತ್ಸವ ಮಾಲೆ

ಮಹಿಳಾ ವಿಮೋಚನೆಯ ಹೋರಾಟಗಳ ನೂರು ವರ್ಷಗಳು	ಲೇ: ಎಸ್.ಕೆ.ಗೀತಾ	ರೂ.70	2011
ನೀನುಂಟು ನಿನ್ನ ರೆಕ್ಕೆಯುಂಟು – ಈ ದಶಕದ ಮಹಿಳಾ ಸಂವೇದನೆಯ ಕವನಗಳು	ಸಂ: ಮಾಧವಿ ಭಂಡಾರಿ ಕೆರೆಕೋಣ	ರೂ.95	2011
ವಿಶ್ವ ಮಹಿಳಾ ದಿನದ ರೂವಾರಿ ಕ್ಲಾರಾ ಜೆಟ್ಕಿನ್	ಲೇ: ಡಾ. ಎನ್. ಗಾಯತ್ರಿ	ರೂ.80	2011
ರೋಸಾ ಲಕ್ಸಂಬರ್ಗ್	ಅ:ಭಾರತಿ ಗಾಂವ್ಕರ್	ರೂ.60	2014
ದಶಕದ ಮಹಿಳಾ ಸಾಹಿತ್ಯದಲ್ಲಿ ಪ್ರತಿರೋಧದ ನೆಲೆಗಳು	ಸಂ:ಸಬೀಹಾ ಭೂಮಿಗೌಡ	ರೂ.70	2012

ಮಹಿಳೆ

ಮನದ ಸೂತಕ ಹಿಂತಮೊಡೆ	ಲೇ: ಡಾ. ಮೀನಾಕ್ಷಿ ಬಾಳಿ	ರೂ.60	2010
ಕತ್ತಲಂಚಿನ ಕಿಡಿಗಳು	ಲೇ: ಡಾ. ಮೀನಾಕ್ಷಿ ಬಾಳಿ	ರೂ.40	2010
ಮಹಿಳಾ ಅಸಮಾನತೆ	ನ್ಯಾ. ಹೆಚ್.ಎನ್.ನಾಗಮೋಹನದಾಸ್	ರೂ.100	2015

ಕಥೆ–ಕಾದಂಬರಿ–ಕವನ–ವಿಮರ್ಶೆ

ದಶರಥನ ವನವಾಸ	ಲೇ: ಚಿತ್ರಾ ಮುದ್ಗಲ್, ಅನು: ಆರ್.ಪಿ. ಹೆಗಡೆ	ರೂ.90	2008
ಸೂಫಿ ಕಥಾಲೋಕ	ಕನ್ನಡಕ್ಕೆ: ಪ್ರೊ. ಬಿ. ಗಂಗಾಧರಮೂರ್ತಿ	ರೂ.140	2008
ಬಿ ನೆಗೆಟಿವ್–ನೋವಿನೊಂದು ಮೂಟೆ	ಲೇ: ರವಿಕುಮಾರ್ ಕೆ ಎಸ್	ರೂ.20	2008
ಜ್ಯೋತಿಯೊಳಗಣ ಕಾಂತಿ	ಲೇ: ನೀಲಾ ಕೆ	ರೂ.75	2009
ಒಡಲ ಬೆಂಕಿ	ಸಂಪಾದಕರು: ವಿಠ್ಠಲ ಭಂಡಾರಿ	ರೂ.10	2009
ಬಿರುಕು ಬಿಟ್ಟ ಗೋಡೆ	ಕೆ.ಎಸ್.ರವಿಕುಮಾರ್	ರೂ.25	2009
ಆಯೀಷಾ	ಮೂಲ: ಆರ್. ನಟರಾಜನ್, ಅನು: ಎಸ್.ಬಿ.ಗಂಗಾಧರ	ರೂ.15	2010

ವಿಮರ್ಶೆಯ ಸವಾಲುಗಳು	ಎಸ್. ಶಿವಾನಂದ	ರೂ.140	2011
ಬಾವುಟದ ಬಟ್ಟೆ	ಹುಲಿಕಟ್ಟಿ ಚನ್ನಬಸಪ್ಪ	ರೂ.40	2013
ರೋಷದ ಬಣ್ಣಗಳು	ಸಂ.:ಕೆ.ಎಸ್.ವಿಮಲ	ರೂ.50	2016
ಪಂಗುರು ಪುಷ್ಪದ ಜೇನು	ಲೇ:ಪಿ.ವತ್ಸಲಾ ಅನು:ಕೆ. ಪ್ರಭಾಕರನ್	ರೂ.130	2016
ಸಾಹಿತ್ಯ ಮತ್ತು ಸಾಹಿತ್ಯೇತರ	ಲೇ:ಎಸ್ ಶಿವಾನಂದ ಸಾಸ್ವೆಹಳ್ಳಿ	ರೂ.230	2016
ಅಬ್ಬೆ ಮಡಿಲು	ಲೇ:ಯಮುನಾ ಗಾಂವ್ಕರ್, ಜೋಯಿಡಾ	ರೂ.70	2017
ಸುಬ್ಬರಾಯನ ಕುಂಟೆ	ಚಂಪ ಜೈಪ್ರಕಾಶ್	ರೂ.85	2019
ಸಾರ್ಥಕತೆ	ಇರಾವತಿ ಕರ್ವೆ ಅನು: ಚಂದ್ರಕಾಂತ ಪೋಕಳೆ;	ರೂ.85	2020

ಆರೋಗ್ಯ

ಜನಾರೋಗ್ಯದ ಸವಾಲುಗಳು	ಲೇಖಕರು: ಡಾ. ಪ್ರಕಾಶ ಸಿ. ರಾವ್	ರೂ.60	2010
ನಿಮ್ಮ ಆರೋಗ್ಯ, ನಿಮ್ಮ ಕೈಯಲ್ಲಿ	ಲೇಖಕರು: ಡಾ. ಪ್ರಕಾಶ ಸಿ. ರಾವ್	ರೂ.60	2010
21ನೇ ಕ್ರೋಮೋಝೋಮ್ ಮತ್ತು ಇತರ ಕಥನಗಳು	ಚಂಪ ಜೈಪ್ರಕಾಶ್	ರೂ.120	2015
21st Chromosome and Other Naratives	*Champa Jaiprakash*	ರೂ.150	2017
ಆಧುನಿಕ ಕಾಯಿಲೆಗಳ ವಿಸ್ಮಯ ಲೋಕ	ಲೇಖಕರು: ಡಾ. ಕೆ. ಸುಶೀಲಾ	ರೂ.80	2018

ದೃಶ್ಯಕಲೆಗಳು

ಚಿತ್ರ-ಕತೆ : ಜಗತ್ತಿನ ಸಿನೆಮಾಗಳ ಅವಲೋಕನ	ಲೇಖಕರು:ಎ.ಎನ್.ಪ್ರಸನ್ನ	ರೂ.140	2008
ವ್ಯಂಗ್ಯ(ವಿ)ಚಿತ್ರ ಸಂಕಲನ	ಪಿ.ಮಹಮ್ಮದ್	ರೂ.140	2010
ಎರಡು ಕಣ್ಣು ಸಾಲದು	ವಿ.ಎನ್.ಲಕ್ಷ್ಮಿನಾರಾಯಣ	ರೂ.110	2016
ನಟನೆಯ ಕೈಪಿಡಿ–ನಟನೆಯ ಅಭ್ಯಾಸಕ್ಕಾಗಿ 10 ಟಿಪ್ಪಣಿಗಳು	ಡಾ. ಶ್ರೀಪಾದ ಭಟ್	ರೂ.65	2021